கள் மணக்கும் பக்கங்கள்
தமிழ்ச் சிந்தனை மரபில் வெளியும் காலமும்

கள் மணக்கும் பக்கங்கள்
தமிழ்ச் சிந்தனை மரபில் வெளியும் காலமும்

க. காசிமாரியப்பன் (பி. 1966)

திருச்சியில் வாழ்ந்து வருகிறார். தந்தை பெரியார் அரசு கலை மற்றும் அறிவியல் கல்லூரியில் தமிழ் இணைப்பேராசிரியராகப் பணிபுரிகிறார். *வேறுவேறு*, *கூடு* இதழ்களின் ஆசிரியர் குழுவில் இருந்துள்ளார். பத்தாண்டு (2000-2010) காலத் தமிழ் ஆய்வேடுகளைத் தொகுத்துத் தமிழ் இணையத்தில் (Tamilaivugal.org) வெளியிட்டுள்ளார். 'கொம்பமாடசாமி' என்னும் புனைபெயரில் கவிதைகள் எழுதியுள்ளார்.

மனைவி : தி. மீனா. மகன்: கா.மீ. கபிலன்
முகவரி : 10, கிரீன்ஸ் முதல் தெரு, பாரதிநகர், கிராப்பட்டி, திருச்சி - 620 012
கைப்பேசி : 99650 29909
மின்னஞ்சல் : meenamariyappan@gmail.com

க. காசிமாரியப்பன்

கள் மணக்கும் பக்கங்கள்
தமிழ்ச் சிந்தனை மரபில் வெளியும் காலமும்

காலச்சுவடு பதிப்பகம்

● அன்பார்ந்த வாசகருக்கு,

வணக்கம்.

காலச்சுவடு நூலை வாங்கியமைக்கு நன்றி.

நூலின் உள்ளடக்கம், உருவாக்கம், அட்டைப்படம் இன்ன பிற அம்சங்கள் பற்றிய உங்கள் கருத்துகளையும் ஆலோசனைகளையும் காலச்சுவடு வரவேற்கிறது. தகவல், எழுத்து, வாக்கியப் பிழைகள் தென்பட்டால் அவசியம் தெரிவித்து உதவுங்கள். நூல் தயாரிப்பில் கடும் குறைபாடு இருப்பின் மாற்றுப் பிரதி உங்களுக்குக் கிடைக்கக் காலச்சுவடு ஏற்பாடு செய்யும்.

மின்னஞ்சல்: **publisher@kalachuvadu.com**

காலச்சுவடு நாகர்கோவில் அலுவலகத்திற்குக் கடிதம் அனுப்பலாம்.

தங்கள்
எஸ்.ஆர். சுந்தரம் (கண்ணன்)
பதிப்பாளர் – நிர்வாக இயக்குநர்

கள் மணக்கும் பக்கங்கள்: தமிழ்ச் சிந்தனை மரபில் வெளியும் காலமும் ✦ கட்டுரைகள் ✦ ஆசிரியர்: க. காசிமாரியப்பன் ✦ © க. காசிமாரியப்பன் ✦ முதல் பதிப்பு: டிசம்பர் 2024 ✦ வெளியீடு: காலச்சுவடு பப்ளிகேஷன்ஸ் (பி) லிட்., 669, கே.பி. சாலை, நாகர்கோவில் 629001

காலச்சுவடு பதிப்பக வெளியீடு: 1336

kaL maNakkum pakkankaL: Tamil Sinthanai Marabil Veliyum Kalamum ✦ Articles ✦ Author: K.Kasimariyappan ✦ ©K.Kasimariyappan ✦ Language: Tamil ✦ First Edition: December 2024 ✦ Size: Demy 1 x 8 ✦ Paper: 18.6 kg maplitho ✦ Pages: 208

Published by Kalachuvadu Publications Pvt. Ltd., 669, K.P. Road, Nagercoil 629001, India ✦ Phone: 91-4652-278525 ✦ e-mail: publications @kalachuvadu.com ✦ Printed at Clicto Print, Jaleel Towers, 42 KB Dasan Road, Teynampet Chennai - 600018

ISBN: 978-93-6110-707-8

12/2024/S.No.1336, kcp 5418, 18.6 (1) rss

நினைவில் வாழும்
என் ஐயா பெ. கந்தசாமி அவர்களுக்கும்
என் முதற்பேராசிரியர்
மு.செ. குமாரசாமி என்கிற அறிவரசன்
அவர்களுக்கும்

பொருளடக்கம்

	அணிந்துரை: காலவெளியில் தமிழ்வெளி	11
	நன்றியுரை	17
1.	தமிழ்ச் சிந்தனை மரபில் வெளி	21
2.	பட்டினப்பாலை: பெண்மை வெளியை அழித்த ஆண்வெளி	46
3.	மதுரைக்காஞ்சி: திணைவெளி அழிவு	70
4.	பதிற்றுப்பத்து: குடியழிப்பும் வெளி விரிவாக்கமும்	89
5.	பாலைத்திணை வெளியும் சமய வெளியும்	111
6.	அகப்புல விருப்பும் புறப்புல வெறுப்பும்	119
7.	புலத்திலிருந்து வெளியேற்றல்	136
8.	சமய வெளியாக முயலும் ஒடுக்கப்பட்டோர் வெளி	145
9.	மாற்று மரபின் தொடக்கம்	157
10.	உடைபடா சாதிய மரபு	175
11.	கள் மணக்கும் பக்கங்கள்	188
	துணை நூற்பட்டியல்	203

அணிந்துரை

காலவெளியில் தமிழ்வெளி

இந்திய அறிவு மரபில் தமிழ்ச் சிந்தனை மரபு தனித்த வீச்சுடையது என்பதை நாமறிவோம். இலக்கணம், இலக்கியம், சமூக உருவாக்கம், பண்பாட்டசைவுகள், கலை பரிமாணங்கள், சமயம், தத்துவம், அழகியல் முதலானவற்றின் செல் நெறிகள் இத்துணைக்கண்ட வரலாற்றோடு கட்டமைக்கப் பட்டவை.

இந்த வரலாற்றுக் கட்டமைப்புடன், தமிழ்ச் சிந்தனை மரபில் கணக்கற்ற கருத்தாக்கங்களும் கோட்பாடுகளும் ஆராயப்பட்டுள்ளன. ஆயினும் 'வெளி' பற்றிய புரிதல் இன்னும் விரிவுபெற வேண்டிய தாகவே உள்ளது. நாடகம், இன்ன பிற நிகழ்த்துதல், சடங்காற்றுகை, திரைப்படம் முதலான களங்களில் இப்புரிதல் விரிந்து வருகிறது. இலக்கியத் தளத்திலிருந்து ஆழமான நுட்பங்களை இதுவரை நாம் அடையவில்லை. அதனைப் பேராசிரியர் க. காசிமாரியப்பன் நம் வசப்படுத்தியிருக்கிறார். இதன் வழி காத்திரமான ஓர் ஆய்வு ஆளுமையாக ஒளிர்கிறார். அவருடைய முப்பதாண்டுக் கால ஆய்வனுபவத்தின் ஊடாக இந்த நூல் நம்வசப்பட் டிருக்கிறது.

'நீரின்றி அமையாது உலகு' என்றார் வள்ளுவர். நிலமின்றியும் அமையாது என்பதால் அதனையும் முதற்பொருளாக்கினார் தொல்காப்பியர். உயிரினங்கள் அனைத்தும் இவ்வுலகில் காலூன்று வதற்கு நிலமே ஆதாரமாகும். நிலம் வெறும்

மண் ஆகாது; சடப்பொருளும் ஆகாது. அது வரலாற்றுக்கும் முற்பட்ட காலத்திலிருந்தே சமூகவயப்பட்டுள்ளது; பண்பாட்டு வயப்பட்டுள்ளது; மதவயப்பட்டுள்ளது; இன்னும் எல்லாமுமாக மனிதவயப்பட்டுள்ளது.

பண்டையத் தமிழ் மரபில் ஒவ்வொரு நிலமும் ஒரு தனி உலகமாகும்.

மாயோன் மேய காடுறை உலகமும்
சேயோன் மேய மைவரை உலகமும்
வேந்தன் மேய தீம்புனல் உலகமும்
வருணன் மேய பெருமணல் உலகமும்

என்று வரையறுத்தார் தொல்காப்பியர் (அகத்திணை.5). தமிழ் அறிவாராய்ச்சி மரபின் தொடக்கம் தொல்காப்பியம். ஒவ்வோர் உலகத்திற்கும் முதல், கரு, உரி வெவ்வேறானதாக உருவாக்கப்பட்டன. இந்நான்கு உலகங்களிலிருந்தே 'தமிழுலகம்' உருவாக்கம் பெற்று வந்துள்ளது. இந்த நான்கு தனிமரபுகளைப் பொது / கூட்டு மரபாக்கிய வரலாறு தமிழ்ச் சமூகத்தின் நீண்ட நெடிய அறுபடா வரலாறாகும். இதில் 'வெளி' சார்ந்த வகிபாகம் மிக முக்கியமானது.

உண்மையில் 'வெளி' என்பது நிலத்தோடும் இடத்தோடும் மக்கள் ஏற்படுத்திக்கொள்ளும் அசைவியக்கங்களால் உருவாக்கப்படுவது. இது உருவமாகவும் அருவமாகவும் நீட்சி பெறவல்லது. வாழ்வாகவும், வாழ்வு முறையாகவும் அமைகின்ற பண்பாடு போலவே, வெளியும் உருவாக்கப்படுகிறது. ஒவ்வொரு பண்பாடும் தனக்கான வெளிகளைத் தாமே கட்டமைத்துக்கொள் கிறது. இவற்றில் உலகளாவிய பொதுமைப்பாடுகள் சில இருந்தாலும், தனித்துவங்களே மிகுதி. அவையே அப்பண்பாட்டின் அடையாளம்.

தமிழ்ச் சமூகத்தின் 'வெளி' பற்றிய தனித்துவங்களைக் காசிமாரியப்பன் இந்த நூலில் ஓர் அறிவாராய்ச்சி முறையிலும், பொருள்கோடல் முறையிலும் தேடியிருக்கிறார். உச்சபட்ச அறிவு உழைப்பாக இது விளைந்திருக்கிறது. ஓர் அகவயமான, அச்சுஅசலான முறையியல் மூலம் தமிழ்வெளிகளை ஆராய்ந்திருக்கிறார். தன் ஆய்வுக்கான தரவுகளை அளவையியல் சார்ந்து ஒழுங்குப்படுத்தியிருக்கிறார். அவற்றை அளவையியலின் (தர்க்கவியல்), இரண்டு முக்கியமான அணுகுமுறைகளாகிய தொகுப்பாய்வு வழியும் *(InDuctive Method)*, பகுப்பாய்வு வழியும் *(Dedictive method)* பொருள்கோடல் செய்கிறார். கூர்மையான தம் பார்வையோடு மிகுந்த நுட்பங்களைப் பேசுகிறார்.

தொல்காப்பியம் தொடங்கி, சங்க இலக்கியம் ஊடாகச் சமகாலப் படைப்பிலக்கியம்வரை தமிழ்'வெளி'கள் கண்டு வந்துள்ள திரிபுவடிவங்களையும் உருமாற்றங்களையும் புதிய வெளிச்சத்தில் காட்சிப்படுத்துகிறார். தமிழ் வெளிக்கு இந்த நூல் ஒரு கண்திறப்பு எனலாம்.

இந்நூலில் என்னைக் கவர்ந்த ஒரு விடயம் நூலாசிரியரின் அகவய ஆய்வுமுறையாகும். தமிழ்மரபின் சிந்தனைக் கூறுகளையும் கருத்துருவாக்கங்களையும் நம் மரபிலிருந்தே ஆராய்வது இந்நூலின் களமாகும். கடந்த மூன்று நூற்றாண்டு களாக நம்மைக் கவ்விப்பிடித்துள்ள மேலைக்கோட்பாடு களிலிருந்து நூலாசிரியர் விலகி நிற்கிறார். தமக்கான இயல் மரபில் பயணித்துள்ளார். அயல் பார்வைகளைவிட இயல் பார்வைகளின் மூலம் உட்கிடக்கைகளை ஊடறுத்துச் சொல்ல முடியும் என்பதை இந்நூலில் சாதித்துக் காட்டியிருக்கிறார். தொல்காப்பியம் போல ஓர் அசலான அமைப்பிய அணுகுமுறை அடி நீரோட்டமாக ஓடுவதை அறிஞர்கள் இனங்காண முடியும். காசிமாரியப்பனின் முப்பதாண்டுக் கால ஆய்வனுபவம் இதனைச் சாத்தியப்படுத்தியிருக்கிறது.

வெளி பற்றிய வரையறையிலிருந்து இந்நூல் தொடங்குகிறது. தொல்காப்பிய 'வெளி'யிலிருந்து பண்டைய தமிழர் வாழ்வியல் கருத்தாக்கங்களைக் கூர்ந்து நோக்குகிறார் காசிமாரியப்பன். எத்திணையிலும் பெண் கடவுள் கருப்பொருளாகவில்லை. உணர்வு களுக்கும் பொழுதுகளுக்கும் உறவுள்ளது. அதனாலேயே உடல்வெளியானது புணர்தல், இருத்தல், ஊடல், இரங்கல், பிரிதல் ஆகிய பன்மைப்பரிமாணங்களை அடைகிறது. இவை யெல்லாம் முதல் இயலின் பேசுபொருளாகும்.

தமிழ் வெளியும் வைதிக வெளியும் கொண்டுள்ள அடிப்படை வேறுபாடுகளை முதல் இயலில் விவாதிக்கிறார் நூலாசிரியர். மேலும், மனுதர்மம் தொடங்கி, மணிமேகலை ஊடாக 'வெளி' கண்டடைந்த கருத்துருவாக்கங்களையும் நுணுகி அலசியிருக் கிறார். ஆழமான விசாரணைக்கு இவை யாவற்றையும் உட்படுத்தியிருக்கிறார். இவ்வியலின் இறுதியில் சோழர் காலச் சாதி முறையும் ஊர் அமைப்பும் உண்டாக்கிய 'வெளி'களை மிகுந்த கவனத்துடன் அணுகியிருக்கிறார். பிரம்மதேயங்கள் (தனியூர்), தொடங்கித் தீண்டாமையை வெளிப்படுத்திய சேரிவரை, சாதிய வெளியாக எவ்வாறு பரிணமித்தன என்பதைத் தகுந்த தரவுகளுடன் விவாதித்திருக்கிறார்.

பட்டினப்பாலையில் பெண் வெளியை அழித்த ஆண் வெளியை அடுத்ததாக ஆராய்ந்துள்ளார். பெண் சுயாட்சி வலுவிழந்துவிட்டதை இலக்கிய வரலாற்று அணுகுமுறையில் பேசியிருக்கிறார். தொல்காப்பியர் குறிப்பிடும் கொடிநிலை, கந்தழி, வள்ளி ஆகிய மூன்றும் தாந்திரிக வழிபாடு (பஞ்சமகரங்கள்) சார்ந்தவை. இதனைச் சிந்துவெளியோடும் ஒப்பிட்டுக் காட்டுகிறார். இது நூலாசிரியரின் பரந்த ஆழமான தேடலைக் காட்டுகிறது.

பண்டைய பெண்வெளிக் கூறுகளான கொண்டி மகளிர் (மீயாற்றல் மகளிர்), வளமைச் சடங்குகள், பாவை நோன்பு முதலானவற்றை சக்தி மரபுக்குரிய தாந்திரிக வெளியாக முன்னிலைப்படுத்துகிறார். இதன் பின்னர் பெண்வெளி வீழ்த்தப்பட்டு ஆண்வெளி ஆதிக்கம் பெறுவதை வேந்தர் வெளி, வேலும் கோலும் முதலான பிற கருத்தினங்கள் வழி உசாவுகிறார். பண்டைத் தமிழ் மரபில் ஆதிப் பெண்வெளி பின்னர் உருவான ஆண்வெளியால் எவ்வாறு தேய்ந்து போனது என்பதை மிகுந்த கவனத்துடன் பரிசீலித்துள்ளார். ஒரு பெறுமதியான வாசிப்பையும் விசாலமான புரிதலையும் காட்சிப்படுத்துகிறார்.

பட்டினப்பாலைக்கடுத்து மதுரைக்காஞ்சியை நூலாசிரியர் ஆராய்கிறார். இது நிலையாமையைப் பேசினாலும் போரை விதந்து பாடுகிறது. சங்ககாலம் பெரிதும் வீரயுகக் காலம் என்பதையும் கவனத்தில் கொள்ள வேண்டியுள்ளது. மதுரைக்காஞ்சி காட்டும் அகம் *x* புறம், காதல் *x* வீரம் சார்ந்த இன்ன பிற எதிரிணைகளை ஆய்வுப் பொருளாக்குகிறார். கூடவே சீறூர் வெளி *x* பேரூர் வெளி, பேரரசு உருவாக்கம், கடவுளும் வேந்தனும் ஒன்றாதல், தொன்முது கடவுள், போரின் வெளிகள் உள்ளிட்ட பல கருத்தினங்களை ஆய்வுக்குட்படுத்துகிறார். இதன் வழி தமிழ்ச் சமூக வரலாற்றில் பெண்வெளி ஒடுங்குதலும் ஆண்வெளி ஓங்குதலும் எவ்வாறு பண்பாட்டுவயப்படுத்தப்பட்டன என்பதை ஒரு விழுமியக்கருத்தாக்கமாக விவாதிக்கிறார். மிக நுணுக்கமான நுட்பங்களை நம் வசப்படுத்துகிறார்.

மதுரைக்காஞ்சியைத் தொடர்ந்து பதிற்றுப்பத்து வழி பண்டைத் தமிழ்ச் சமூகம் கட்டமைத்த பண்பாட்டு வெளிகளை முன்னெடுக்கிறார் காசிமாரியப்பன். சங்க இலக்கியத்தில் சேர இலக்கியமாகிய பதிற்றுப்பத்திற்குத் தனியிடம் உண்டு. அது தொல் தாய்வழித் தேயமாகும்; மருதத் திணையைப் பேசாத இலக்கியமாகும். இன்னும் பல தனித்துவங்களும் இதற்குண்டு. இந்த இயலில் நூலாசிரியர் காட்டும் பன்முக வெளிகள்

வரலாற்றின் கட்டமைப்பாக உருவெடுத்தன எனக் காண்கிறோம்; ‘வெளி’யின் புதிய புதிய பரிமாணங்களைக் காண்கிறோம்.

பண்டைத் தமிழ் மக்களின் சமூகப்பண்பாட்டு ‘வெளி’களை முதல் நான்கு இயல்களில் மூன்று வகையான இலக்கியங்கள் மூலம் பேசியிருக்கிறார். இந்த வெளிகள் யாவும் டி.என்.ஏ மரபணுக்கள்போல சங்கிலித் தொடராக அமைகின்றன; தமிழ் மரபின் பண்புகளை வெளிக்காட்டுகின்றன. இத்தமிழ்ச் சமூக வரலாறு எனும் சட்டகத்திற்குள் நிலைநிறுத்தி ஓர் ‘ஒன்றுபட்ட ஒருங்கிணைப்பு’ அணுகுமுறையோடு *(Inclusive approach)* நம் புரிதலைப் புதிய தடத்தில் கொண்டுசெல்கிறார்.

சங்க இலக்கியத்தைத் தொடர்ந்து சமகால இலக்கியத்தில் ‘வெளி’ பற்றிய பரப்பை ஏழு இயல்களில் விவரித்துப் பேசுகிறார். இந்த முன்னெடுப்பு தமிழின் நெடும் பயணத்தை அறிய உதவுகிறது. பூமணி நாவல்களில் வெளிப்பட்ட பாலைத் திணை வெளியும் சமய வெளி பற்றியும் ஆராய்கிறார். தொடர்ந்து தலித் நாவல்களில் அகப்புல விருப்பும் புறப்புல வெறுப்பும் பற்றிப் பேசுகிறார். சங்கதி நாவல்களில் புல வெளியேற்றம் பற்றி அலசுகிறார். சோலை சுந்தரபெருமாளின் மூன்று நாவல்கள் ஊடாக தஞ்சை வட்டார ஒடுக்கப்பட்டோரின் வெளியை விசாலப்படுத்திக் காட்டுகிறார். இதற்கடுத்து தி. ஜானகிராமனின் மரப்பசு நாவல் மூலம் மாற்று மரபின் உருவாக்கத்தைக் காட்டு கிறார். இறுதியாக, பெருமாள்முருகனின் இரண்டு நாவல்கள் மூலம் புதிய ‘வெளி’களைப் பேசுகிறார்.

தமிழ்ப் பண்பாடு நீண்ட நெடிய அறுபடாத மரபுடையது என்பதை நாமறிவோம். அது வரலாற்றின் ஊடே மிகு அசைவியக்கம் சார்ந்தும் இயங்கி வந்துள்ளது என்பதை இலக்கியங் களும் நிரூபித்துக் காட்டுகின்றன. அதனை நூலாசிரியர் காசிமாரியப்பன் நம்முன் வானவில் போல கண்கவர் வண்ணங் களுடன் காட்சிப்படுத்துகிறார்.

தமிழின் இந்த நீண்ட வரலாற்றின் ஊடாக நிகழந்துள்ள மறைக்கப்பட்ட வெளி, ஒதுக்கப்பட்ட வெளி (பரத்தையர் சேரி), விருப்பத்திற்குரியது / விருப்பத்திற்கு மாறானது, நிலை யானது / மாறக்கூடியது, உடன் நிற்பது / தூர நிற்பது, நிலைகுடி சார்ந்தது / அலைகுடி சார்ந்தது, ஒன்றிணைப்பது / வேறுபடுத்துவது, புனிதமானது / பொதுவானது, ஆணுக்குரியது / பெண்ணுக்குரியது, அதிகாரம் சார்ந்தது / அதிகாரம் சாராதது எனப் பன்முகக் கருத்தாக்கங்களைத் தமிழ்‘வெளி’கள்

பேசுகின்றன. இவை பற்றிய முழுநீள எடுத்துரைப்பை ஆழமான நேர்த்தியான ஆய்வாகச் செய்திருக்கிறார் பேராசிரியர் காசிமாரியப்பன். ஒரு விழுமியப்படைப்பு இது. தமிழ்ப் புலமையுலகம் பெரிதும் வரவேற்றுப் பாராட்டி மகிழும் என நம்புகிறேன்.

புதுச்சேரி   **பக்தவத்சல பாரதி**
12, அக்டோபர் 2024

நன்றியுரை

தமிழ் மரபின் மூலச்சிந்தனையாக நிலமும் பொழுதும் தொல்காப்பியத்தில் அமைவது வியப்பிற்குரியதே. காப்பியமரபிலும் மலை, கடல், நாடு வளநகர் உரைத்தல் உண்டு. தலம்பாடுதல் பக்தி இலக்கியப் பாங்கு. ஸ்தலபுராணம் என்பர் வைதிகச் சாஸ்திரியர். வட்டார வழக்கை எழுதிய நாவல்கள் மண்ணாசை கொண்டவை. பிடிமண் எடுத்துச் செல்லுதலும் நிலம் தொடர்புதான்.

கருப்பொருளான வாழ்க்கை முதற்பொருள் சார்ந்தது. திணை நிலம் சார் வாழ்க்கை இயற்கையைப் பேணுதல் ஆயின் நிலமழித்தல் வணிக மரபு. வனங்களைச் சிதைத்தலும் மலைகளைக் கனரக வாகனங்களில் ஏற்றலும் ஆற்றுத்தோலான மணலை உரித்தலும் ஆதிக்க நெறிமுறை. நான்கு வழிச்சாலைப் பெருவெளியில் அகன்ற பெரும் மகிழ்வுந்துகள் இயங்குவதும் பெருவளமனைகளில் சிறுகுடும்பம் உறைவதும் வெளியைக் கைக்கொள்ளுதலே.

மூவர் இருக்கைப் பயணப் பேருந்துகளில் மூன்றாமவர்க்கு இடம் தர மறுத்தல் தொடங்கி குறிப்பிட்ட வெளிக்குள் நுழையும் ஊர்வலங்கள், மூன்று நாள்களுக்குப் புழக்கடைக்குத் தள்ளும் மடிகள், 'மங்கலவெளி'க்குள் நுழைய இயலாப் பெண்டிர், கருப்பகிரகம் காணா மக்கள் எனப்

பலப்பல அன்றாடங்கள் தொடங்கி எல்லை பெருக்குதல்வரை நீளும் அனைத்தும் வெளியும் வெளி நிமித்தமும் சார்ந்தவைதாம்.

பண்டைச் சமூகம் தொடங்கிச் சமகாலம் வரையிலான 'வெளி' மரபுகளைக் காணுதலின் பொருட்டுச் செய்தவை இக்கட்டுரைகள். இவை கால வெளி குறித்து அறிவியல் நோக்கிலன்றிப் பண்பாட்டு நோக்கில் நிழ்த்தப்பட்டவை. வெளி குறித்த ஆங்கில வழி நூல்களைக் கற்றிருந்தால் ஆழங் கூடியிருக்குமோ என்னவோ. இடைக்கால விடுபடலை வருங்காலத்தில் நிறைவு செய்ய விருப்பம் உண்டு.

முனைவர் பட்ட ஆய்வில் 'தலித்திய நாவல்களில் வெளி' என்ற ஓர் இயலை எழுதினேன். அதையொட்டியே என் ஆய்வுப்பாதை வெளி நோக்கி நகர்ந்தது. என் ஆய்வு மாணவர் களுக்கு வெளியும் காலமும் பற்றியே தலைப்புகள் அளித்தேன்.

புத்தகம் வெளியிடுவதில் தயக்கங்கள் இருந்தன. இதை யார் வாங்குவார்கள், யார் வெளியிடுவார்கள் என்ற கேள்விகள்; ஆண்டுக்கு இரண்டு மூன்று பாடநூல்களைப் போடுபவர்களின் பேருழைப்பும் எனக்கில்லை. மூங்கையன் பேசலுற்றான் எனலாமா.

என் வாழ்க்கையில் குறுக்கிட்ட நினைக்கத்தகுந்தவர்கள் மூன்று பேராசிரியர்கள். கல்லூரிப் பருவத்திலிருந்து மகனைப் போல என்னைக் காப்பாற்றிக் கண் திறந்தவர் பேராசிரியர் அறிவரசன். தோழனைப் போலத் தோளில் கைபோட்டு அழைத்துச் சென்ற முனைவர் பட்ட வழிகாட்டி வெ. கேசவராஜ். பேராசிரியர்கள் அறிவரசனும் (மு.செ. குமாரசாமி), வெ. கேசவராஜும் நினைவில் வாழ்கிறார்கள். மதுரைப் பல்கலைக்கழகத்தில் அறிமுகமாகி நேசம் கொண்ட பேராசிரியர் ந. முத்துமோகன். முத்துமோகன் சாருடன் தொடர்ப்பழக்கம் விடுபட்டுவிட்டது. ஆயினும் அவர் என்னைக் கைவிடவில்லை. அவரைப் படிக்கிறேன்.

நூலாக்கத்திற்கு மூலமாக இருந்தவர் நண்பர் பெருமாள்முருகன். அவருடன் உடனுறைந்த ஆத்தூர் கல்லூரி வாழ்க்கையிலிருந்து தொடருகிறது நட்பு. சொற்பமான நண்பர்களில் முதன்மையானவர். நீடுதோன்றினியர். வார்த்தை களைக் கடந்த நன்றி அவருக்கு.

தொண்ணூறுகளின் நடுவில் முனைவர்பட்ட ஆய்வை மேற்கொண்டபோது 'வெளி' குறித்த அறிமுகத்தை வழங்கியவர்

பேராசிரியர் அ. ராமசாமி. அதிலிருந்து கிளைத்தவை இக் கட்டுரைகள். அவருக்கு நன்றி.

இளம்பருவக் கருத்தரங்கப் பூசலொன்றின் மீது என்னை மீட்டுப் பாதுகாத்த விமர்சகர் ந. முருகேசபாண்டியன். பார்க்கும் நேரமெல்லாம் 'எழுதுய்யா' என்பார். என் ஆய்வு மாணாக்க ரிடத்தும் 'வீணாகப் போய்விட்டான் எழுதச் சொல்லிப் புத்தகம் போடச் சொல்லுங்கள்' என உரிமை பாராட்டியவர். அவருக்கு நன்றி பாராட்டுகிறேன்.

நண்பர் பேராசிரியர் இரா. மோரிஸ் ஜாய் சில கட்டுரை களைச் செம்மையாக்கித் தந்தவர். சுணங்காத உழைப்பு, அவரிடம் கற்க வேண்டிய பாடம். நான் கற்கவில்லை. பதிற்றுப்பத்து, மதுரைக்காஞ்சி தொடர்பான கட்டுரைகளை 'விழி' அமைப்பின் மூலம் வாசிக்கச் செய்து அச்சிட ஏற்பாடு செய்தார். நன்றி எதிர்பாராதவர்க்கு நன்றி.

ஒருவருக்கொருவர் விமர்சனம் செய்து கட்டுரைகள் எழுதலாம் என்று நான் உட்பட மூவர் கூடினோம். பிஷப் ஹீபர் கல்லூரிப் பேராசிரியர் லி. சிவகுமார், தேசியக் கல்லூரிப் பேராசிரியர் இரா. இராஜா. இருவர் மூலம் நான் செழுமைப் பட்டேன். நூல் முழுமைக்கும் பிழை திருத்தம் செய்து, நண்பர் இராஜா தந்தார். இருவருக்கும் நன்றி. பெரியார் கல்லூரி நண்பர் பேராசிரியர் செல்வராசுவும் சில பகுதிகளைப் பிழை திருத்தினார். அவருக்கும் நன்றி.

கட்டுரைகள், பல்வேறு சமயங்களில் எழுதப்பட்டவை. பெருந்தொற்றுக் காலத்தில் 'கூடு' அமைப்பில் பட்டினப்பாலை, மதுரைக் காஞ்சி தொடர்பானவை வாசிக்கப்பட்டன. ஜானகிராமன் நூற்றாண்டு விழாக் கருத்தரங்கிற்காக மாநிலக் கல்லூரி முதல்வர் இராமன் எழுதத் தூண்டினார். நண்பர் சுப்பிரமணியம் ரமேஷ் ஒருங்கிணைத்த கருத்தரங்கிற்கு எழுதப்பட்டது பெருமாள்முருகன் பற்றிய கட்டுரை. பெருந்தேவி அமைத்த கருத்தரங்கிற்காகப் பூமணி பற்றிய கட்டுரை அமைந்தது. அகாலத்தில் மறைந்த இளவல் இளம்பரிதி கங்கணம் நாவல் குறித்த கட்டுரைக்குக் காரணமானவர். இவர்களின்றி நான் கட்டுரை எழுத வாய்ப்பே இல்லை, அவர்கட்கு நன்றி.

என் மாணாக்கர் செ. ஓவியம், சு. சதீஷ்குமார், து. கலைச்செல்வன், க. திருமூர்த்தி ஆகியோரின் உதவிகள் அளப்பரியன; விடாமல் ஊக்கியவர்கள். கலைச்செல்வனின் உழைப்பு மெச்சத்தக்கது. அவர்களுக்கு நன்றி.

நொய்ந்த என் உடலை மீட்பவள் என் துணைவி மீனா. என்னைப் பற்றிய பெருமிதங்கள் பல உண்டு அவளிடம். தொடரட்டும். மகன் கா.மீ. கபிலன், தம்பி பாலசுப்பிரமணியன், அம்மா ஆகியோருக்கு என் அன்பு. நூலை வெளியிடும் காலச்சுவடு நிறுவனத்திற்கும் சிறப்பான முறையில் வடிவமைப்புச் செய்த பணியாளர்களுக்கும் அட்டை வடிவமைத்த தி.முரளி அவர்களுக்கும் நன்றி.

க. காசிமாரியப்பன்

1

தமிழ்ச் சிந்தனை மரபில் வெளி

தமிழ்ச் சிந்தனை மரபில் நிலமும் பொழுதும் இன்றியமையாதன. இவற்றின் மேல்தான் உரிப் பொருளான வாழ்வு நடைபெறுகிறது. அகப் பொருளும் புறப்பொருளும் நிலம், பொழுது சார்ந்தே அமைகின்றன. நிலத்தைக் கைப்பற்றும் செயல்கள் வீறார்ந்தவையாக எண்ணப்படு கின்றன. நிலமென்பது நாட்டுப்பற்றாளருக்குத் தாய்மண்ணாகவும் வணிகருக்கு விற்பனைப் பொருளாகவும் புலம்பெயர்ந்த ஏதிலிகளுக்கு இழந்தசொர்க்கமாகவும் பொதுவுடைமைக் கருத்துடையோருக்கு உற்பத்திச் சாதனமாகவும் அரசுக்கு ஆளுகைப் பகுதியாகவும் குடிமக்களுக்கு நாடாகவும் பொருள்படுகிறது என்பர் அ. மார்க்ஸ். மக்களுக்கு நிலம் மீதான உறவும் உரிமையும் எத்தகையன? என்பது அரசியல் வினாவாகும். நாம் வாழும் புவியில் நிலம் (இடம்) என்கிற வெளி (Space) வாழ்வோடு தொடர்புடையது.

வெளி ஒரு விளக்கம்

'வெளி' என்ற சொல் பல பொருண்மைகளைக் கொண்டுள்ளது. அது உயிர்கள் வாழுகின்ற இடம், மனிதர்களுக்கு இடையிலான பேச்சு இடை வெளித்தூரம். நிலத்திற்கு மேல் உள்ள வானவெளி, வீடு, விளைநிலம், கட்டடங்கள் அமைகின்ற வீதிகள், மனித உடல், ஒவ்வொருவரையும் சுற்றியுள்ள

கண்ணுக்குப் புலனாகின்ற சுற்றுவெளி, புலனாகா வெளி போன்றவற்றை உள்ளடக்கியது. வெளி என்பது இடத்தைக் குறிக்கும். ஆனால், இடத்தை மட்டுமே 'வெளி' எனக் கூற இயலாது. 'வெளி' என்ற சொல் தமிழுக்குப் புதியதன்று. இது புல்வெளி, விண்வெளி, இடைவெளி என்ற சொற்களில் இடம்பிடித்துள்ளது. வெளி, இடம், நிலம் ஆகியன சிற்சில வேறுபாடுகளை உடைய ஒருபொருட்கிளவி ஆகும். உள் என்பதன் எதிர்ச்சொல்லாகப் புறம் அமைகிறது. ஆயின் அகவெளி, புறவெளி என்ற சொற்பயன்பாடுகளும் உள்ளன.

நிலம் என்பது தரை என்ற கிடைமட்டப் பரப்பைக் குறிப்பதாக, அமைய, வெளி என்பது நிலத்தையும் நிலத்திற்கு மேலான பரப்பையும் குறிக்கிறது. உடல்வெளி என்ற தொடர் பெண்ணுடல், ஆணுடலைக் குறிப்பதற்குப் பயன்படுகிறது.

தொட்டுணரக்கூடிய பகுதிகளை உடையது வெளி. தொட்டுணர இயலாத கட்புலனாகா வெளியும் உண்டு. சமயங்கள் கட்புலனாகா உலகங்களைப் பேசுவதுண்டு. பல சூழலமைவு களில் பயன்படுத்தப்படும் நவீனச் சொல்லாக அமையும் வெளி, அகராதிப் பொருண்மைக்கும் மீறிய பொருளுடையது. வாழும் புலம், வாழாப்புலம் என்ற தொடர்களில் இடம்பெறும் புலம் என்பதும் வெளியைக்குறிக்கும்.

தொல்காப்பியத்தில், திணையடிப்படையில் தொடங்கும் வெளிப்பிரிவினை, சோழர் காலத்தில் சாதியடிப்படையில் நிலைபெறத் தொடங்கிப் பின்னர் நிலைபெற்று விடுகிறது. இக்காலம் வரையில் சாதியடிப்படையிலான வெளிப் பிரிவினையே பெரிதும் நடைமுறையில் உள்ளது.

தொல்காப்பியத்தில் வெளி

இனக்குழு வாழ்க்கை கொண்ட எளிய மக்களுக்குப் பெரும் நிலப்பரப்புகள் தேவையில்லை. அரசுருவாக்கத்திற்கே பெரும் நிலப்பரப்பும் உபரியும் தேவையாகின்றன. செந்தரப்பட்ட மொழி, நிலம், கருப்பொருட்கள் முதலியன பேரரசுக்கான வரைமுறையில் இடம்பெறுபவை. பேரரசு உருவாக்கத்தின் பகுதியாகவே இலக்கணப் பனுவலாக்கம் நிகழ்கிறது. அதன் தொடர்ச்சியாக; இலக்கியச் செயற்பாட்டின் பகுதியாகத் தொல்காப்பியத்தில் நிலமும் பொழுதும் வகுக்கப்பட்டுள்ளன.

தொல்தமிழ்வெளியை ஐந்திணைவெளிகளாகப் பிரித்துக் காட்டும் தொல்காப்பியர், கலாச்சாரப் புவியியலைத் தொடங்கி வைத்தார். பெருநிலப் பரப்பினை ஆண்மையக் கடவுளரோடு இணைத்தார். எத்திணைக்கும் பெண்கடவுளைக்

கருப்பொருளாகச் சுட்டவில்லை. பெருநில வெளிக்கான தெய்வம், உணவு, பயிரினம், உயிரினங்களைத் தொகைப் படுத்தி நிலத்துக்கும் பண்பாட்டுக்குமான இணைப்பை உறுதிப்படுத்தினார். புணர்தல், இருத்தல், ஊடல், இரங்கல், பிரிதல் என்று கூறப்படும் புராதன மனித உணர்வுகளின் நிலைக்களன்களாகக் குறிஞ்சி, முல்லை, மருதம், நெய்தல், பாலை எனும் நிலங்கள் அமைகின்றன. உணர்வுக்கும் பொழுதுக்கும் தொடர்புகள் உள்ளன. குறிஞ்சி, முல்லை, மருதம், நெய்தல் என்று பொதுவழக்கில் நிலவரிசை கூறப்படுகிறது. ஆனால், தமிழிற் கிடைத்துள்ள பழைமையான இலக்கணநூலாகிய தொல்காப்பியத்தில் இயற்கையை முன்னிறுத்தித் தமிழ்நிலம் முல்லை, குறிஞ்சி, மருதம், நெய்தல் எனப் பிரிக்கப்பட்டுள்ளது.

இதனை.

மாயோன்மேய காடுறை யுலகமும்
சேயோன்மேய மைவரை யுலகமும்
வேந்தன்மேய பெருமண லுலகமும்
முல்லை குறிஞ்சி மருதம் நெய்தலெனச்
சொல்லிய முறையாற் சொல்லவும் படுமே (தொல்.அகத். 5)

என்ற நூற்பா காட்டுகிறது. பண்டைச்சமூகத்தில் தாய்த்தெய்வம் எனப்படும் பெண்தெய்வமே நிலத்தெய்வமாக விளங்கியது. ஆண்கடவுளர் முதன்மை இல்லை. கானமர் செல்வி, வெல்போர்க்கொற்றவை, அணங்கு, கடல்கெழுசெல்வி, சுனையுறை சூர்மகள் போன்ற பெண் தெய்வங்கள் உறையும் வெளி முதன்மையாகவும் ஆண்தெய்வங்கள் உறையும் வெளி குறைவாகவும் செவ்வியல் பனுவல்களில் குறிப்பிடப்படு கின்றன.

வருண வேறுபாடில்லாத வீதிகள்

நானிலப்பிரிவினையைத் தவிரவும் வாழும்புலத்தில் பல்வேறு பிரிவினைகள் உள்ளன. பண்டைத் தமிழகத்தில் தொழில் அடிப்படையில் அரசன் வாழும்இடம், அறங்கூறவையத்தார் தெரு, அமைச்சர் தெரு, வணிகர் தெரு, நாற்பெருங்குழுவினர் வாழும்தெரு, தொழில் செய்வோர் தெரு என்று வாழுமிடம் பிரிக்கப்பட்டது. அவ்வாறு பிரிக்கப்பட்ட தெருக்களில் தீண்டாமை பாராட்டப்படவில்லை. ஒருவரோடு ஒருவர் நெருங்கி நின்றனர். இதனைச்

சிறியரும் பெரியருங் கம்மியர் குழீஇ
நால்வேறு தெருவினுங் காலுற நிற்றார் (மதுரைக்.521–522)

என்ற அடிகளில் காண முடிகிறது.

'நால்வேறு தெரு' என்பது வருண பாகுபாட்டிலான தெருவைக் குறிக்கவில்லை. "கோயிலைச் சூழ்ந்த ஆடவர் தெரு நான்காதலின் நால்வேறு தெருவென்றார். இனிப் பொன்னும் மணியும் புடைவைகளும் கருஞ்சரக்கும் விற்கும் நால்வகைப்பட்ட வணிகர் தெருவென்றுமாம்" என்றார் நச்சினார்க்கினியர் (உ.வே. சாமிநாதர், 1974:397).

வாஸ்து சாத்திரப்படி அமையாத அரண்மனை

நெடுநல்வாடையில் அரண்மனை கட்டப்படும் விதம் கூறப்படுகிறது. திசையெங்கும் விரிந்த கதிர்களைப் பரப்பிய சூரியன், இரண்டு கோல்களை நடும் பொழுது அவற்றின் நிழல் எந்தப்பக்கமும் சாயாது கோயில்களின் மேலே விழும் நண்பகல் பொழுதில், சிற்ப நூலறிஞர் நுட்பமாகக் கணக்கிட்டு நூல் பிடித்துத் திசையைக் குறித்துத் தெய்வத்தை வணங்கி மன்னர்க்குப் பொருத்தமான அரண்மனையைக் கட்டினர். கதவு நிலையில் வெண்சிறுகடுகின் சாந்தும் நெய்யும் கலந்த கலவை தடவப்பட்டது. கைத்தொழில் வல்ல தச்சர் இரு கதவுகளைப் பொருத்தினர். புதிதாகக் கொண்டுவரப்பட்ட மணல் அரண்மனைமுற்றத்தில் பரப்பப்பட்டது (நெடுநல். 73–90). வைதிகம்சார் குறிப்புகளோ வாஸ்து சாத்திரமோ பின்பற்றப்படவில்லை.

அகநானூற்றுத் தலைவியின் திருமணத்தில் மணல் நிறைத்த நிலத்தில் பந்தல் காணப்படுகிறது (அகநா.136). ஐங்குறுநூற்றில் புதுமணல் பரப்பிய முற்றத்தில் வெறியாடுகளத்தை வேலன் நிறுவுகிறான். புதுமணல் பரப்புதல் என்பது திருமண நிகழ்வுகளிலும் தனிபட்ட சமய நிகழ்வுகளிலும் நடைபெறுகிறது. அரண்மனை முன் மணல் பரப்பப்பட்டது பற்றிய குறிப்பு உள்ளது. தருமணலைத் தாழப்பெய்து மனைக்குச் செம்மண் பூசி, பெண் எருமையின் கொம்பை நாட்டித் திருமணம் நடத்திய செய்தியைக் (கலி. 114) கலித்தொகைத் தலைவி கூறுகிறாள். மணிமேகலை விழாவறை காதையில் இந்திரவிழாக் கொண்டாடுதல் காட்டப்படுகிறது. வீதிகளில் நிறைகுடங்களும் பொற்பாலிகைகளும் பாவை விளக்குகளும் அமைகின்றன. குலைவாழை, கரும்பு, வஞ்சிக்கொடியைக் கட்டுகின்றனர். வீதிகளிலும் மன்றங்களிலும் பழமணலை மாற்றிப் புதுமணலைப் பரப்புகின்றனர். 'பழமணல் மாற்றுமின் புதுமணல் பரப்புமின்' என்கின்றார் மணிமேகலை தந்த சீத்தலைச்சாத்தனார். பழையவெளியைப் புதுவெளியாக மாற்றும் நிகழ்வு இது. தென்தமிழகக் கோயிலில் கொடைவிழா நடப்பதற்கு முன்

மணலோ மண்ணோ கோயில் முற்றத்தில் பரப்புவதுண்டு. மணல் பரப்புதலின் வழியாக நடப்பு வெளி புதிய வெளியாக மாற்றப்படுகிறது.

தமிழ் வெளியும் வைதிக வெளியும்

தமிழ்மரபு வேதமரபுக்கு எதிரான வரிசைநிலையை முன்வைக்கிறது. தர்மார்த்த காம மோட்சம் என்ற தொடர் உரைக்கும் அறம், பொருள், இன்பம், வீடுபேறு என்ற வடமொழி மரபிலிருந்து விலகி இன்பம், பொருள், அறன் என்ற நிலையைத் தொல்காப்பியம்,

> இன்பமும் பொருளும் அறனும் என்றாங்கு அன்பொடு
> புணர்ந்த ஐந்திணை மருங்கின்

என்று கூறுகிறது.

கட்புலனாகும் வெளியைத் தொல் தமிழ்த் திணை மரபு முதன்மைப்படுத்துகிறது. இவ்வுலகம் நிலம், நீர், தீ, வளி, விசும்பு என ஐம்பூத மயக்கத்தாலானது என்கிறது. முரஞ்சியூர் முடி நாகராயரின் புறநானூற்றுப் பாடல் புராணிக வைதிக மயப்பட்டது. ஆயின் அது மண் செறிந்த நிலத்தையும் அந்நிலம் ஏந்திய விசும்பையும் ஆகாயத்தைத் தடவி வரும் காற்றையும் அக்காற்றின்கண் தலைப்பட்ட தீயையும் அத்தீயொடு மாறுபட்ட நீரையும் என ஐவகைப்பட்ட பூதத்தின் தன்மையைக் கூறுகிறது. இதனை,

> மண்திணிந்த நிலனும்
> நிலன் ஏந்திய விசும்பும்
> விசும்பு தைவரு வளியும்
> வளித்தலைஇய தீயும்
> தீ முரணிய நீரும் என்றாங்கு (புறநா. 2: 1–5)

என்ற அடிகள் காட்டும். ஆகாயத்திலிருந்து காற்றும் காற்றிலிருந்து தீயும் தீயிலிருந்து நீரும் நீரிலிருந்து நிலமும் தோன்றின எனக் கூறும் வைதிக மரபிற்கு மாறாக முரஞ்சியூர் முடி நாகராயரின் பாடல் அமைகிறது. மண் செறிந்த நிலமும் அந்நிலத்தின் மேல் அமைந்த ஆகாயமும் அவ்வாகாயத்தைத் தடவிவரும் காற்றும் காற்றின்கண் தலைப்பட்ட தீயும் தீயோடு மாறுபட்ட நீருமென்று ஐவகைப்பட்ட பூதத்து இயற்கையைத் தமிழ் மரபு உரைக்கிறது.

இப்பாடல் நிலவெளியை முதன்மையாகக் கருதுகிறது. அதன் மறுதலையாக ஆகாயவெளியை அமைத்தல் குறிப்பிடத் தக்கது. தீயோடு காற்றுக்கு உள்ள தொடர்பும் தீக்கு மாறுபட்டுத் தோன்றும் நீரும் கூறப்பட்டுள்ளன. இவண் எப்பூதத்திலிருந்து

எப்பூதம் தோன்றியது என்பதில்லை. மனுதர்ம சாத்திரம், 'ஒலியிலிருந்து காற்றும் காற்றிலிருந்து தீயும் தீயிலிருந்து நீரும் நீரிலிருந்து நிலமும் தோன்றின' என்கிறது.

மண்ணுலகம் விண்ணுலகம் என்ற இரு எதிர்மையுள் மண் தாழ்ந்தது விண் உயர்ந்தது என்ற கருத்து மனுதர்ம சாத்திரத்தில் காணப்படுகிறது. ஐம்பெரும் பூதங்கள் ஒன்றிலிருந்து மற்றொன்று விரிந்து உலகத்தோற்றம் ஏற்பட்டது. ஒலிமய மான ஆகாயத்திலிருந்து வாயும் வாயுவிலிருந்து தீயும் தீயிலிருந்து நீரும் நீரிலிருந்து மண்ணும் தோன்றின என்ற கருத்தைப் பிற்காலப் பழம் பனுவலான பரிபாடல் பிரதிபலிக்கிறது (பரி 2: 3–10).

பரிபாடலுக்கு உரையெழுதிய பரிமேலழகர் இதனைத் "தன் குணமாகிய ஒலியுடனே தோன்றி உருவு காணப்படாத வளிமுதற் பூதங்களின் பிரமாணுக்கள் வளர்கின்ற வானமாகிய முதற்பூதத்தினது ஊழியும் அவ்வானத்தினின்று எல்லாப் பொருள்களையுஞ் சலிப்பிக்கும் காற்றுந் தோன்றிய முறைமுறை யாகிய ஊழிகளும் அக்காற்றினின்றும் செந்தீத் தோன்றிய ஊழிகளும், அத்தீயினின்றுத் தோன்றிப் பனியும் மழையும் பெய்த ஊழிகளும் அவற்றிற்குப் பின்பு அம்புனலினின்றுந் தோன்றுதலான் மீண்டும் வெள்ளத்தினுட் கிடந்து முன்தோன்றிய நான்கு பூதங்களுக்கும் உள்ளீடாகிய இருநிலத்தினூழியும் ... பரம்பொருளின்றும் ஆகாயந்தோன்றி அதனினின்றும் காற்றுத் தோன்றி அதனினின்றும் தீத்தோன்றி அதனினின்றும் நீர்தோன்றி அதனினின்றும் நிலந்தோன்றிற்றென்று வேதத்துள்ளும் கூறப்பட்டது" (வே. சாமிநாதையர் 1918:6) என்கிறார். பிற்காலத் தமிழ் மரபு வேதத்தை ஏற்றுக்கொள்கிறது. பரிபாடல் கூறும் உலகத்தோற்றம், வேதநெறிப்பட்டது என்று கூறுகிறார் பரிமேலழகர்.

விசும்பு (ஆகாயம்), வளி, தீ, நீர், நிலன் என்ற வரிசை முறையை வேதம் பேணுவதாகப் பரிமேலழகர் சுட்டுகிறார். கட்புலனாகா வெளியிலிருந்து கட்புலனாகும் திண்மவெளி தோன்றியதாகக் கருதுகிறார். சூக்குமத்திலிருந்து ஸ்தூலத்தை நோக்கிச் செல்கிறார். சூக்குமத்திற்கு முதன்மையும் ஸ்தூலத்திற்கு இறுதிநிலையையும் தருகிறார். முரஞ்சியூர் முடிநாகராயரின் பாடலில் மண்திணிந்த நிலன் முதலாவதாகவும் நிலன் ஏந்திய விசும்பு இரண்டாவதாகவும் கூறப்படுகிறது. தூலப் பொருள் முதன்மையை இப்பாடல் காட்டுகிறது.

மணிமேகலையில் தொழில், வருணம், பால் அடிப்படையில் வெளி கட்டமைக்கப்படுகிறது. மணிமேகலையில் சாதி

வேறுபாடுகளுக்கு ஏற்பக் கல்லறை முறைமை அமைக்கப் பட்டுள்ளது. “மணிமேகலை நூல் தோன்றிய காலத்திலேயே தமிழகத்தில் சாதி வேற்றுமை வேரோடியிருந்தது. நான்கு சாதிகள் மட்டும் இல்லை; தொழில்கள் காரணமாகத் தோன்றிய பலவகைச் சாதிகள் இருந்தன. காவிரிப் பூம்பட்டினத்துச் சுடுகாட்டைப் பற்றி மணிமேகலை விரிவாகச் சொல்லுகிறது. அங்குப் பலவகைச் சமாதிகள், இந்தச் சமாதி இந்த வருணத்தார்க் குரியது என்று காணும்படி கட்டப்பட்டிருந்தனவாம்.

> அருந்தவர்க்கு ஆயினும் அரசர்க்கு ஆயினும்
> ஒருங்குடன் மாய்ந்த பெண்டிர்க்காயினும்
> நால்வேறு வருணப் பால்வேறு காட்டி
> இறந்தோர் மருங்கின் சிறந்தோர் செய்த
> குறியவும் நெடியவும் குன்று கண்டன்ன
> சுடுமண் ஓங்கிய நெடுநிலைக் கோட்டமும் (மணி. 6:54 39)

என்ற அடிகளில் அரசர்கள், தவசிகள், கணவருடன் இறந்த பெண்டிர்களின் சாதி விளங்கும்படி சமாதிகள் கட்டப்பட் டிருந்தன. மேலும் 28ஆவது காதையில் தொழில்வாரியாகத் தனித் தனிவீதிகள் குறிக்கப்பட்டுள்ளன” எனச் சாமி சிதம்பரனார் *(1995:128–129)* கூறுகிறார்.

சங்க காலத்தில் சமூகப்படித்தர நிலைகளை எடுத்துக் காட்டும் துடியர், பாணர், பறையர், கடம்பர் போன்ற இனக் குழுக்களைக் குறிக்கும் வழக்காறுகள் இருந்தன. இதனைத்,

> துடியன் பாணன் பறையன் கடம்பனென்
> றிந் நான்கல்லது குடியுமில்லை (புறநா. 335: 782)

என்ற அடிகள் மூலம் அறியலாம். ஆயின் துடியர்க்கும் பாணர்க்கும் தனித்தனிச் சமாதிகள் பண்டை இலக்கியத்தில் இல்லை. நடுகல்லிற்குக் கீழ் இளைப்பாறும் வீரனுக்கு வருணம் இல்லை.

சோழர்காலச் சாதிய வெளி

வைதிக இந்துச்சமூக மனஅமைப்பில் சாதி என்ற கருத்துருவம் அழுத்தமாகப் பதிந்துள்ளது. உணவு, உடை, வாழிடம், புழங்கு பொருட்கள், விழாக்கள், நம்பிக்கை, வாழ்க்கை மதிப்பீடுகள், வீடு வாசல், மண், விண் என அனைத்திலும் சாதியம் இயங்குகிறது. அதனளவிலான தர்க்க நியாயத்தைச் சாதியச் செயல்களுக்குச் சமயம் வழங்கிவிடுகிறது; வருணம், வெளிப்பிரிவுக்கான ஒப்புதலைத் தந்துள்ளது. இந்து வைதிக சமயம் பரிந்துரைக்கும் வெளிப்பிரிவினையின் தோற்று

வாய்களாக மனிதர் தம் பிறப்பைக் கூறும் புருஷ சூக்தம், மனுதர்மம் அமைகின்றன.

தொழில், வருணம் குறித்த வெளிப்பிரிவினை சோழர் காலத்தில் சாதியை முன்னிட்டு அமைந்தது. சோழர் காலத்திற்கு முன்பு அமைந்த "அந்தணர், அரசர், வணிகர், வேளாளர் என்ற நாற்பெரும் பிரிவுகளும் பொருளாதார, பணி ஏற்றத்தாழ்வுகளை அடிப்படையாகக் கொண்டவையே அன்றித் தீட்டு *(pollution)* அடிப்படையில் அமைந்தவை அல்ல" எனக்கூறும் கோ. விஜயவேணுகோபால், 'மனுதரும சாத்திரத் தீட்டுக் கோட்பாடு சோழர் காலத்தில் தான் தலை தூக்குகிறது' என்கிறார். மேலும், "முதலாம் இராசராசனுடைய கல்வெட்டொன்றில் "தீண்டாச்சேரி" என ஊர் குறிப்பிடப் பெறுகிறது. இங்குத்தான் முதன் முதலில் தீண்டுதல் அல்லது தொடுதல் உயர்ந்தநிலை, தாழ்ந்த நிலை மக்களிடையே கூடாத ஒன்றாகக் கருதப்பட்டமை தெளிவாகிறது. புதுவை மாநிலத்தைச் சேர்ந்த பாகூரில் உள்ள திருமூலநாதர் திருக்கோயிலில் பொறிக்கப்பட்டுள்ள முதலாம் இராஜேந்திரனின் கல்வெட்டு, தீண்டாமைக்கோட்பாட்டை அடிப்படையாகக் கொண்டு ஊரில் வாழ்ந்த ஒருகுழுமக்களைத் 'தீண்டாதார்' எனக் குறிப்பிடுகிறது" (கோ. விசய வேணுகோபால், *1997: 46*) என்பதை அறியலாம்.

சோழர்காலத்தில்தான் சாதியடிப்படையிலான வெளி உருவாக்கம் நிகழ்ந்துள்ளது. சோழர் கால ஆட்சியில் வெள்ளான்வகைக் கிராமங்கள் சதுர்வேதி மங்கலக் கிராமங்களை விட அதிகமாக இருப்பினும் வெவ்வேறு வகைகளில், சதுர்வேதிமங்கலங்கள் தனித்தன்மையோடு இருந்தன. இதன் தனித்தன்மை கருதியே இது "தனியூர்" என்றழைக்கப்பட்டிருக்கிறது என்பார் டி.வி. மகாலிங்கம். வெள்ளான் வகைக் கிராமத்தின் நிர்வாக அமைப்புக்கு 'ஊர்' என்று பெயர் (கோ. கேசவன், *1979:179*). "தச்சன், குயவன், தட்டான், அம்பட்டன், தலையாரி, மருத்துவன், செக்கார், இடையர், நெசவாளர் போன்ற இவர்கள் கிராமங்களில் ஒதுக்குப்புறமாக வாழ்ந்தனர். இதற்குக் 'கழனைகள்' என்று பெயர்.இவர்கள் பரம்பரையாகச் சாதியை அடிப்படையாகக் கொண்டே தொழில் புரிந்தனர். இவர்கள் அந்தக் கிராமங்களை விட்டு வெளியேறித் தொழில் செய்யக் கூடாதென்று தடுக்கப்பட்டனர்" (கோ. கேசவன். *1979:169*) என்பது குறிப்பிடத்தக்கது.

தெரு, வீடுகள் அமைய வேண்டிய விதிமுறைச் சட்டங்கள் சோழர் காலத்தில் இயற்றப்பட்டிருந்தன. "சோழர்

கால நகரங்களில் குடிமக்கள் வாழும் இடங்கள் வேறாகவும் அங்காடித்தெருக்கள் வேறாகவும் நிறுவப்பட்டிருந்தன. இன்ன இடத்தில் இன்ன வீடுகள்தாம் கட்டலாம் என்றும், இன்ன இடத்தில் இன்னவர் இத்தனை மாடிகளுடன் வீடுகள் கட்டவேண்டுமென்றும், கட்டடங்கள் கட்டுவதற்குச் சுட்ட செங்கல்லைத் தான் பயன்படுத்த வேண்டுமென்றும் ஒழுங்கு முறை விதிகள் பிறப்பிக்கப்பட்டிருந்தன. தஞ்சைமாநகரானது 'உள்ளாலை' என்றும் 'புறம்பாடி' என்றும் இரு பிரிவுகளாக அமைந்திருந்தது. உள்ளாலையில் மன்னரின் அரண்மனை களும், ஏனைய சில குடியிருப்புகளும் இருந்தன. சாலியத் தெருவும் உள்ளாலையிற்றான் இருந்தது. புறம்பாடியில் பல்வகைப் பணியாளர்களும் கோயில்பணி புரியும் தளிச்சேரிப் பெண்டிர் நானூறு பேரும் கிழக்கு மேற்காக அமைந்த தெருக் களில் குடியிருந்தனர்" என்று கே.கே. பிள்ளை (1972:322–323) சுட்டுகிறார். பறைச்சேரி, கம்மாளச்சேரி என்ற பதங்களைக் குறிப்பிடும் கே.கே. பிள்ளை, சோழர் காலத்தில் "ஆயிரக் கணக்கில் அயல்நாட்டுப் பிராமணர்களை இறக்குமதி செய்து கோயில்களிலும் மடங்களிலும் கல்வி நிறுவனங்களிலும் அருச்சகர்களாகவும் புரோகிதர்களாகவும் வேத பாராயணம் செய்வோராகவும் ஆங்காங்கு அமர்த்தப்பட்டுத் தனிநிலங் களும் முழுக்கிராமங்களும் அளிக்கப்பட்டன. அக்கிராமங்கள் அக்கிரகாரம், அகரம், சதுர்வேதி மங்கலம், பிரமதேயம் என வழங்கப்பட்டன" (1972:299) எனக் கூறுகிறார்.

வெளிப் பிரிவினையும் சாதியும்

சாதி அடிப்படையில் சோழர்காலத்தில் தான் வெளிப்பிரிவினை நிகழ்ந்துள்ளது. நிறுவன வைதிக சமயம் பெரும்வீச்சுடன் வளர்ந்துள்ளது. பிறப்பின் அடிப்படையில் சாதியை வலியுறுத்தியுள்ளனர். "சாதியமைப்பைக் கட்டிக்காக்கும் தரும சூத்திரங்களும் தரும சாஸ்திரங்களும் சோழ மன்னர் களால் பெரிதும் போற்றப்பட்டன. வேத சாஸ்திரக் கல்வியைப் போதிக்கும் கல்லூரிகளில் தரும சாஸ்திரப் பயிற்சிகள் அளிக்கப்பட்டன. சாதி ஏற்றத்தாழ்வுகளுக்குப் பழவினையே காரணம் என்றும் இக்கல்லூரிகளில் போதிக்கப்பட்டன. இக்கருத்துக்கள் பிரமதேயங்கள் மூலமாக மக்களைச் சென்றடைந்தன. அவர்களைக் கட்டுக்கோப்பில் வைத்திருக்க அவை உதவின. உழைக்கின்ற மக்கள் அனைவரும் ஒருவிதத் தளையால் கட்டுண்டு அடிமைகள் போல வாழ மேற்கோப்பைச் சார்ந்த சமயமும் சாத்திரங்களும் உதவின" (வெ. கிருஷ்ணமூர்த்தி, 1995:44) என்பதைக் காண முடிகிறது.

அரசும் சமயமும் மக்களைச் சாதி அடிப்படையில் ஒடுக்கியுள்ளன. இக்காலத்தில்தான் தீட்டு அடிப்படையில் 'தீண்டாச்சேரி' உருவாக்கப்பட்டுள்ளது. "சாதி வேறுபாடு நிலைத்திருக்கவேண்டும் என்பதிலும் அவ்வாறு சாதிகள் நீடிப்பதிலும் அரசுகள் அக்கறையுடையனவாக இருந்தன. அவர்களிடையே கலப்புகள் ஏற்பட்டுவிடாமல் தடுப்பதையும் தங்களின் புனிதக்கடமைகள் என இந்து மன்னர்கள் கருதினர். 1623இல் கம்மாளர் சாதியின் ஐந்து பிரிவினரும் ஒரு பிரிவினர் மற்றொருவருடன் உறவு வைத்துக் கொள்ளக்கூடாது என அரசு உத்தரவிட்டதற்குக் கல்வெட்டுச் சான்றுகள் உள்ளன" என்று த. சத்தியநாதையர் 'மதுரை நாயக்கர்களின் வரலாறு' *(History of Nayaks of Madura - p.256)* என்ற நூலில் எழுதியுள்ளதைக் (வெ.கிருஷ்ணமூர்த்தி. 1995:53) காண முடிகிறது.

வாஸ்து சாத்திரமும் வெளியும்

வைதிக இந்து மதத்தில் வாஸ்து சாத்திரம் வெளியமைப்பினை நிர்ணயிக்கிறது. தெருக்கள், வீடுகள், கோயில், சன்னல், கூரை, கட்டுமானப்பொருட்கள் போன்றவற்றை எச்சாதி எவ்விதம் கைக்கொள்ள வேண்டும் என்பதை அது வரையறுக்கிறது.

வைதிகக் கட்டடக்கலை வாஸ்து சாஸ்திரத்தை அடிப்படையாகக் கொண்டுள்ளது. வாஸ்து சாஸ்திரம் வைதிக இந்துமதத் தத்துவார்த்தப் பின்னணியுடையது. "வாஸ்து என்பது நிலம்: புருஷன் என்பது புருஷாத்தமான பரம்பொருள்; சடப்பொருட்கள், உயிருள்ளவை, வாழ்க்கை, மூவுலகங்கள், திசைகள் எல்லாம் இப்புருஷ மண்டலத்துள் ஒடுக்கமாகி நிற்கின்றன. பறவை, மிருகம், மனிதர், தேவர் ஆகியோருக்கு இப்புருஷமண்டலத்துள் இடம் வகுக்கப்பட்டுள்ளன" என்ற கபிலா வாத்சாயானாவின் கருத்தை செ. இராமானுசம் (1994:46) எடுத்துக்காட்டுகிறார்.

கோயில் என்ற வடிவம் ஆணுடலை அடிப்படையாகக் கொண்டமைகிறது. ஆணுடல்தான் உலகமாக உருவகிக்கப்படுகிறது. மனித உடல் பிரம்மனின் படைப்பாக உள்ளது. பிரம்மனே மனிதர்களைப் படைக்கிறான் என இந்துமதம் நம்புகிறது. கோபுர அமைப்பில் மேற்பகுதி உயர்வாகவும் கீழ்ப்பகுதி தாழ்வாகவும் கருதப்படுகிறது. கிடைமட்டக் கோயில் அமைப்பில் மையப்பகுதி உயர்வாகவும் விளிம்புப்பகுதி தாழ்வாகவும் எண்ணப்படுகிறது. இவ்வாறான மேல்பகுதி X கீழ்ப்பகுதி, மையப்பகுதி X விளிம்புப் பகுதி என்ற இருமை

எதிர்வுகள் வருணக் கொள்கையிலும் ஊரமைப்பு முறையிலும் பின்பற்றப்படுகின்றன.

உருவமற்ற மூல வடிவத்திலிருந்து உருவானவன் வாஸ்து புருஷன்."இவனை மையமாக வைத்தே இந்துக்களின் கட்டடக்கலைத்துறை வளர்ச்சி பெற்றிருக்கிறது. வாஸ்து தேவனைத் திருப்திப்படுத்தும் வகையிலே கட்டடங்களை அமைப்பார்கள். பிரபஞ்சத்திற்கும் மனிதருக்குமிடையிலுள்ள தொடர்பைக் கட்டடங்கள் அமைப்பதிலும் பேணியவர்கள் இந்துக்கள். கட்டட அமைப்பை ஒரு வித வெளி (space), நேர (time) அமைப்பாகத்தான் விளங்கி வைத்திருந்தனர். வெளியைச் சதுர வடிவமாக உருவகித்த இந்துக்கள் இவ்விதிகளுக்கமைய உருவாக்கப்பட்ட கட்டடங்கள், நகரங்கள் என்பனவற்றையும் சதுர அல்லது செவ்வகவடிவில் அமைத்தனர். நகரஅமைப்பை மண்ணின் அமைப்பு, அம்மண்ணில் நிலவி வந்த சாதிக் கட்டுப்பாடுகள், சமுதாய அமைப்பு, சாத்திரங்கள் ஆகிய காரணிகள் நிர்ணயித்தன" என ந. கிரிதரன் (1996:51-56 கரு. சுருக்கம்) கருதுகிறார்.

இந்துக்கோயில்கள் சதுரமாகவோ செவ்வகமாகவோ அமைகின்றன. "கோயிலை எடுப்பதற்கு முன்னர் உரிய நிலத்தைத் தேர்ந்தெடுத்துச் சமன்செய்து கோயிலின் அளவையொட்டி, நிலத்தில் சதுரம் வரைவர். பக்கத்திற்கு எட்டாக மொத்தம் 64 சதுரங்களாகவோ அன்றிப் பக்கத்திற்கு ஒன்பது சதுரங்களாக 81 சதுரங்களாகவோ அமைப்பர். இவற்றின் நடுவில் உள்ள சதுரங்களில் விமானத்தையும் ஓரங்களில் உள்ள சதுரங்களில் திருச்சுற்றுப் பரிவாரக்கோயில் முதலியவற்றையும் அமைப்பர். இடைப்பட்ட சதுரங்கள் வெளியாக இருக்க வேண்டும்" (இரா. நாகசாமி, 1973:43-44) என்பர். கிடைமட்ட வசத்தில் மையப்பகுதி இன்றியமையாப் பகுதியாக அமைவதைப் போலன்றிச் செங்குத்து வசத்தில் தலைப்பகுதி பிரதானமாகக் கருதப்படுகிறது. கோபுரக் கட்டடம் எழுப்புவதில் ஆதாரப் பகுதிகளாக உள்ளவை. "1. அதிட்டானம் (பீடம்), 2. சுவர் (கால்), 3. பிரஸ்தரம் (கூரை), 4. கழுத்து (கிரீவம்), 5. சிகரம் (தலை), 6. குடம் (ஸ்தூபி) என்பவையாகும். இவ்வங்கங்களை அடி, கால், தோள், கழுத்து, தலை, முடி என மனித உடல் அங்கங்களுக்கு உவமிப்பர்" (இரா. நாகசாமி. 1973:43-44).

பௌத்தத்திலும் புத்தரின் உடல் அட்ட மங்கலப் பொருளுடன் ஒப்பிடப்படுகிறது. புனிதக்குடை, தங்க மீன் இணை, வலம்புரிச்சங்கு, அட்சயப் பாத்திரம், தாமரை, முடிவடையா முடிச்சு, வெற்றிப்பதாகை, சக்கரம் (தர்மச்சக்கரம்)

என்பன புத்த மதத்தின் எண்வகை மங்கலப் பொருட்கள் (அஷ்டமங்கலம்) ஆகும். இந்த எண்வகை மங்கலப் பெருட்கள் உடலின் பாகங்களைக் குறிக்கும் குறியீடுகளாகக் கொள்ளப்படுகின்றன. அவை குடை=தலை; மீன்=கண்; அமுதசுரபி=கழுத்து; வெண் சங்கு= பேச்சு; முடிவடையா முடிச்சு=மனம்; தாமரை=நாக்கு; வெற்றிக்கொடி=காமனை வெல்லுதல்; சக்கரம்=அறவாழி (ஆனந்தகுமார் 2021:100) என்று ஒப்பிடப்படுகிறது.

வருணமும் வெளிப்பிரிவினையும்

பிற மதங்களில் இல்லாததும் இந்துமதத்திற்கே உரியது மான கொள்கை வருணக்கொள்கை ஆகும். வருணத்தின் நீட்சியாகச் சாதி உள்ளது. மனிதர்கள் பிறக்கும் பொழுதே வருணத்தோடும் சாதியோடும் பிறப்பது இந்து மதத்தில் மட்டும் தான். “பிரம்மா மனிதரைப் படைக்கும் போதே பிரம்மர் (பிராமணர்), சத்திரியர், வைசியர், சூத்திரர் என நான்கு வருணத்தவர்களாகப் படைத்தார். தம் முகத்திலிருந்து பிரம்மர் களையும், தோளிலிருந்து சத்திரியர்களையும், தொடையி லிருந்து வைசியர்களையும், காலிலிருந்து சூத்திரர்களையும் பிறப்பித்தார்” என மநுதர்மம் கூறுகிறது (தமிழ்நாடன், 1993:21).

தலையை உயர்வாகவும் பாதத்தைத் தாழ்வாகவும் கருதும் வைதிக இந்துமதக் கருத்தின் மூலம் தலையிலிருந்து தோன்றிய பிராமணர்கள் மேலானவர்களாகவும் சூத்திரர்கள் கீழானவர்களாகவும் பிறர் இடைநிலைப்பட்டவர்களாகவும் உள்ளனர். இவ்வாறான நால்வருணமுறையில் தலித்துகளுக்கு இடமில்லை. வருணப்பிரிவிலிருந்து விலக்கப்பட்ட தலித்துகள் அவர்ணர்கள், சாதியிலிகள் என்று குறிக்கப்படுகின்றனர். நான்கு வருணத்துக்கு உட்படாத ‘ஐந்தாவது’ என்பதைக் குறிக்கும் ‘பஞ்சமர்கள்’ என்ற பெயரும் தலித்துகளுக்கு வழங்கப் படுகிறது.

வைதிக இந்துமத அடிப்படையின்படி பிராமணர், சத்திரியர், வைசியர், சூத்திரர் ஆகிய வருணத்தாருக்குப் பிரம்மனின் உடலில் மேலிருந்து கீழாக இடமும் பிறப்பும் கூறப்பட்டிருக்கிறது. அவர்தம் பிறப்பு இறைவனோடு (பிரம்மனோடு) இணைக்கப் பட்டுள்ளது. உலகம் என்பதே பிரம்மனாகவும், பிரம்மனே உலகமாகவும் உள்ள கருத்தடிப்படையில் உலகில் வாழும் ‘தெய்வ அங்கீகாரம்’ நால்வருணத்தாருக்கே கிடைக்கிறது. படைப்புக்கடவுளின் உடல்வெளியில், மேல்/கீழ் வரிசை

முறைப்படி உயர் வருணத்தவராகக் கருதப்படும் பிராமணர் களுக்குத் தலையிலும், சூத்திரர்களுக்கு ஆகக் கடைசியாகப் பாதத்திலும் இடம் அமைகிறது. ஆயின் தலித்துகளுக்குப் பிரம்மனின் பாதத்திலும் இடமில்லை. உடல்வெளியில் இடமில்லாததால், பிரம்மப் படைப்பான உலகில் இடமில்லை. இதன்படி வைதிக இந்து உலகத்தில் புக இயலாதவர்கள் பஞ்சமர்கள் என்றாகிறது. வாழ்வதற்கான இடமற்றவர்களாகத் தலித்துகள் ஆக்கப்பட்டதற்கான தர்க்க நியாயத்தை வைதிக இந்து மதம் பெற்றுவிடுகிறது. மேலும் வாஸ்து என்ற நிலத்தில் புருஷார்த்தமான பரம்பொருளோடு ஒடுக்கமாகத் தலித்துகளுக்கு இடமில்லை. எனவே வாஸ்து அடிப்படையில் அமையும் வாழிடங்களில் நுழையவழியில்லை. எனவே, அனுமதி மறுக்கப்படுகிறது.

வாஸ்து சாத்திரம் ஏற்றத்தாழ்வை வலியுறுத்தும் கட்டடக் கலை நூலாகவே உள்ளது. மேற்பகுதியும் மையப்பகுதியும் இடத்திற்குத் தக்க உயர்வானதாகக் கருதப்படுகிறது. நின்ற நேர்கோட்டு வரிசையிலான ஏற்றத்தாழ்வும், ஊரமைப்பில் கிடைத்தள ஏற்றத்தாழ்வு அமைப்பாகவும்அது அமைகிறது. வாஸ்து முறைப்படி அமையும் ஊரில் மையமாகக் கோயிலும் சுற்றிலும் ஏறக்குறைய சதுர வடிவிலான சுற்றுத் தெருக்களும், ஊரமைப்பின் இறுதியில் விளிம்பு நிலையில் தலித் வாழிடங்களும் உள்ளன. பார்ப்பனர்களுக்கும் பார்ப்பனர் அல்லாத மேற்சாதி யினருக்கும் முறையே அக்கிரகாரம் என்ற மையவெளியும் ஊர் என்ற மையச்சுற்றுவெளியும் உள்ளன. தலித்துகளுக்கு ஊரின் விளிம்புப் பகுதியில் குடியிருப்புகள் அமைகின்றன. நன்செய்நிலப் பகுதிகளில் அமையும் குடியிருப்புகள் அக்கிரகாரம், ஊர், சேரி, வளமான நீர்நிலைகள், கோயில் ஆகியவற்றுக்கு அருகில் அக்கிரகார வீடுகள் நேர்த்தெருக்களில் இருக்க அடுத்தடுத்த வரிசைகளில், சாதி ஆதிக்கத்திற்கேற்ப இடைநிலைச்சாதியினர் வாழும் தெருக்கள் அமைகின்றன.

பெயரில் வெளிப்படும் சாதி

வீடுகளின் பெயர்களும் சாதி வெளிப்பட அமைய வேண்டுமென வைதிக இந்து மதம் விரும்புகிறது. "மலபாரில், வசிக்கும் வீட்டினைச் சாதிக்கு ஏற்றவாறு வித்தியாசமான முறையில் கூற வேண்டும். பறையன் வீடு 'சேரி', செர்மான் வீடு 'சாலை', கொல்லர் தச்சர், நெசவாளர், கள் இறக்குவோர் (தீயர்) வீடு 'புரம்' அல்லது 'குடி', கோவில் பணியாளர் வீடு 'வரியன்' அல்லது 'பிஷரம்', நாயர் வீடு 'வீடு' அல்லது 'பவனம்', நாயர் சாதியில் ஆண் இருக்கும் இடம் 'இடம்' எனப்படுகிறது. அரசன்

வாழும் வீடு 'கோவிலகம்' அல்லது 'கோட்டம்', நம்பூதிரி வீடு 'இல்லம்', இவர்களில் உயர்ந்த பதவி வகிப்பவர் வீடு 'மனை' அல்லது 'மனக்கள்' என்று அழைக்கப்பட்டதாக லோகன் விவரித்துள்ளார்" *(ரணஜித்குஹா, 1997:52).*

வைதிகக் கடவுளர்க்கு எதிர்நிலையில் நாட்டார் தெய்வங்கள் அமைகின்றன. நாட்டார் தெய்வங்களின் கோயிலமைப்பு, வழிபாட்டுமுறை வைதிக முறைகளிலிருந்து வேறுபட்டு அமைவன. மதுரை "மீனாட்சியம்மன் கோயில் வளாகம் சதுர வடிவமானது. இந்தச் சதுரத்தின் நான்கு பக்கங் களைச் சத்திரியர், வைசியர், வேளாளர், சூத்திரர் ஆகிய சாதிகளின் குறியீடுகளாகக் கொள்ளலாம். சதுர வடிவக் கோயில் வளாகத்தின் மையம் அதாவது தெய்வம், பிராமண சாதியின் குறியீடாகக் கொள்ளத்தக்கது. இதனால்தான் தெய்வம் இருக்கும் கர்ப்ப கிரஹத்தில் (கருவறையில்) பிராமணர் இருப்பதற்குத் தகுதியுடையவராகக் கருதப்படுகின்றனர். ஆக, சமூக அமைப்பின் குறியீடுகளாகக் கோவில் அமைப்பு விளங்கு கிறது எனலாம்" *(இ. முத்தையா, 1996: 109).*

மேல் / கீழ், மையம் / விளிம்பு என்று உயர்வு / தாழ்வு பாராட்டப்படுவதைப் போலத் திசைகளிலும் உயர்வு / தாழ்வு பாராட்டப்படுகிறது. வடபகுதி உயர்வுடையதாகவும் தென்பகுதி தாழ்வுடையதாகவும் கருதப்படுகிறது. "கிராமங்களில் அசைவக் கடவுளர்க்கு எதிர் நிலையில் சைவக் கடவுளர் உள்ளனர். அசைவக் கடவுளர்கள் *(Meat eating Gods)* தென்பகுதிகளிலும் சைவக்கடவுளர் வடபகுதியிலும் உள்ளனர். முற்சொன்ன கடவுளர்க்குக் கிராமப்பூசாரியரும் பின்னர் கூறப்பட்ட கடவுளர்க்குப் பிராமணப் பூசாரியரும் பணிபுரிகின்றனர்" என டூமாண்ட் கூறுகிறார். மூதாதையர் தெய்வங்கள், மரபுவழித் தெய்வங்கள். அம்மையுடன் தொடர்புடைய தெய்வங்கள், நாகதெய்வங்கள், இறப்புடன் குறிப்பாகச் சொல்லப்போனால் தீட்டுடன் இணைக்கப்பட்டுள்ளன. இறப்புடன் தொடர் புடைய மீவியல் பகுதிகள் *(Iiminal States)* தென்திசையில் அமைந்துள்ளன" *(Veena Das, 1987:112–113)* என்பதை அறிய முடிகிறது.

வெளிக் கொள்கையில் செயல்படும் சமய சாதிய வரம்பு நிலைகள்

இந்துச் சமூக மன அமைப்பில் 'சாதி' என்ற கருத்துருவம் அழுத்தமாகப் பதிந்துள்ளது. உணவு, உடை, வாழிடம்,

பாவனைப்பொருட்கள், விழாக்கள், நம்பிக்கைகள், வாழ்க்கை மதிப்பீடுகள் என அனைத்திலும் சாதியம் இயங்குகிறது.

வெளிப்பிரிவினையில் பல்வேறு வகையான அதிகாரங்கள் செயல்படுகின்றன. சாதிய, ஆணாதிக்க அதிகாரங்கள் முதன்மையாகவும் சமய, பொது அதிகாரங்கள் துணைமையாகவும் அமைகின்றன. அதிகாரம் நிறுவப்படுகிறது. பின்னர் அது நிலைநிறுத்தப்படுகிறது. மேலாதிக்கக்குழு பல்வகை உத்திகளைக் கொண்டு அதிகாரச் செயல்பாட்டை நிகழ்த்துகிறது. வெளி தொடர்பான அதிகாரங்கள், நிலைநிறுத்தும் உத்திகள், காரணிகளைக் காணும் அதே வேளையில் அதிகாரத்துக்கு எதிரான செயல்பாட்டை அடையாளம் காண்பதும் தேவையாகிறது.

ஆண் – பெண் விளையாட்டுவெளி

ஆணாதிக்கச் சாதியச் சமூகச் சிந்தனை மொழி, பண்பாடு உள்ளிட்ட வாழ்வு முறைகளிலெல்லாம் ஊடுருவியுள்ளதைப் போல விளையாட்டு வெளி அமைப்பிலும் ஊடுருவியுள்ளது. ஆண், பெண் விளையாட்டுகளும் விளையாட்டுவெளிகளும் வேறுபட்டவை. ஆண் விளையாட்டுவெளி எல்லையற்றுப் பரந்து விரிந்துள்ளது. வான்வெளியை நோக்கிச் செல்கின்ற மரமேறுதல், பூமிக்குள் செல்வதைப் போலக் கிணற்றுக்குள் பாய்தல் அமைகிறது. பக்கவாட்டிலோ முன் பின்னோ, எங்கு வேண்டுமானாலும் ஆணின் விளையாட்டு இயக்கம் அமையும். தெரு, மந்தை, வெட்டவெளி, திடல், கண்மாய், ஆறு, வயல்வெளி என எங்கும் நீளும் ஆணின் கால்களுக்குக் கீழே உள்ள வெளி; உடல் வலுவோடும் வீரத்தோடும் இணைக்கப்படுவது. பெரும்பாலும் புறவெளிகளில் ஆடவர் விளையாட்டு நிகழும்.

பெண்ணின் விளையாட்டுகள் இல்லவெளிக்குள் நடப்பவை. பருவமெய்தாச் சிறுமியர் இல்லத்திற்கு முன்னர் உள்ள முற்றத்திலோ தெருவிலோ விளையாடலாம். பருவம் எய்தியோருக்கு காடேகுதல் சாத்தியமில்லை. தாயம், பல்லாங்குழி, தட்டாங்கல், நொண்டி போன்றவை வரையறுக்கப்பட்ட எளிய அமைப்பிலான வெளிகளில் விளையாட ஏதுவானவை. கிட்டிப்புள் எனப்படும் செல்லாங்குச்சி, பம்பரம், கோலி போன்றவை இயக்கம் நிறைந்தவை; தாக்குதலை அடிப்படையாகக் கொண்டு செயல்படுபவை. பெண்கள் இவற்றை விளையாட அனுமதிக்கப்படுவதில்லை. சல்லிக்கட்டு, இளவட்டக்கல் தூக்குதல் போன்றவை ஆண்களுக்கு மட்டுமே உரியவை. எருதடக்குதலில் இதுவரை எந்தப் பெண்ணும் ஏன் ஈடுபடவில்லை என்ற

கேள்வி எழுப்பப்படாது துயிலுகிறது. காளையை அடக்குதல் பெண்டிர்க்குத் தகாதது போலும்.

ஆண்கள் விளையாடும் 'வெட்டும்புலி' எனும் உள்வட்ட விளையாட்டு, போர் சார்ந்தது. ஆடு மேய்க்கும் சிறார்களும் சிறுமியரும் நிலமதிர ஆடிக்களிக்கும் காட்சியைப் பெருமாள் முருகனின் 'கூளமாதாரி'யில் பார்க்க முடியும். விளையாட்டு வெளி, விளையாட்டு வெளியில் புழங்கும் பொருட்கள் குறித்த ஆய்வு தமிழில் இல்லை. பல்லாங்குழி, நொண்டி, தட்டாங்கல், கஞ்சிகாய்த்தல், திருமணம் முடித்தல் போன்றவற்றில் பயன்படும் வெளி, குறைவான பரப்பினை உடையது. செல்லாங்குச்சி, கோலிக்குண்டு போன்ற விளையாட்டுகளின் வெளி ஒப்பீட்டளவில் பெரியது. மேலும் ஆண்களின் விளையாட்டுகள் தீவிரம் சார்ந்தவையாகவும் உடலோடு உடல் மோதுவனவாகவும் உள்ளன. சிலம்பம், இளவட்டக்கல் தூக்குதல், சல்லிக்கட்டு போன்ற ஆண்களின் விளையாட்டுகள் வலிமை சார்ந்தனவாக உள்ளன.

தீட்டும் தலித்துகளும்

'மேற்சாதி'யினரால் தலித் வாழிடங்கள் தீட்டாகக் கருதப்படுவதைப் போலவே தலித் உடலும், தலித்துகளின் உடைமைப்பொருட்களும் தீட்டுக்குரியனவாகக் கொள்ளப் படுகின்றன. தலித், தலித்தல்லாதவர் என்ற இருவருக்கு மிடையிலான தூரம் கட்டிக்காக்கப் படுகிறது. திருவிதாங்கூர் சமஸ்தான ஆட்சியின் போது சாதித்தூய்மையைக் கட்டிக்காக்கும் பொருட்டுத் 'தூரப்படுத்தல்' விதியாகவே அனுசரிக்கப் பட்டது. தூரப்படுத்தலின் பொருட்டுக் கொலைகளும் அனுமதிக்கப்பட்டன. "நால் வருணத்திற்கும் வெளியே பரந்து விரிந்து கிடந்த உழைக்கும் மக்கள் மிகக் கொடுமையாகத் தண்டிக்கப்பட்டனர். நாயர்கள் வீதிகளில் நடக்கும்போது 'தீண்டத்தகாதவர்' எனக் குறிப்பிடப்படும் சாதியினர், அவர்கள் எதிரே நடப்பது கூடக் குற்றமாகவே கருதப்பட்டது. "நாயர்களின் அருகில் புலையர்களோ தீயர்களோ வந்தால் அவர்கள் தீட்டுப்பட்டு விடுவார்களாம். எதிர்பாராத விதமாகப் புலையர்களோ தீயர்களோ நாயர்களின் எதிரில் வந்தால் உடனே அவர்களை வெட்டி வீழ்த்திவிடவேண்டும். அப்படி வெட்டி வீழ்த்தாமல் இருந்தால் அரசன் அந்த நாயருக்கு மரணதண்டனை விதிப்பான் அல்லது அடிமையாக விற்றுவிடுவான்" எனக் குஷ்மன் *(K.K. Kushman)* கூறிய கருத்தைச் சி. சொக்கலிங்கம் *(1989:55–56)* விளக்குகையில், மிகப் பழமையான மனுதர்ம சாஸ்திரமே திருவிதாங்கூர் சமஸ்தானத் தண்டனை முறைக்கு

மாதிரிச் சட்டமாக அமைந்திருந்தது. திருவிதாங்கூர் நில உடைமைச் சமூகத் தண்டனை முறைகள் வருணாசிரமச் சாதி அமைப்பின் நலன்களைத் தக்க வைத்துக் கொள்ளும் நோக்கம் கொண்டதாகவே இருந்தன" *(சி.சொக்கலிங்கம் 1989:58–59)* என்று கூறுகிறார்.

நகரங்களில் உள்ள பொதுவெளிகளில் தீண்டாமை கடைப்பிடிக்கப்படுவதில்லை. ஆயின் கிராமங்களில் தனி வெளிகளிலும் பொது வெளிகளிலும் தீண்டாமை பாராட்டப் படுகிறது. சாதியமனம் தான் அமரும் வெளியைத் தூய்மை உடையதாக எண்ணுகிறது. தன் உடலைச் சுற்றியுள்ள வெளிக்குள் தீட்டுக்குரிய உடைமையையோ பொருளையோ அனுமதிக்க மறுக்கிறது. பேருந்தில் தலித்துகளுக்கு அருகில் மேற்சாதியினர் அமர விரும்புவதில்லை என்பதை நடப்பு நிகழ்வுகள் உறுதிப்படுத்துகின்றன.

தீண்டாமையும் வெளியும்

வைதிக இந்துச் சமூகத்தில் எல்லாமும் வரையறுக்கப் பட்ட அமைப்பாக மூடுண்ட உள்ளொழுங்குடன் அமைகிறது. விதிப்படி நிகழும் வாழ்க்கை, இறைவன் வியாபித்துள்ள வெளிகளில் நடைபெறுகிறது; அவன் அங்கமே உடலாக, உயிராக இருக்கிறது என்று எண்ணும் வைதிக இந்து மனம், தன் உடலையும் ஊரையும் இறைவன் உறையும் இடமாகக் கருதுகிறது. எனவே, தீட்டுக்குரியவர்களாகக் கருதப்படும் தலித்துகளை ஊருக்குள் அனுமதிக்க, உடலைத் தொடத் தயங்குகிறது; தீண்டாமையையும் காணாமையையும் கடைப்பிடிக்கிறது.

தீண்டாமையை உறுதிப்படுத்துவதில் 'வெளி' என்ற கருத்தாக்கம் முதன்மையாக அமைகிறது. "இந்தியாவைப் பொறுத்தவரை தீண்டப்படாதவர் பிரச்சினை வீடிழந்து இருப்பவரின் நிர்க்கதியான நிலையோடு நெருங்கிய தொடர்பு டையதாக உள்ளது. இது தீண்டப்படாதவர் பலர் வீடில்லாமல் இருக்கிறார்கள் என்பதால் மட்டுமல்ல. தீண்டாமையும் வீடிழந்த நிலையும் அடிப்படையில் உடலை நிராகரிப்பதாக இருப்பதால்தான் இந்தியாவைப் பொறுத்தவரை வீடில்லாமல் இருப்பது 'உங்களை உள்ளே அழைத்துக் கொள்ள எந்தச் சாதிசனமும் தயாராக இல்லை' என்பதையும் 'உங்களுடன் இணைந்து வாழச் சமூகத்தில் யாரும் தயாராக இல்லை' என்பதையும் காட்டுகிறது. ஒரு வகையில் இதுதான் தீண்டாமை யின் உச்சகட்டமாக இருக்கிறது" என மார்க்கரட் ட்ராவிக்கின் கருத்தை முன்வைக்கும் அழகரசன்*(1996:237)*, "தலித்துகளை ஒடுக்குதல் முதலில் அவர்களை இடத்தளவில் அன்னியப்

படுத்தி அவர்களுக்கான தன்னிலையையே நிராகரிப்பதாக இருக்கிறது" *(1996:237)* எனத் தன் கருத்தைத் தெரிவிக்கிறார்.

மானுடவியல் கருத்தாளர்களின் கூற்றுப்படி தலித்துகள், அடித்தட்டு மக்கள் வாழும் பகுதிகள் மீவியல் இடங்கள் ஆகும். "புறச்சாதிகளாகவும், தீண்டத்தகாதவர்களாகவும், நாடோடிகளாகவும் நல்ல ஆடையின்றி ஏழ்மையில் வாழும் இந்த அடித்தளமக்களின் நிலை அமைப்பிலிருந்து விலகியதாக உள்ளது. இத்தன்மையானது சடங்குக் காலத்தில் மீவியலர்களாக மாறும் நபர்களின் நிலையை ஒத்தது. அமைப்பு உலகிலிருந்து விலகி எதிர்அமைப்பாக விளங்கும் விளிம்பு உலகத்தில் சஞ்சரிக்கும் போது மிகப்பெரும் மீயாற்றல் பெறும் மீவியலர்கள் போன்று அடித்தள மக்கள் நிரந்தரமாக விளிம்பு நிலையில் நிற்கின்றனர். இவர்கள் குடியிருக்கும் இடங்கள் மீவியல் இடங்களாகக் *(Liminal space)* கருதப்படுகின்றன" *(பக்தவத்சல பாரதி, 1997:25).*

இயல்புவெளி *X* மீவியல்வெளி என்ற முரண், ஊர் வெளி *X* விளிம்புவெளிற முரணை ஒத்துள்ளதை அறியலாம். இந்துக் களின் அமைப்பொழுங்கிலிருந்து வெளியில் தள்ளப் பட்டவர்களாகத் தலித்துகள் உள்ளனர். இந்துச் சமூக அமைப்பின்படி தலித்துகள் மீவியலர்களாக உள்ளனர். அவர்கள் வாழும் இடங்கள் மீவியல் இடங்களாகவும் அமைகின்றன. இதனால் தலித்துகள் இயல்பற்றவர்கள் என்பதல்ல. "இந்த அடித்தள மக்களின் ஆற்றல் *(Powers of the weak)* பெண்கள், குழந்தைகள் உட்பட பலநிலைகளில் இவ்வாற்றல் மாற்றத்தைக் கோரும் ஆற்றல்" *(பக்தவத்சல பாரதி, 1997:25)* என்று கூறப்படு வதைக் காணமுடிகிறது.

வைதிக வெளிக் கொள்கைக்கு எதிரான வெளிக் கொள்கைகள்

வைதிகக் கோயில் வெளியமைவானது மூடிய உள்ளொழுங்குடன் சதுரவடிவில் அமையும். வைதிக இந்து மதத்திற்கு எதிரான வருண மறுப்புக் கொள்கை உடைய புத்த சமய வெளியமைவு, வைதிக இந்துமதத்திற்கு எதிரான வெளியமைவைக் கொண்டுள்ளது. "பௌத்தக் கட்டடங்கள், தாதுகோபங்கள் போன்றவை வட்டவடிவில் அமைக்கப் பட்டன. இந்துக்களின் கட்டடங்களோ சதுர அல்லது செவ்வக வடிவங்களில் அமைக்கப்பட்டு வந்தன. இலங்கை அநுராதபுரம் பௌத்தர்களின் முக்கியமான நகரங்களில் ஒன்று. பண்டைய அநுராதபுர நகர, கட்டட அமைப்பில் வட்ட வடிவம் எவ்வளவு தூரம் தாக்கம் செலுத்தயுள்ளதென்பதை ரோலன் டி செல்வா என்ற சிங்களப் பேராசிரியர் ஆராய்ந்து தெளிவுபடுத்தியிருக்கிறார். சந்தையை மையமாக வைத்து

உருவான பண்டைய அநுராதபுரநகரைச் சுற்றி வட்ட ஒழுங்கில் தாதுகோபங்கள் இருவேறு ஒழுங்குகளில் அமைக்கப்பட் டிருப்பதை அவரது ஆய்வுகள் புலப்படுத்தும். வட்ட வடிவம் இயக்கத்தை உணர்த்தும்" (வ.த. கிரிதரன். *1996:52*) என்ற கூற்று அவைதிக சமய வெளியமைவைச் சுட்டுகிறது.

பௌத்தக்கட்டடங்களில் ஸ்தூபி, சைதன்யம், ஸ்தம்பம், விகாரை, தூண் ஆகியவை குறிப்பிடத்தக்கன. கட்டடத்தின் சதுர அடித்தளம் நிலத்தையும் அரைவட்டக்குவிமாடம் நீரையும் கூம்புவடிவக் கோபுரம் தீயையும் தாமரை வடிவமேற்குடை காற்றையும் முகப்புவளைவு ஆகாயத்தையும் குறிப்பிடுவதாகப் பௌத்தக் கட்டடக்கலை அமைகிறது. *(http:Indian Instutute Of architects.com/PDP/exam/Staty material/partI code 103/103.3 PDF).*

வைதிக வெளியமைவை ஏற்றுக்கொள்ளாது அதற்கு எதிர்நிலையில் வெளியமைவை உருவாக்குதல் நிகழ்கிறது

உளப்படுத்தாத தன்மைக்கு மாறாக உளப்படுத்தும் தன்மையைக் காட்டும் பௌத்தவெளியமைவு பொதுக் கூடுகையை முன்வைப்பது, வைதிகத்திற்கு எதிரான தன்மை யாகும். ஆணுடலோ, பிரதிபலிப்போ, வாஸ்து சாத்திரமோ இவண் பின்பற்றப்படவில்லை. ஐம்பூதக் கொள்கை கட்டட அமைப்பில் பிரதிபலிக்கிறது.

பொதுவெளி உருவாக்கம்

இந்திய வாழ்வில் வைதிக இந்து மதத்துக்குப் புறம்பானவர் ஊரின் மைய வெளியிலிருந்து விலக்கப்பட்டுள்ளனர். சமணர்,சித்தர் வாழ்விடங்கள் ஊருக்கு வெளியே அமைந்திருந்தன. மேலும். வைதிக இந்துமதம் மனிதர்களைச் சாதித்தீட்டு அடிப்படையில் பிரித்துத் தனித்தனிவெளிகளில் பொருத்தி யுள்ளது. இவ்வாறான பிளவுகள் மனிதர் கூட்டுறவுக்குத் தடைகளாக உள்ளன.

வைதிக இந்து மதத்துக்கு எதிராக ஏற்பட்ட சமூகச் சீர்திருத்த ஞானியர் இயக்கங்கள், அனைத்துச் சாதி மக்களும் ஒன்றாகக் கூடி வாழும் வெளியமைவினை உருவாக்கின. சீக்கிய சமயம் வைதிக இந்து மதத்துக்கு எதிரான இயக்கமாகும். எனவே அது சாதிக் கருத்தியலுக்கு எதிரான கருத்துகளையும் 'பிரிவினை வெளிகளுக்கு' எதிரான 'கூட்டுவெளியையும்' முன் வைத்தது.

"இந்தியச் சமய வரலாற்றில் சாதிய மறுப்பு இயக்கமாக அறியப்பட்ட சீக்கிய இயக்கம் தன்னளவில் மிகத் தெளிவான

அடையாளம் கொண்டிருந்தது. சீக்கியக் குருமார்கள் திட்டவட்டமான கருத்துக்களை வழங்கியதன் மூலம் இதனைத் தனித்த, புதிய இயக்கமாகக் கட்டினர். சாதிய அமைப்பிற்கு எதிராக யுத்தம் நடத்துவது தவிர்க்க முடியாததென்றும் அதுவே சாதிய சமூகத்திற்கு எதிரான மாற்றுச்சமூகத்தை உருவாக்கவும் மக்களை ஒன்றுதிரட்டவும் வழி செய்யும் என்றும் உணர்ந்திருந்தனர்" (சர்தார் ஜக்ஜித்சிங், 1995.62–63).

குருநானக், "சாதிக்கருத்தியலை வக்கரித்தது என்று அழைத்தார். சண்டாளனின் பக்தி அர்த்தமற்றது என்றும் அவனது வழிபாடு பொய்யானது என்றும் இந்துப்பண்டிதன் கூறுகிறான். இவனது ஞானம் வக்கரித்த ஞானம், இவனது செயல்கள் பிளவுபடுத்துபவை. இவனது அழுக்கு மனதில் ஆணவம் வசிக்கிறது" (சர்தார் ஜக்ஜித்சிங், 1995:75) என்று கூறினார். தாழ்த்தப்பட்டோரினும் தாழ்த்தப்பட்டோருடன் தன்னை அணி சேர்த்துக் கொண்ட குருநானக், சாதியத்துக்கு எதிராக எல்லாரும் ஒன்றாக அமர்ந்துண்ணும் பொது வெளியை அமைத்தார்.

குருநானக், "தர்மசாலை (சமய மையம்), சங்கத் (சீடர்கள் கூடுமிடம்), லங்கர் (பொதுச் சமையல் விடுதி) மற்றும் மஞ்சிக்கள் (சமயச் சொற்பொழிவு இருக்கை) முதலியவற்றைத் தோற்று வித்தார்" (சர்தார் ஜகஜித்சிங், 1995:65). குருவின் லங்கரில் சமபந்தி விருந்து அருந்தாதவர்கள் அவரைச் சந்திக்க அனுமதி மறுக்கப்பட்டனர். "அவரது லங்கரில் சாதிவேறுபாடுகள் எதுவும் கிடையாது. குருவின் சீடர்கள் ஒரே வரிசையில் ஒன்றாக அமர்ந்து உணவு எடுத்துக்கொண்டனர். நான்கு சாதிகளுக்கிடையில் இருக்க வேண்டிய வேறுபாடுகளைக் குரு அகற்றிவிட்டார் என்று மொகலாய மன்னர் அக்பரிடம் இந்துப்பண்டிதர்கள் முறையிட்டனர். அவர் தம் சீடர்கள் அனைவரையும் ஒரே வரிசையில் உட்காரச் செய்கின்றார். அவரது சமையலறையில் உணவை ஒன்றாக அமர்ந்து சாப்பிடச் செய்கிறார். ஜாட், அடிமைச்சாதியினர், முகம்மதியர், பிராமணர்கள், சக்கிலியர், நாவிதர், வண்ணார், பரதவர், தச்சர்கள் என்று எந்த வேறுபாடும் இல்லை" (சர்தார் ஜக்ஜித்சிங், 1995, 77–78). இச்செயல் சாதியற்ற பொதுவெளியை விரும்புவதாக அமைகிறது.

முத்துக்குட்டிசாமி உருவாக்கிய பொதுவெளி

சாதி வேறுபாடுகளுக்கு எதிராகச் சமத்துவச்சமுதாயம் அமைய முத்துக்குட்டிசாமி என்ற வைகுண்டர் விரும்பி யுள்ளார். 'தமிழக நாடார் வரலாறு' (1982) என்ற நூலின்

பிற்சேர்க்கைப் பகுதியில் ஆர். பொன்னு, தீண்டாமையை ஒழிக்கச் சமபந்தி விருந்து நடத்திய அவர், கன்னியாகுமரி அருகில் உள்ள முட்டப்பதி எனும் இடத்தில் 'துவையல்பந்தி' ஒன்றினை ஏற்படுத்தினார். சுமார் எழுநூறுகுடும்பங்கள் இந்தப் பந்தியில் கலந்து கொண்டனர். வீடமைப்பு முறையிலும் மாற்றம் காண எண்ணி, ஆங்காங்கே சிதறிய வண்ணம் இருந்த வீடுகளை, பொதுநடைப்பாதையோ அல்லது தெருக்களோ கொண்டு, நெருக்கமாக, வரிசையாக ஒரு முகமாக அமைத்திடுமாறு கேட்டுக்கொண்டார். தண்ணீர்கொண்டு வருவதில் ஏற்றத் தாழ்வுகள், வித்தியாசங்கள் பாராட்டப்பட்ட காலத்தில் 'முந்திரிக்கிணறு' ஏற்படுத்தி, வேறுபாடின்றி எச்சாதியரும் ஒன்றாகக் குளித்திட வகை செய்தார். இச்செய்கை உயர் வகுப்பாரிடம் பகையுணர்ச்சியை அதிகரிக்கச் செய்யவே கிணற்றில் விஷம் கலந்தனர் என்ற விவரங்களை எழுதியுள்ளார். இவற்றில் துவையல்பந்தி, முந்திரிக்கிணறு உருவாக்கம் போன்றவை பொதுவெளி அமைக்கும் முயற்சிகளாகும். இராமலிங்க வள்ளலாரின் அணையா அடுப்பு எனும் 'சமபந்தி உணவும்' பொதுவெளி நோக்கிய விருப்பமாகும்.

அதிகாரமும் வெளியும்

சமூகத்தின் பல தளங்களில் அதிகாரம் செயல்படுகிறது. சமயம், சாதி, ஆணாதிக்கம், பொருளாதார ஏற்றத்தாழ்வு, மூப்பு போன்ற வடிவங்களில் அது வெளிப்பிரிவினையைச் செயல்படுத்தும் தளமாக உள்ளது. வெளிப்பிரிவினையில் செயல்படுகின்ற அதிகாரம் மறுஉற்பத்தி செய்யப்படுகிறது.

சமூக வாழ்வில் மனிதர்களைக் கட்டுப்படுத்துபவையாக நிறுவனங்கள் அமைகின்றன. சமயநிறுவனங்கள், கல்வி நிறுவனங்கள், நீதித்துறை, காவல்துறை, ராணுவம் வகுத்துள்ள வழிகளில்தாம் மக்கள் வாழ்க்கை நடத்த வேண்டியுள்ளது. நிறுவனங்கள் வற்புறுத்தும் ஒழுக்க நியதிகளை மீறும் செயல்கள் குற்றங்களாக வரையறுக்கப்பட்டு மீறல்கள் நிகழா வண்ணம் கண்காணிக்கப்பட்டுத் தண்டனைகள் வழங்கப்படு கின்றன. பெருங்குற்றங்களுக்கான தண்டனையாகக் குற்றஞ்சாட்டப்பட்டவரைப் பொது வெளியிலிருந்து நிரந்தரமாக அப்புறப்படுத்தும் வகையில் மரணதண்டனை அளிக்கப்படுகிறது. அளவில் குறைவான குற்றங்களுக்குப் பொதுவெளியிலிருந்து துண்டிக்கப்பட்டதும் தனிவெளியில் வாழக் கூறுவதுமான சிறைத்தண்டனை வழங்கப்படுகிறது. சிறு குற்றமிழைக்கும் மாணாக்கர் வகுப்புக்கு வெளியேயும் பெருங்குற்றம் இழைப்போர் கல்வி நிறுவன வெளிக்கு வெளியேயும் விலக்கப்படுகின்றனர்.

மாதவிடாயில் பெண்கள் வீடு என்ற மையவெளியிலிருந்து அப்புறப்படுத்தப்படுகின்றனர்.

அதிகார மையம் கட்டமைக்கும் வெளி முறைமை

அதிகாரத்தை நிலைநிறுத்த 'வெளிமுறைமை'யை அதிகாரமையம் தீர்மானிக்கிறது. அதிகாரம் செலுத்தும் குழு, தமக்கான வெளியையும் ஆளப்படுவோருக்கான வெளியையும் உருவாக்குகிறது. அவ்வெளிகளில் யார் யார் எவ்விதம் நிரப்பப்படவேண்டும் என்பதையும் அது கருத்தில் கொள்கிறது. சான்றாகக் கல்லூரி என்ற நிறுவனத்தில் முதல்வர் அமர்கின்ற அறை தலைமையிடமாக அமையும். துறைத் தலைவர், ஆசிரியர்களைக் கொண்ட புலத்துறை அறைகள், வகுப்பறைகள், நூலகரை மையமாகக் கொண்ட நூலகம், விளையாட்டிடம், கலையரங்கம், அலுவலகம், பதவிக்கேற்ற கழிப்பறைகள் என்று 'வெளிமுறைமை' அமைகிறது. இவ்வாறு, யார் யாருக்கான வெளி எம்முறையில் எங்குக் கட்டப்பட வேண்டும் என்பதை அதிகாரம் முடிவு செய்கிறது. குறிப்பாகச் சொன்னால் ஆள்வோருக்கான, ஆளப்படுவோருக்கான வெளிமுறைமையை அதிகார மையம் தீர்மானிக்கிறது. இதைப் போலவே அரசு அலுவலகங்கள், நீதிமன்றங்கள், வணிகக் குழுமங்கள், அமைச்சகங்கள் போன்ற நிறுவனங்களின் வெளி முறைமைகளும் உள்ளன. இவ்வாறான வெளி முறைமைகள் அரசு ஒப்புதலுடன் செயற்படுத்தப்படுகின்றன.

நிறுவனங்களில் பணிபுரிவோர் அவ்வெளிகளின் குறிப்பிட்ட பகுதியில், குறிப்பிட்ட காலத்தில் இருக்க வேண்டியவராகின்றனர். மேலும், நிறுவனத்தலைவர் என்ற முதன்மைப் பதவி, பணியாளர் என்ற கடைசிப்பதவிகளுக்கு இடையில் வெளி ரீதியான ஏற்றத்தாழ்வுகள் செயல்படுகின்றன. அதிகாரம் மிக்கவர் வீற்றிருக்கும்வெளி அளவில் பெரியதாகவும் அதிகாரமற்றோர் உறையும்வெளி சிறியதாகவும் அமையும். நான்கு வழிச்சாலை என்ற பெருவெளியில் மையப்பகுதி நாற்சக்கர வாகனங்கட்கும் விளிம்புப்பகுதி இருசக்கர வாகனங்கட்கும் ஒதுக்கப்பட்டுள்ளன. நடப்போர்க்கு அங்கு இடமில்லை.

மறுஉற்பத்தி செய்யப்படும் சாதிய அதிகாரம்

அதிகார மையங்கள் மையத்தைத் தகர்க்காவண்ணம் அதிகாரத்தைத் தக்கவைத்துக் கொண்டு தொடர்ந்து மாறிமாறிச் செயல்படுத்தும் செயலை 'அதிகார மறு உற்பத்தி' எனலாம். வெளிப்பயன்பாட்டைக் கட்டமைத்துச் செயல்படுத்துவதன் மூலம் சாதிய அதிகாரத்தை மறு உற்பத்தி செய்ய முடியும்.

வேலையின் பொருட்டு அமைக்கப்பட்ட பணிக் களங்கள், வாழ்விடங்கள், கோவில்கள், இடு/சுடுகாடுகள் போன்றவையெல்லாம் அதிகாரத்தைத் தகர்க்காவண்ணம் அமைக்கப்பட்டுள்ளதால் அதிகார மறுஉற்பத்தி தொடர்ந்து நடைபெறுகிறது. எல்லாவகைச் சேவைக்கும் தொழிலுக்குமான வெளிப்பயன்பாட்டு எல்லைகள் தீர்மானிக்கப்பட்டுக் கண்காணிக்கப்படுகின்றன. சிலநேரங்களில் இறுக்கம் தளர்த்தப்பட்டுச் சொற்ப மீறலை நிகழ்த்த அனுமதி தரப்படு கின்றது. இவ்வகை மீறல்கள் அதிகார மையத் தேவையின் பொருட்டுத் தீவிர இறுக்கத்தைக் காக்கும் 'பாதுகாக்கும் அடைப்புகளாக' *(Safety valves)* அமைகின்றன.

அதிகார மையங்கள் அதிகாரத்தை நிலைநிறுத்தப் பலவகை உத்திகளைக் கைக்கொள்ளுகின்றன. சாதிய அதிகாரம் வெளிப் பிரிவினையைத் தக்க வைக்கும் பொருட்டு 'மண்டலமாக்கல்' *(Compartmentalization)*, 'ஆதிக்க வெளிகளுக்குள் தலித்துகளின் உடல் நுழைவை அனுமதித்தல்' என்ற இருவகை உத்திகளைப் பயன்படுத்துகிறது.

மண்டலமாக்கல்

அதிகாரமையம் வெளிகளைத் தனித்தனியே தடுத்து மண்டலங்களாகப் பிரிக்கிறது. தடுப்புப்பகுதி, நெருக்கத்தைத் தவிர்த்து அதிகாரத்தை மீட்டெடுக்கிறது. அலுவலகத்தில் மேலாளருக்கும் அலுவலர்களுக்குமான தடுப்புப்பகுதி, காவல்நிலையத்தில் காவலருக்கும் குற்றஞ்சாட்டப்பட்டவருக்கும் இடையிலான தடுப்புப்பகுதி, கல்லூரி, பள்ளியில் முதல்வருக்கும் ஆசிரியர்களுக்கும், ஆசிரியர்களுக்கும் மாணவர்களுக்கும் இடையிலான தடுப்புப் பகுதிகள், நிறுவனச் சமயக் கோயிலில் மூலவருக்கும் பரிவாரத் தெய்வங்களுக்கும் இடையிலான தடுப்புப்பகுதி போன்றவை அதிகாரப்பிரயோகத்தின் பொருட்டு அமைக்கப்படுபவையாகும். மண்டலமாக்கம், உள்மண்டலமாக்கத்தையும் கொண்டுள்ளது.

சாதிய அதிகாரத்தைப் பிரயோகிக்கும் பொருட்டு இருவேறு சாதியினர் வாழும் வெளிகளில் தடுப்புகளாக வெற்றுநிலமோ நீர்நிலையோ தெருவோ அமைகின்றன. இவ்வாறான வெளிப்பிரிவினைகள் சாதிய அதிகாரத்தை நிலைத்திருக்கச் செய்கின்றன. தடுப்புகள் அதிகாரத்தை நிலைநிறுத்த உதவுகின்றன. தனித்தனி வாழிடங்கள் என்ற மண்டலமாக்கல் நிகழ்ந்துள்ளது. தொழில், வருணம், சாதி என்ற காரணிகள் மனிதர்களின் குடியிருப்புகளைப் பிரிக்க உதவியுள்ளன. குறிப்பிட்ட மண்டலம் உயர்ந்தது. குறிப்பிட்ட

மண்டலம் இடைநிலைத் தன்மையுடையது என்ற கருத்துக்களும் இங்கு உருவாக்கப்பட்டு, மண்டலங்களுக்கு இடையிலான உறவுகளும் வரையறுக்கப்பட்டுவிடுகின்றன.

உள்மண்டலங்களில் அமையும் வீட்டின் வடிவமைப்பையும் சாதிய அதிகாரம் முடிவு செய்கிறது. குறிப்பிட்ட வடிவங்களில் குறிப்பிட்ட பொருட்களால் குறிப்பிட்ட இடங்களில் வீடுகள் அமையவேண்டும். இன்னவர் இத்தனை மாடிகளுடன் தான் வீடுகள் கட்ட வேண்டும் என்று கூறப்பட்டுள்ளன. "தாழ்த்தப்பட்டவர்கள் ஓட்டுவீடு கட்டுவது குற்றம். தாழ்வான அந்தஸ்தைக் காட்ட ஓலைக்குடிசையில் இருக்க வேண்டும்" (பி.ஆர். அம்பேத்கர். 1993: 43–44) எனக் கூறப்பட்டுள்ளதைக் காண முடிகிறது.

ஆதிக்க வெளிக்குள் தலித் உடல் நுழைவு

ஆதிக்க வெளிக்குள் தேவைப்படுகிற எல்லாவகைச் சேவைகளுக்கும் தலித் உடல் நுழைவு தேவையாகிறது. உடல் நுழைவை அனுமதிக்கும் அதே வேளையில் உடல் நுழைவுக்கான அனுமதி மறுப்பும் உள்ளது. ஆதிக்க வெளிக்குள் தலித் உடல் நுழைவு இருவகைகளில் அமைகின்றன. அவை உடல் நுழைவுக்கான முழுமறுப்பு, உடல் நுழைவுக்கான தளர்த்தப் பட்ட மறுப்பு என்பனவாம். தொழில் சேவைக்காக, மேலோர் வெளிகளில் தலித் உடல்கள் எவ்வகை ஆடைகளோடு உலவவேண்டும் என்ற கட்டுப்பாடு உள்ளது. "சாதி இந்துக்கள், தம் வெளிகளில் 'பலாய்' என்ற இனத்தவர் "தங்கச் சரிகைக்கரை போட்ட உடைகளை அணியக்கூடாது. அழகான ஆடைகளையோ ரவிக்கைகளையோ அணியக்கூடாது" (பி.ஆர். அம்பேத்கர், 1992:37) எனத் தடை விதித்துள்ளனர். "உயர்சாதியினர் போன்று நாடார்ப் பெண்கள் உடைகளணியக் கூடாது என 1859ஆம் ஆண்டு திருவிதாங்கூர் அரசாங்கம் ஆணை ஒன்றைப் பிறப்பித்தது" (இராபர்ட் ஹார்டுகிரேவ், 1982:103). தீட்டு அடிப்படையில் தலித் உடல்கள் ஆதிக்க வெளிகளுக்குள் அனுமதிக்கப்படாமையை யும் தொழிலின் பொருட்டுத் தளர்த்தப்பட்ட உடல் நுழைவை அனுமதித்தலையும் காணஇயலும்.

அகம் - புறம் என்ற வெளியமைவு

பண்டைய இலக்கியப் பனுவல்களில் இயற்கைச் சூழல் பாடலின் பின்புலமாக விளங்கியது. இயற்கையை அகமாகக் கொள்ளலாம். இயற்கையை அழித்தல் புறமாகும். இயற்கை தாய்வழிச் சமூகத்தோடு தொடர்புடையது. பெண்ணோடு இணைந்தது வளமை. வளமையை அழித்தல் இயற்கைக்கு

எதிரான புறமாகும். போர்கள் இயற்கையை அழிப்பவை. எனவே அவற்றை பெண்மைக்கு எதிராகக் கொள்ள முடியும். பட்டினப்பாலை, மதுரைக்காஞ்சி, பதிற்றுப்பத்து போன்ற பனுவல்களில் இத்தன்மையைக் காணமுடியும்.

பண்டைய இலக்கியத்தின் பெரும்பகுதி வைதிகம் சாராத பண்பைக் கொண்டுள்ளது; வைதிகத்துக்கு எதிர் நிலையிலான உலகாயதப் பண்பைப் பெற்றுள்ளது. மது, மாமிசம், மைதுனம், மீன், முத்ரா எனும் பஞ்ச மகரங்களுக்கு இடமளிக்கும் தாந்திரிக மரபு உலகாயதம் சார்ந்தது. உலகாயதம் வளமையோடும் புணர்ச்சியோடும் இணைந்தது. உலகாயதம் சார்ந்த வெளியமைவைப் பண்டைப் பனுவல்கள் காட்டுகின்றன.

ஆண்தெய்வ மரபுக்குப் பெரிதும் இடமளிக்காத தாய்த்தெய்வமரபு இனக்குழுச் சமூக நெறிமுறையாகும். அணங்கு எனும் பெண்ணாற்றல் பெண்மை வெளியை முதன்மைப்படுத்துகிறது. இனக்குழுச் சமூக அழிவிற்குப்பின் வேந்தர் எழுச்சியின்போது ‘பெருந்தெய்வ’ மரபு தோன்றுகிறது.

2

பட்டினப்பாலை: பெண்மை வெளியை அழித்த ஆண்வெளி

பட்டினப்பாலை, மதுரைக்காஞ்சி, முல்லைப்பாட்டு, நெடுநல்வாடை போன்றவை பெருமாடங்களுடன் நகரங்கள் வளர்ந்த கதையை நவில்கின்றன. மலைபடுகடாத்தில் சாத்திய அருங்கடிவாயில் அரண்மனையைப் புலவர் காட்டு கிறார். காவிரிப்பூம்பட்டினத்துப் பொன்வணிகனார் மகனார் நப்பூதனார் முல்லை பாட, கடியலூர் உருத்திரங்கண்ணனார் பட்டினம் பாடுகிறார். "இச்செய்யுளை யாத்த நல்லிசைப்புலவரின் நோக்கம் கரிகால் பெருவளத்தானின் வெற்றியைச் சிறப்பித்து ஓத வேண்டும் என்பதே" என்பார் பொ.வே. சோமசுந்தரனார். பனுவலில் ஆறு அடிகள் மட்டுமே அகத்தைக்கூற 295 அடிகள் புறத்தைக் கூறு கின்றன.

இனக்குழுக்களின் சரிவோடும் வணிக எழுச்சியோடும் பெருவேந்தர் எழுச்சியோடும் பட்டினப்பாலை முகிழ்க்கிறது. பிரம்மாண்டங் களுடன் பேரரசுகள் தோன்றுகின்றன; அரண்மனை கள், கல்லறைகள், தூண்கள், வளைவுகளுடன் நகரங்கள் எழுகின்றன.

நகர வெளி உருவாக்கம்

பத்துப்பாட்டுள் செம்பாகம் நகரப் பாட்டுகள்தாம். பேரரசுகளின் எழுச்சியை முன்

வைக்கும் பனுவலாகப் பட்டினப்பாலை விளங்குகிறது. இதைச் சீறூர்வெளி, நகரமாக மாறும் தளமாற்றமாகக் கொள்ளல் தகும். பலர்கூடி வாழும் செழுமையான சேரிகள், பாக்கங்கள், சிற்றூர்கள் அமுக்கப்பட்டு ஒளி பொருந்திய பெரிய அரண்மனைகள் மீது பனுவல் வெளிச்சம் காட்டுகிறது. பள்ளி, யாகசாலை, புறஞ்சேரி, கூரைக்குடிசை கொண்ட கடற்கரை முன்றில், நெடுங்கால் மாடங் கொண்ட காவிரிப் பகுதி, பண்டசாலை முற்றம், வெறியாடும் மகளிர் கொண்ட தெரு, தெய்வம் தொழும் புகார் முன்துறை, கள்ளுக்கடை கொண்ட செழுநகர், பல்லூர்ப் பண்டங்கள் குவிந்திருக்கும் அகன்ற தெரு, உழவரும் வணிகரும் உறையும் குடியிருப்புகள், புலம்பெயர் மாக்கள் உறையும் பட்டினம், கந்துடை அம்பலம், செழுநகர் பிறங்குநிலை அரண்மனை எனப் பல்வேறுபட்ட வெளிகளைப் பட்டினப்பாலையில் காணலாம். இவற்றுள் சில அழிக்கப்பட்டு உறையூரில் மாமன்னனின் கோவில் எழுகிறது.

குடிமக்கள், சமயக்கணக்கர், அரசுப்பணியாளர், வணிகர், புலவர், தெய்வஆற்றல் பெண்டிர் உறையும் பல்வகை வெளிகளைவிட நிறுவப்படப்போகும் வேந்தர் வெளியே இங்கு முதன்மை. குடிமக்கள், பெண்டிர் உறையும் பல்வகை வெளியெல்லாம் நிறுவப்பட்டு ஒற்றை அரச வெளியாகும் கதையைப் பட்டினப்பாலை பாடுகிறது. பழங்குடிவழி விடுத்து ஒற்றை மையம் ஏகுகிறது. பழங்குடிவெளிகள் *(Tribal spacec)* அழிக்கப்பட்டுப் பட்டினவெளி எழுகிறது. பன்மை விடுத்து ஒற்றைமையம் உருத்திரள்கிறது.

பெண்மை எனும் வளமை

தாய்வழிச் சமூகம் வளமையோடு தொடர்புடையது. வளமை பெண்மையோடு தொடர்புடையது. பெண்மை வழிபாட்டினைப் பட்டினப்பாலையில் காணமுடியும். தொல்காப்பியத்தில் இடம்பெறும்

கொடிநிலை கந்தழி வள்ளி என்ற
வடுநீங்கு சிறப்பின் முதலான மூன்றும்
கடவுள் வாழ்த்தொடு கண்ணிய வருமே (புறத். 27)

என்ற நூற்பா பெண்தெய்வ வழிபாட்டைக் குறிக்கிறது. "வள்ளி என்பது தண்கதிர் மண்டிலம். அது நீரின் தன்மையும் பெண் தன்மையும் உடையது" என்றும் "அமரர் என்னும் ஆண்பாற் சொல்லில் அடங்காத பெண்பாற் தெய்வமும் வள்ளி என்னும் கடவுள் வாழ்த்தினுட்படுவனவாயின"*(306)* என்கிறார் நச்சினார்க்கினியர். அமரர் கண் முடியும் அறுவகையானும்

(புறத்.21) என்ற நூற்பாவுக்கு நச்சினார்க்கினியர் எழுதும் குறிப்பில், 'அத் தேவருட் பெண்தெய்வம் கொடிநிலை கந்தழி என்புழி அடங்கும்' என்கிறார் (267).

தந்திர வழிபாடு

தொல்காப்பியர் குறிப்பிடும் வழிபாட்டு முறைகளான கொடிநிலை, கந்தழி, வள்ளி என்னும் மூன்றும் தந்திர வழிபாட்டுக்குரியன என்பதையும் அவை முறையே சிந்துவெளி அகழ்வாய்வில் கண்டெடுக்கப்பட்ட லதா சாதனம் (லதா= கொடி சாதனம்=நிலை), லிங்கம் பகயாகம் எனும் சகம்பர் (அறுவகைச் செல்வங்களை வழங்கும் தந்திரச் சடங்கு) எனவும் அடையாளம் காணப்பட்டுள்ளன என 15.04.1980 நாளிட்ட இந்து ஆங்கில நாளிதழ் குறிப்பிடுவதாகத் 'தொல்காப்பியம்' எனும் முகநூல் பதிவு குறிப்பிடுகிறது.

உலகாயதத் தத்துவத்தின் ஒருபகுதியான தாந்திரிகத்தில் "பொருட்செல்வமானது விவசாய நடவடிக்கைகளோடு இணைத்துக் காணப்பட்டது. இதற்கு ஆதாரம் அதில் பயன் படுத்தப்படும் மற்றொரு சொல்லான லதா என்பது. இதன் நேர்ப்பொருள் செடி அல்லது கொடியாகும். ஆனால், தாந்திரிகத்தில் இது பெண் பிறப்புறுப்பைக் குறிக்கும். தாந்திரிகத்தில் பெண்களது பிறப்புறுப்பை மையமாகக்கொண்டு இடம்பெறும் சடங்குக்கு அதிக முக்கியத்துவம் அளிக்கப்படு கிறது. இதற்குரிய வழக்கமான சொல் பகா என்பதாகும். தாந்திரிகத்திற்கே உரிய பரிபாஷையில் இது லதா என்று அழைக்கப்படுகிறது. லதா எனில் கொடி ஆகும். இதை மையமாகக் கொண்டு இடம்பெறும் சடங்கு பஹயாகம் என்று அழைக்கப்படுகிறது. அதாவது, பெண்ணின் பிறப்புறுப்பை மையமாகக் கொண்டு இடம்பெறும் சடங்காகும். இதற்கு லதா சாதனை என்ற பெயருமுண்டு. தாந்திரிக எந்திரங்களில் பெண்ணினது பிறப்புறுப்பு முக்கியத்துவம் பெறுகிறது. லதா என்பது கொடி வழிபாட்டோடு தொடர்புடையது" என்று சட்டோபாத்யாயா (2014:389) கூறுகிறார்.

பட்டினப்பாலையில் பலர் தொழும்கொடி (159–160) காட்டப்படுகிறது. இதைத் தெய்வத்திருக்கொடி என்கிறார் பொ.வே. சோமசுந்தரனார் (2008:64). மையறு சிறப்பின் தெய்வம் சேர்த்திய மலர்அணி வாயில் பலர் தொழுங்கொடி என்ற பட்டினப்பாலைத் தொடருக்கு 'இல்லுறை தெய்வம் மகிழ மலரணிந்த மனை வாசலில் கட்டினகொடிகளும்' என்று பொருள் தருகிறார் நச்சினார்க்கினியர் (உ.வே. சாமிநாதையர், 1974:547).

பட்டினப்பாலையில், ஆற்றுநீர் கொண்டுவந்த வெள்ளிய மணலை உடைய காட்டாற்றின் கரையில் நின்ற அழகு பொருந்திய கரும்பினது ஒள்ளிய பூவை ஒப்பச் சோறு உடைய கூடை, பண்ணியங்கள், வெள்ளிய அரிசிப் பலி தூவி, பாகு உகுத்து மெழுகிய நிலத்தின் மேல் வேலின் காம்பினைக் கால்களாக ஊன்றிய துகிற் கொடி காட்டப்பட்டுள்ளது. சோறு, பண்டம், அரிசி, தேன் படைத்துப் பலியிட்ட வழிபாட்டிற்கு உரிய மீனை வெட்டி இறைச்சியை அறுத்து முற்றத்தில் மணலைக் குவித்துப் பலரும் புகுமனை இடத்துப் பலி கொடுக்கப்படுகிறது. அவ்விடத்தில் கள் விற்கும் கொடி அமைகிறது. இவையெல்லாம் நகர் எல்லையில் நிகழ்கின்றன. இக்கொடிநிலை எல்லாம் பெண்தெய்வப்பாற்பட்டது. இது எளிய மனைவெளியில் நிகழும் பலி ஆகும். பலர் புகத் திறந்த பகுவாய் வாயிலிலும் புனல்தந்த கான்யாற்ற வெண்மணலிலும் அமையும் இவ்வெளி கட்டற்றது. கிடுகின்கீழ் அமையும் கொடிநிலையைக் கொண்டது. பெண்தெய்வம் சார்வெளி, மது, மச்சம் (மீன்), தானியம் பொலியும் வெளியாகும்.

மகளிர் வெளி

கொண்டிமகளிர் கந்துடைப் பொதியில் நந்தா விளக்கேற்றினர். கொண்டிமகளிர் என்பதற்குப் பகைவரால் பிடித்து வரப்பட்ட மகளிர் எனப் பொருள் கூறுகிறார் நச்சினார்க்கினியர். இது பொருந்தாது. கொண்டிமகளிர் ஊரார் நீருண்ணும் துறையில் நீராடுகின்றனர். அடிமைமகளிர் உண்ணுநீர்த் துறையில் குளிப்பதைச் சமூகம் அனுமதிக்காது. எனவே கொண்டிமகளிர் அடிமைமகளிராய் இருந்திருக்க இயலாது. ஆற்றல் நிறைந்த தெய்வ மகளிராவே அமைதல் வேண்டும். கந்தழி என்பது யோனி வழிபாடாகவோ மைதுன வழிபாடாகவோ இருந்திருக்கலாம். இது மேலாய்வுக்குரியது.

மதுரைக்காஞ்சியில் நிறைமதி நேரத்தில் இல்லவெளியை விட்டு வெளியே வரும் மகளிர் காட்டப்படுகின்றனர். நெடுநகரில் காதல் துணையைப் புணரும் மகளிர், கொழுங்குடிச்செல்வருடன் புணரும் ஆய் பொன் அவிர் தொடிப் பாசிழை மகளிர், வானவ மகளிரை ஒத்த கண்டோர் அஞ்சி நடுங்கும் கொண்டி மகளிர் உளர். இக்கொண்டிமகளிர் யாழோடு இசைந்து முழவின் முழக்கத்திற்கு ஏற்பக் கூத்தாடுதல் செய்து குவிந்த மணலில் ஆடி, குவளைமலர் எடுத்து மனையில் விளையாடுகின்றனர். இவர்களை வரைவின் மகளிர் எனக் கூறுதல் பொருந்தாது. இவர்களைத் தொடர்ந்து புதல்வரை ஈன்ற மகளிர், குளத்தில் நீராடுகின்றனர். முதற்சூல் கொண்ட மகளிர்

கைதொழுது பெருந்தோள்சாலினியை வணங்குகின்றனர். முருகன்இறங்கிய பெண்கள் குறிஞ்சிப்பூவைச் சூடி மன்றுதோறும் குரவையாடுகின்றனர்.

கொண்டிமகளிர், புனிற்றிளம்பெண்டிர், கடுஞ்சூல்மகளிர், வேலன் பொருட்டுக் குரவையாடும் மகளிர் எனத் தெய்வத் தன்மை பொருந்திய மகளிர் வரிசையாகச் (459–589) சுட்டப்படு கின்றனர். பட்டினப்பாலையிலும் சுறவின்கோடு நட்டு வணங்கும் பைந்தளிர் மகளிர், துணைபுணரும் மட மங்கையர், செவ்வேள் வெறியாடும் மகளிர், கொண்டி மகளிர் என்று மகளிர்வரிசையாகக் காட்டப்படுகின்றனர்.

அந்திக்காலத்தில் ஏற்றிய விளக்கினையும் மலர் அணிந்து, மெழுகிய இடத்தில் புதியவரும் வந்து தோன்றுவதற்குக் காரணமான தெய்வம் உறையும் அம்பலத்தில் நீர் உண்ணும் துறையில் நீராடி எழுந்த கொண்டிமகளிர் இருக்கின்றனர் (246–249). 'இழிவாகக் கருதப்படும் மகளிர் நீருண்ணும்துறையில் மூழ்கி எழ இயலாது. முற்கூறப்பட்ட மகளிர் ஆற்றலுடையவர்கள்' எனக் கூறுவதற்குக் காரணங்கள் உண்டு.

கொண்டி எனும் சொல்லுக்குத் தமிழ்ப் பேரகராதி மிகுதி, செருக்கு, அடங்காதவள் (தொகுதி II. 1143) என்று பொருள் தருகிறது. கொண்டித்தனம் என்பதற்கு அடங்காத்தன்மை என்றும் பொருள் தருகிறது. கொண்டி என்பதற்கு இலக்கிய இடுகையாக 'கொண்டி ஆயினவாறு என்றன் கோதையே' (தேவாரம் 710:7) என்ற திருநாவுக்கரசர் தேவார அடிகளைப் பேரகராதி தருகிறது. 'தேவர்கள் முதல்வனும் ஆகிய ஆரூர் வீதிவிடங்கன் (அவன் உலா வரும்போது) பன்முறை கண்டு அவனைக் காதலித்து அன்பே வடிவாய் நம் வயப்பட்டு ஒழுகாத கொண்டி (பட்டி) ஆயினவாறு' என்று பொருள் (Thevaram.org) அமையும் பாடலில் இத்தொடர் இடம்பெறுகின்றது. கொண்டி என்பதை விளக்க பட்டி என்ற சொல் கையாளப்பட்டுள்ளது. பட்டி என்றால் காவல் இல்லாதவள், கட்டற்ற என்று பொருள் அமைகிறது. கலித்தொகையில் சிறுமியர்சிற்றில் சிதைக்கும் சிறுபட்டியை இவண் பொருத்தலாம். அலைந்து திரியும் கட்டற்ற மாடுகளை அடைக்கும் இடத்தைப் பட்டி என்றும் கொண்டி என்றும் கூறும் வழக்கு உண்டு. கொண்டிமாடு என்பது கட்டுப்பாடற்ற மாடு. கொண்டி மகளிர் கட்டுப்பாடற்ற ஆற்றல் கொண்ட மகளிர் எனல் தகும்.

சூல்கொண்ட மகளிர், குரவை ஆடும் வெறியாடும் பெண்டிர்போல ஆதிக்கத்திற்குக் கட்டுப்படாமல் உள்ள கொண்டி மகளிர் தெய்வத் தன்மை உடையவர். மீயாற்றல்

கொண்டவராகக் கொண்டிமகளிர் விளங்கி இருத்தல் கூடும் அந்திப்பொழுதில் முதல் யாமத்தில் இரவும் பகலும் சந்திக்கிற கருக்கலில் அவர்கள் வருகின்றனர்.

பண்டைக் காலத்தில் இறையை வணங்குதற் பொருட்டு அது உறைந்திருக்கும் வெளியைப் பசுஞ்சாணத்தால் மெழுகுதல் உண்டு. 'பசு மெழுக்கின் ஊன்றிய கவி கிடுகின்' (அகநா. 166–167) என்ற தொடரைப் பட்டினப்பாலையில் காணலாம். பட்டினப்பாலை காட்டும் வழிபாட்டில் மெழுகிய தரையின் மேல் வேலின்காம்பினைக் கால்களாகக் கவித்த முறை உள்ளது. இங்குக் கால் ஊன்றிய கவிகிடுகு அமைந்த வெளியில் பசுஞ்சாணத்தால் மெழுகப்பட்ட செய்தி கூறப்பட்டுள்ளது. ஒழுகு பலி மறந்த மெழுகாப் புன் திணை என்று அமையும் அகநானூற்றுப் பாடல் (167:16) சுவரில் சித்திரமாக எழுதப்பட்ட அழகிய கடவுள் அவ்விடம்விட்டு நீங்கிச் சென்றமையால் அவ்விடம் பொலிவிழந்து காணப்பட்டது என்கிறது. மெழுகாத, பொலிவிழந்த திண்ணை இங்குக் காட்டப்படுகிறது. சுவரில் எழுதப்பட்ட கடவுள் ஓவியம் கொண்ட மெழுகப்படாத சிற்றில் சிதைவைக்கூறும் இப்பாடலில், மெழுகிக் கடவுளைத் தொழும் மரபைக்காண இயலுகிறது. பலரும் தொழுது செல்லும் கொண்டி மகளிர் நந்தா விளக்கேற்றும் அம்பலம் மலரணி மெழுக்கம் பெற்று விளங்குகிறது (பொ.வே. சோமசுந்தரனார் 2008:83). இறையாற்றலோடு தொடர்புடையவராகக் கொண்டி மகளிர் விளங்குகின்றனர்.

கொண்டி என்பதற்குப் பல பொருட்கள் உள. ஈட்டப் பட்ட என்ற பொருள் பட்டினப்பாலையிலே வழங்கப்படு கிறது. 'பல்பண்டம் பகர்ந்து வீசும் தொல்கொண்டித் துவன்று இருக்கை' என்பதற்குப் பொ. வே. சோமசுந்தரனார் பல்வேறு பண்டங்களையும் ஈட்டிய பொருள் நிறைந்த குடியிருப்பு' என்று 'ஈட்டப்பட்ட' (72) என்னும் பொருளையும் தருகிறார்.

கொண்டி மகளிர் எனும் மீயாற்றல் மகளிர்

தொல்காப்பியப் புறத்திணையியல் பாடாண் திணைப் பகுதியுள்

> கொடிநிலை கந்தழி வள்ளி என்ற
> வடுநீங்கு சிறப்பின் முதலன மூன்றும்
> கடவுள் வாழ்த்தொடு கண்ணிய வருமே (புறத்.27)

என்ற நூற்பா அமைகிறது. இந்நூற்பா கொடிநிலை என்பது கீழ்த்திசைக் கண்ணே தோன்றும் வெஞ்சுடர் மண்டலம், கந்தழி ஒரு பற்றுக் கோடின்றி அருவாகித் தானே நிற்குந்

தத்துவங் கடந்த பொருள், வள்ளி தண்கதிர் மண்டலம் என்ற வடு நீங்கு சிறப்பின் முதலன மூன்றும் என்ற பொருளை (ஆ. சிவலிங்கனார் (2015:221) நச்சினார்க்கினியர் தருகிறார். "வள்ளி என்பதுவுங் கொடியை; இனி அமரென்னும் ஆண்பாற் சொல்லுள் அடங்காத பெண்பாற்றெய்வமும் வள்ளியென்னும் கடவுள் வாழ்த்தினுட் படுவனவாயின. ஞாயிறு நெருப்பின்றன்மையும் ஆண்டன்மையும் உடைமையானும், திங்கள் நீரின்றன்மையும் பெண்டன்மையும் உடைமையானு மென்பது" (ஆ. சிவலிங்கனார் (2015;222–223) என்கிறார்.

இப்பகுதியுள் ஞாயிற்றை ஆண்தன்மையுள்ளும் திங்களைப் பெண்தன்மையுள்ளும் நச்சினார்க்கினியர் அடக்குகிறார். ஆண்பாற்சொல்லுள் அடங்காத பெண்பாற் தெய்வத்தை வள்ளி என்கிறார். மானிடரை "உற்பத்தி செய்யும் சக்தி படைத்த பெண்கள் ஆண்களின் உடல் அமைப்பில் இருந்து முற்றிலும் மாறுபட்டவர்கள். பூப்பு, மாதவிடாய்த் தீட்டுச் சார்ந்த விலக்கு இவை அனைத்தும் ஆண்கள் பெண்களிடம் நெருங்காமல் செய்கிறது. இவற்றோடு பெண்களின் கருவளம், அவர்களிடம் உளவியல் ரீதியாகச் சார்ந்துநிற்கும் ஆண்களின் நிலை ஆகிய வற்றால் பெண்கள் ஆண்மையச் சமூக அமைப்பிற்குள் அமைப்புசாரா ஆற்றலைக் கொண்டுள்ளனர்" எனப் பக்தவத்சல பாரதி (2019:238) குறிப்பிடுவார். கற்புடைப் பத்தினிப் பெண்கள் திருமணமான நிலையில் பேராற்றல் கொண்டவர்கள். இவர்கள் சீற்றமடைந்த கட்டுக்கடங்காத ஆற்றலை வெளிப்படுத்து வார்கள்; அழிக்கும் ஆற்றல் படைத்தவர்கள். பழந்தமிழர் வாழ்வில் இவர்களின் ஆற்றல் அணங்கு என்ற வகையில் வெளிப்பட்டது என்றும் கூறுவார். ஆற்றல் ஈட்டிய மீவியல் பெண்களே கொண்டிமகளிர் எனக் கருதல் வேண்டும்.

கொடிநிலை கந்தழி வள்ளி எனத் தொடங்கும் நூற்பாவுக்கு, நச்சினார்க்கினியர் எழுதும் குறிப்பில், அத் தேவருட் பெண்தெய்வம் கொடிநிலை கந்தழி என்புழி அடங்கும் என்கிறார் (க. வெள்ளை வாரணன். 1983:267). கொடிநிலை, கந்தழி, வள்ளி என்ற வரிசையில் அமையும் வள்ளி என்ற சொல் "வள்" என்ற சொல்லடியாகத் தோன்றியது. வள்ளல் தன்மை, வளமை, வளப்பம், என்பனவும் அத்தகையன. இது மண்ணோடும் நீரோடும் தொடர்புடையதைக் குறிக்கிறது. பழைய வளமைச் சடங்குகளை, நீர் சார்ந்த, பெண்மை சார்ந்த சடங்குகளை வள்ளி எனக் கொள்ளல் தகும். பொதுவாக இருமை எதிர்வுள் ஒளி, செயற்கை என்பன ஆண்தன்மையையும்; இருள், இயற்கை ஆகியன பெண் தன்மையையும் குறிப்பன. வள்ளி என்பது ஆண்பால் தன்மையுள் அடங்காத பெண்பாற் தெய்வம்

எனப்படுகிறது. பெண்தெய்வ மரபின் தொடர்ச்சியாக 'வள்ளி' அமைகிறது. அது நீரின் தன்மையுடையது. நீர் வளமையோடு தொடர்புடையது.

கொடிநிலை, கந்தழி, வள்ளி என்பதில் வரும் கந்தழி என்ற சொல்லோடு தொடர்புடையது 'கந்து என்பது. கந்து என்பதைத் தெய்வம் உறையும் தறி, சிவலிங்கம்' எனப் பொ.வே. சோமசுந்தரனார் (2008:84) கருதுகிறார். தெய்வத்தின் அருட்குறியாக நடப்பட்டவை அவை என்கிறார். கந்திற்பாவை என்பதற்குத் தமிழ்ப் பேரகராதி, 'புகார், காஞ்சி நகரக் கம்பங்களில் பிரதிமை வடிவாய் அமைந்த பெண் தெய்வம்' என மணிமேகலையை மேற்கோள் காட்டுகிறது (Tamil Lexicon 1982:719). பெண்குறியின் ஒரு பகுதியைக் கந்து என இழிவழக்காகக் குறிப்பிடல் உண்டு. கந்தில் உறையும் தெய்வம் கந்திற்பாவையாக மணிமேகலையில் அமைகிறது. இது முக்காலச் செய்தியையும் கேட்போர்க்குச் சொல்லும் இயல்புடையது. பேசுதல் பற்றி இது நாவுடைப்பாவை யென்றுஞ் சொல்லப்படும் (உ.வே. சாமிநாதையர் 2013:92). கொடிநிலை, கந்தழி, வள்ளி என்ற மூன்றும் பெண்தெய்வம் தொடர்பான வழக்கைக் குறித்தன எனக் கொள்ள இயலும்.

வளமைச் சடங்குகள்

பட்டினப்பாலையிலும் வளமைச்சடங்கு அமைகிறது. வள்ளி என்பதனை ஒரு வழிபாட்டு முறையாகத் தொல்காப்பியர் குறிப்பிடுகிறார். 'முருகு புணர்ந்து இயன்ற வள்ளி போல' (நற்றிணை. 82) என்பது சங்க இலக்கியத்தின் புகழ்பெற்ற வரிகளில் ஒன்று எனக் கூறுவார் தொ. பரமசிவம் (2012:34). வள்ளி, வள்ளை ஆகிய சொற்கள் கொடியைக் குறிக்கும் ஆதலின் வள்ளியும் ஒரு தாய்த்தெய்வமே. தாய்த்தெய்வமான கொற்றவையின் சிறுவனுக்கு ஒரு தாய்த்தெய்வத்தையே மனைவியாக்கியதில் வியப்பில்லை. வெண் முத்தைப் பவள உலக்கையால் இடித்துப் பாடுவது உரல் பாட்டு, உலக்கைப் பாட்டு எனப்பட்டது. இந்த உலக்கையிடி செழிப்பைக் குறிப்பதாகவும் குழந்தைப்பேற்றுக்காகவும் செய்யப்படுகிறது எனப் பி.எல். சாமி (2013:42) குறிப்பிடுகிறார். உரல், உலக்கை, உரலுக்குள் இடிபடும் வெண்முத்து ஆகியன வளமைசார் குறியீட்டுப் பொருள் உடையன.

பாவைநோன்பு

பாவைநோன்பு செழிப்புத்தெய்வ வழிபாடாகும். சங்ககாலத்தில் மகளிர் தங்கள் கையால் செய்தவற்றைப்

பொய்கைத்துறையில் போட்டனர் என்று அகநானூறு (181) கூறுகிறது. 'வல்லவல்லோன் தைஇய வரிபுனை பாவை முருகு இயன்றான் உரு வினையின்' என்று மதுரைக்காஞ்சி (723–724) கூறுகிறது. 'வல்லோனால் சித்திரத்தில் பின்னப்பட்டு எழுதிக் கை செய்த பாவை இடத்தே தெய்வத்தன்மை நிகழ்ந்தால் போன்று வடிவினை உடையதாய்' (421) என்று நச்சினார்க்கினியர் பொருள் கூறுகிறார். இந்தப் பாவைகளை மரத்தாலும் மண்ணாலும் கல்லாலும் செய்து கொடித்தேர்வீதியிலும் தேவர்கோட்டத்திலும் முதுமாவிடங்களிலும் முதுநீர்த்துறைகளிலும் பொதியிலும் மன்றங்களிலும் சுவர்களிலும் வகுப்பார் என மணிமேகலை (21:115–117, 120:127) கூறுவதைப் பி.எல். சாமி (2013:42) சுட்டுகிறார். பரதவர் வழிபாட்டில் பாவைசூழ்ந்தும் என்ற தொடர் இடம்பெறுகிறது. பட்டினப்பாலையில் பாவை எனும் பெண் தெய்வம் முதுநீர்த்துறையில் அமைகிறது. மேலும், தைத் திங்களில் மகளிர் தங்களுடைய இடையில் தழையைக்கட்டிக் கொம்பும் சங்கும் முழங்கப் பாவையோடு சென்றதை அகநானூறு (219) கூறுகிறது. தழையாடையும் பாவையும் வளமையைச் சுட்டுகிறது என்று பி.எல். சாமி (33) கூறுகிறார்.

பண்டைத் தமிழர் வாழ்வு இனக்குழுச் சமயச் சடங்காலானது. பண்டைச் சமயம் எனில் பழங்குடிச் சமயத்தைச் சுட்டும். இனக்குழுவியம், இயற்கை இயைபு போன்ற பண்புகள் செறிக்கப்பட்டுப் பேரரசு உருவாக்கம் நிகழ்ந்தது. வறுமை சார்ந்த இனக்குழு அழிப்போடு கோயில் எழுகிறது; குடி நிறுவப்படுகிறது; இயற்கை புறக்கணிக்கப்படுகிறது.

பலர் கூடும் பொது இடங்கள் பற்றிய பேச்சு ஒழிக்கப்பட்டு அரசனின் தனிவெளியான பிறங்கு நிலைமாடம் நிறுவப்படு கிறது என்பதைப் பட்டினப்பாலையில் காணலாம். சேர்ந்து வாழ்தல், பலர் கூடி நிற்றல், கலந்துறைதல் என்பன பன்மைத் தன்மை உடையன. தனித்தல், சிலர் கூடி நிற்றல், பிரிந்துறைதல் ஒற்றைத்தன்மை நோக்கி நகர்வன. பட்டினப்பாலையில் வரும் உருகெழு திறல்உயர்கோட்டம், வெண் கோயில், மலர்த் தலைமன்றம், மணல்முன்றில், நெடுங்கால் மாடம் விழவுஅறா ஆவணம் (தெரு), திரைமுன்துறை, ஊன் பொரிக்கும் ஒலிமுன்றில், பலர்புகுமனை, நனந்தலை மறுகு, வலைஞர்முன்றில், விலைஞர் குரம்பை, துவன்று இருக்கை, இனிது உறையும் பட்டினம், பலர் தொழும் கந்துடைப்பொதி, பேஎமுதிர் மன்றம், கொடுங்கால் மாடம் போன்றவை பட்டினப்பாலையின் முற்பகுதியில் விளக்கப்படுகின்றன. இவை பொதுவெளி சார்ந்தவை. இல்லம் சார்ந்தும் சமயம் சார்ந்தும் வாணிபம் சார்ந்தும் அமைவன.

பட்டினப்பாலையின் முற்பகுதி

பட்டினப்பாலையின் முற்பகுதியில் இடம்பெறும் விலங்குபகை அல்லாது கலங்குபகை அறியாப் பல்குடிச் செழும்பாக்கம், குறும்பல்லூர் கொண்ட சோழ நாடு பகையறியாதது. பல் குடிகள் வாழக்கூடிய செழுமையான நெய்தல் நிலத்து ஊர்களை உடையது. குளிர்ந்த கிணற்றைக் கொண்டது. கொழுங்கஞ்சி ஓடக்கூடிய பகுதியில் வெண்கோயில் உள்ளது. கடல் இறவின் சூடு தின்றும் வயலாமைப்புழுக்கு உண்டும் பூச்சூடி மலர்தலை மன்றத்துப் பலர் கூடியுள்ளனர். கையிலும் கலத்தினும் மெய்யுறத் தீண்டல் நிகழுகிறது. வலை உணங்கு மணல் முன்றில் பெண்கள் வெண் கூதாளப்பூ அணிந்த கோதையர் பனங்கள்ளருந்திப் பரதவரோடு ஆடுகின்றனர். மலரணி வாயில் பலர் தொழூங் கொடியும் உள்ளது. பொதுவில் பலி நிகழ்கின்றது.

இத்தகைய பட்டினத்தைப் பெரும்பாழ் செய்தும் அமையாத பாட்டுடைத்தலைவனைப் பாடும் பின்பகுதியில் பொதுமக்கள் புணர்ச்சி சுட்டப்படவில்லை. கழற்கால் சோழன் மட்டும் முற்று இழை மகளிர் முகிழ்முலையால் திளைக்கிறான் (பொ.வே. சோமசுந்தரனார் *2008:26*). ஆண் பெண் இணைவைப் பொதுவாகக் காட்டும் முற்பகுதியிலிருந்து வேறுபட்டுப் பெருவேந்தனின் புணர்ச்சியை முதன்மையானதாகப் பிற்பகுதி காட்டுகிறது. பெருவேந்தன் புணர்ச்சியே முதன்மையாகிறது. பாட்டுடைத் தலைவனிடம் முயங்குகின்ற மகளிர் என்ற பன்மைச்சொல் கூடுதல்பொருள் உடையது. ஆண் வயப்பட்ட ஒற்றை மையமுடைய காமம் முதன்மைப்படுத்தப் படுகிறது. போர் வெற்றிகண்ட வீரப் புருஷனின் காமத்தைப் புலவன் முதன்மையாகக் கருதுகிறான். மையத்திலிருந்து ஒற்றை மையம் நோக்கி நகரும் தருணமிது. முற்பகுதியில் மைந்தரைப் புணர்ந்த மகளிரும் பிற்பகுதியில் மகளிரைப் புணர்ந்த மைந்தனும் இடம்பெறுவது நோக்கமுடையது.

பன்மைவெளி

பட்டினப்பாலை பன்மை வெளியைக் காட்டுகிறது. வேறுவேறு மொழி பேசும் புலம்பெயர் மாக்கள் கலந்து இனிது உறையும் முட்டாச் சிறப்பிற் பட்டினம் முற்பகுதியில் உள்ளது. புதியவரும் பலரும் தொழும் கந்துடைப் பொதுவெளி பட்டினத்தில் காணக்கிடைக்கிறது. நெடுங்கால் மண்டபமானாலும் குடிசை ஆனாலும் உறைகிணற்றுப் புறஞ்சேரியானாலும் பெருஞ்சோற்று அட்டில் கொடுங்கால் மண்டபம் ஆனாலும்

பலர் கூடுவதாகவும் சமூக வயப்பட்டதாகவும் பன்மைத்தன்மை கொண்டதாகவும் அமைந்துள்ளன.

வேந்தர் எனும் ஒற்றைப் பெருவெளி

தடையற்ற இயக்கம் உடைய பொதுவெளிகள் அதிகாரப் பரவலாக்கத்துடன் இணைந்து செல்லும் தன்மையன. பாக்கமும் பட்டினமும் அடிப்படையில் வேறானவை. ஆயின் பட்டினப்பாலையின் விவரிப்பில் இழிவுக்குறிப்பு இல்லை. பலர்புகு மனைகளாக அவை உள்ளன. காவல் மிக்கதாகப் பண்டகசாலை உள்ளது. காடு எனும் இயல்புவெளி நாடு எனும் பண்பாட்டு வெளியாகப் பின்னர் மாற்றம் பெறுகிறது. குளம் வெட்டி வளம் பெறுகிறது .

ஆங்கண் பலர் கூடிய பொது வழிகளையும் கந்துடைப்பொதியையும் பெருஞ்சோற்று அட்டில் உடைய கொடுங்கால் மாடங்களையும் விடுத்து அம்புக்கட்டுளை உடைய ஞாயிலும் பொன்னொளி மின்னும் எயிலும் எழுகின்றன. இங்கு மக்கள் புழங்கக் காணோம். ஆட்டோடு புள் விளையாடவும் பறழ்பன்றி பல்கோழி திரியவும் காணோம். ஆங்கு அரிமா அன்ன வேந்தன், பொற்றொடிப்புதல்வர், முகிழ்முலை மகளிரே உளர். கொடுவரிக் குருளையான மன்னன் மார்பின் செஞ்சாந்து சிதைவதற்கே மகளிரும் வாரிசுக்காகப் புதல்வரும் அமைகின்றனர். ஒற்றை மனிதர்நோக்கி வரலாறு கவியும் கொடிய தருணத்தைப் பட்டினப்பாலை வியந்து நிற்கிறது.

அரண் மிகுந்த பிற மனிதர் வாழாத ஒற்றைப்பெருவெளி உருவாக்கப்படுகிறது. ஒற்றைப் பெருவெளியின் நீட்சியாகவே பிற்காலக் கற்றளிகள் தோன்றின. அரசு உருவாக்கத்தில் தனிவெளி உருவாக்கம் முதன்மையானது. சிலரின் உட் புகுகையை அனுமதிக்கும் பெருங்கோயில்வெளி போலவே வேந்தன்வெளியும் கட்டமைக்கப்படுகிறது. அவ்வெளியில் எதுவும் முளைப்பதில்லை. புதல்வர்களைத் தவிர விளைவு இல்லாத வெளி. வேளாண்மை விடுத்த போர்வெளி. பெண்வெளியை முடக்கிய ஆண்மைவெளி. பெரும் வளாகமெங்கும் ஒருவனின் ஆணைக்கொடி பறக்கிறது. அரசவை உயர்நடுவெளியில் கோல்கொண்ட வேந்தன் எழுந்தருள்கிறான். மன்னனுக்குரிய கோலும் வாளும் எதன் குறியீடு என விளக்க வேண்டியதில்லை. மனிதப்புழக்கத்தைக் கட்டுக்குள் கொண்ட மனை பலர் புகத் திறந்த பகுவாய் வாயில் அன்று. அன்னம் பாலிக்கும் பெண்வெளி யின் தொடர்பை அறுத்த ஆண்வெளி உருவாக்கத்தைப் பட்டினப்பாலை முன்மொழிகிறது.

உலகாயதக் கூறுகளைப் பட்டினப்பாலையில் காண இயலும். உலகாயதம் இவ்வுலக வாழ்வை முன்னிறுத்துவது; இன்பத்தை வலியுறுத்துவது. பரலோகம், ஆன்மா, தெய்வம் போன்ற சொற்களை மறுப்பது. உலகாயதத்தின் ஒருகூறு தாந்திரிகம் ஆகும். தாந்திரிகம் பெண்மை வழிபாட்டோடு தொடர்புடைய சடங்குகளைக் கொண்டது.

பஞ்சமகரங்கள்

தாந்திரிகச் சடங்குகள் பஞ்சமகரங்கள் என்று அழைக்கப் படுகின்றன. அவை மத்திஸ்யா (மது), மாமிசம், மைதுனம், முத்ரா (வறுத்த தானியங்கள்) மத்ஸ்ய (மீன்). இவற்றில் முதல் மூன்றும் முக்கியமானவை. இங்குத் தாந்திரிகத்தை உலகாயதமாகக் காணவேண்டும் என்ற குணரத்னா கூற்றைச் சட்டோபாத்தியாயா(2014:91) உலகாயதம் என்ற நூலில் கூறுகிறார். மேலும் அவர் மந்திரச்சக்தி வளர்ப்பதாகவும் நல்ல விளைச்சலை அளிப்பதாகவும் மது கருதப்பட்டது. தொல்பழங்காலச் சிந்தனையில் ரத்தத்தைப் போல மதுவும் உயிர் கொடுக்கும் காரணியாக விளங்கியது. மரணத்தை வெல்லுவதற்காகவும் குழந்தைப்பேற்றை உறுதி செய்வதற்கா கவும் மது பயன்படுத்தப்படுகிறது (சட்டோபாத்தியாயா 2014:411) என்றும் கூறுகிறார்.

இந்தியப் பண்பாட்டில் இரண்டு அடிப்படையான போக்குகள் உண்டு. அவை வேதநெறி, வேதமல்லாத நெறி என்பன. வேதமல்லாத நெறியில் தாந்திரிகம் முக்கியமான ஒன்றாகும். தொடக்கக் காலத்தில் தாந்திரிகமானது நிலச்செழிப்பைப் பெறுவதற்காக நிகழ்த்தப்படும் தாய்த்தெய்வ வழிபாட்டினை யும் மந்திரச் சடங்குகளையும் கொண்டிருந்தது. தாந்திரிகத்தில் மதுவும் பெண் தெய்வமும் பெறுவது போல மதுக்கொடையில் மதுவும் அம்மன்களும் முக்கியத்துவம் பெறுகின்றனர். தாந்திரிக வழிபாட்டின் முந்தைய வடிவமாக *(proto tantric cult)* மதுக்கொடை அமைந்ததைக் காண்கிறோம் என்கிறார் ஆ. சிவசுப்பிரமணியன் (2010:133).

மதுக்கொடை என்பது செழிப்புச் சடங்காகும். கிராமத்தில் மழை பெய்து பயிர் செழிக்கவும் நோய் நொடி இன்றி இருக்கவும் மதுக்கொடை நிகழ்த்துகின்றனர். நெல்லை மாவட்ட அம்மன் கோவில் கொடையில் (திருவிழாவில்) மதுவைப் படைத்து உண்ணல் முக்கிய நிகழ்வென, ஆ. சிவசுப்பிரமணியன் (2010:133) நிறுவுகிறார்.

புணர்ச்சிக் குறிப்புகள்

பட்டினப்பாலை காட்டும் வழிபாட்டிலும் மைதுனத்தில் மது பயன்படுவதைக் காணமுடியும். குறுங்கூரை கொண்ட வீட்டின் முற்றத்தில் குளிர்ந்த பூக்களைச் சூடிய கோதையர் சினைச்சுறாவின் கோட்டை நட்டுப் பனங்கள் அருந்தி முழு நிலா நாளில் கடல் ஆடியும் பாடியும் உண்டு மகிழ்ந்தும் அகலாக் காதலொடு பரதவரோடு பகலைக் கழிக்கின்றனர். பொய்யா மரபிற் பூமலிப் பெருந்துறையில் துணையைப் புணர்ந்த மடமங்கையர் பட்டு நீக்கித் துகில் உடுத்தி மட்டு(கள்) நீக்கி மது அருந்தி மகிழ்கின்றனர்.

தோற்பரிசையை நிரல்பட வைத்து வேலை ஊன்றிச் செய்த நடுகல்லின் அரண் போல நெடுந்தூண்டிற்கோலைச் சார்த்திய குறுங்கூரையினை உடைய குடியிருப்பின் நடுவில் வலையுணங்கும் மணல்முற்றத்தில் தாழையின் அடியில் நின்ற வெண்டாளியின் குளிர்ந்த மலரால் புனைந்த மாலை யினையுடையோராய்ச் சினையுடைய சுறா மீனின் கொம்பை நட்டுத் தம்மனையிடத்துச் சேர்ந்த வலியதெய்வத்துக்கு வழிபாடு செய்கின்றனர். தாழைமலர் சூடி நிறைதிங்கள் நாளில் பனங்கள் அருந்தி ஆடுகின்றனர். புனல்படிதல் கடலாடல் என்பன புணர்ச்சிக் குறிப்புகள். தாய்முலை தழுவிய குழவி, மாமலை அணைந்த மேகம், ஆற்றுநீர் கடலோடு கலத்தல் என வரும் செய்திகள்(பட்டினப்பாலை 79–116) வளமைக்குறிப்புகள் ஆகும்.

சினையை உடைய சுறாமீனைத் தேர்ந்தெடுத்து வழிபடுவது வளமை நம்பிக்கை. சினை என்பது விருத்தி அல்லது செழுமையின் அடையாளம். கடலில் மீன்வளம் பெருக வேண்டும் என்பதற்காகச் சினைச்சுறாவின் கோட்டை வழிபட்டனர். இது வளமை வழிபாடாகும் என்கிறார் ஆ. தனஞ்செயன் (2012:192).

ஆண்–பெண் புணர்ச்சியைக் கெட்டவார்த்தை ஆக்கிவிட்ட மனத்தால் பட்டினப்பாலையையும் உலகாயதம் சார்ந்த தாந்திரிகத்தையும் புரிந்து கொள்வது கடினம். செழிப்பு, விளைச்சல், கருவளம் உலகப்பெருக்கம் சார்ந்து அமையும் புணர்ச்சிக் குறிப்புகள் பற்றிப் பேசுவது ஒழுக்க மனசுக்குத் தொந்தரவு தரும்.

கருப்பஞ்சாறு காய்தலால் குயில் இரும்பெடையோடு இடம்பெயர்கிறது. நெய்தல்நிலக் கடற்கரையில் சினைச் சுறாக்கோடு நட்டுத் தழையாடை உடுத்தி மது உண்ட மகளிர் காதலோடு விளையாடிக் கடும்புனல் படிந்து பெறற்கரிய துறக்கத்தைக் காண்கிறார்கள். பரிபாடலில் வையைப் புதுப்புனலில்

நீராடும் புணர்ச்சிக் குறிப்புகள் இவண் ஒப்பிடத்தக்கன. தெளிந்த ஆற்றுநீர் கடலோடு கலக்கிறது என்ற அடியும் குறிக்கத்தக்கது.

துணைப்புணர்ந்த மட மங்கையர் மட்டு நீக்கி மது அருந்தி மகிழ்கிறார்கள். மைந்தர் மாலையை மகளிர் சூடவும் மகளிர் மாலையை மைந்தர் சூடவுமான புணர்ச்சி காட்டப்படுகிறது. வெண்ணிலவின் நலன்துய்த்துக் காவிரி மணலில் கண் வளர்கிறார்கள் *(16–117)*. வரலாற்றுக்கு முந்தைய காலத்தில் "சக்தி" வீரியம் ஆகியவற்றிற்கு அடையாளமாகவே மீனைக் கருதினர். நாடு செழிப்படைய சங்கொடு நண்டு இறால் மீன் ஆகியவைகளை வைகையாற்று நீரில் போட்டு 'விளைக பொலிக' என்று மக்கள் கூறினர். அப்ரோடைட் என்ற தாய்த் தெய்வம் மீன் உருவினளாகவும் செழிப்புத் தெய்வமாகவும் கருதப் பட்டாள். மீனாட்சித்தெய்வத்தைப் பற்றிக் கூறும் தத்துவார்த்த கதையிலும் செழிப்புத்தெய்வக் கருத்தைக் காணலாம்" என்கிறார் பி.எல். சாமி *(2011:26–27)*.

பஞ்ச மகரங்களில் மீனும் ஒன்று

தாந்திரிகம் குறிப்பிடும் பஞ்ச மகரங்களில் மச்சம் எனப்படும் மீன் முதன்மையானது. பட்டினப்பாலைக் கடற்கரைப் பரதவர் சுறாமீன் கோடு (முள்) நட்டு வழிபடுகின்றனர். புறஞ்சேரிமக்கள் கடல் இறால் உண்கின்றனர். பலிப்புதவில் மீன் அறுத்துப் பொரித்தல் நிகழுகிறது. வலைஞர் முன்றில் மீன் பிறழும் என்பதோடு விலைஞர் குரம்பை மா ஈண்டும் என்ற பகுதியைக் கொலை கடிந்தும் களவு நீக்கியும் என்ற அடியோடு இணைத்துப் பிற்கால உரையாசிரியர் பொருள் காண்கின்றனர். "ஆண்டு வாழும் வேளாளர், தாமும் கொல்லாமை மேற்கொண்டொழுகி மேலும் கொல்லுந் தொழிலுடையார்க்கும் (பரதவர்க்கு) நெல் முதலிய நல்லுணவு அளித்து அறிவு கொளுத்தியதால் மீனைக் கொல்லாததால் மீன்கள் பெருகி வலைஞர் முன்றில் முன் பெருகின" என்று பொ.வே. சோமசுந்தரனார் *(2008:70)* கருதுகிறார்.

வலைஞரும் மீன் விற்போரும் கொல்லாமை மேற்கொண்டொழுகுவோராய் விட்டமையால் அவர் முன்றிலிலும் குடிலிலும் முறையே அஞ்சாது மீன் பிறழ்வனவும் விலங்குகள் அஞ்சாது திரள்வனவும் ஆயின என்கிறார் பொ.வே. சோமசுந்தரனார் *(2008:70)*. வலைஞர் மீனைக் கொல்லாது விட்டதற்குக் காரணமாக அங்கு வாழும் வேளாளரைச் சுட்டுகிறார் பெருமழைப் புலவர். மீனைக் கொல்லாதுவிடுத்துப் பரதவரை வேளாளர் மேம்படுத்துகின்றனர் என்பது புலவர் எண்ணம் என்கிறார். ஆயின் பனுவலின் முற்பகுதியில் மீன்

தசையினையும், இறைச்சியினையும் கள்ளுக்கு வெஞ்சனமாகப் பரதவர் பொரித்தனர் (பொ.வே. சோமசுந்தரனார் 2008:66) என்றும் கூறுகிறார். நச்சினார்க்கினியர் மீன் பொரிப்பதை இயல்பாகக் கொள்கிறார். மீன் அறுத்துப் பின் இறைச்சியையும் அறுத்து அவ்விரண்டு தசையினையும் பொரிக்கும் ஆராவாரத்தையுடைய முற்றத்தைத் தம் உரையில் (உ.வே. சாமிநாதையர் 549:1974) காட்டுகிறார். கொலை கடியப்பட்டதால் மீனவர் முன்றில்முன் மீனும் விலைஞர்குடிசை முன் விலங்கு களும் பெருகின என்று உரை எழுதுதல் பொருந்தாது. இது மீன்வளங்குறித்தது (176–199).

மீனை அறுத்து இறைச்சியை வெட்டி மணல் முற்றத்தில் மலர் சிதறுகின்றனர். பலர் புகுமனையான கள்விற்கும் இடத்தில் பலி இட்டு வணங்குகின்றனர். கள்விற்கும்கொடி பறக்கிறது. வல்லணங்கை வணங்கும்போது மதுவருந்துதல் மகளிர்க்கும் மைந்தர்க்கும் பொதுவாக இருந்திருக்கின்றது. மணல் முற்றத்தில் மலர் சிதறிப் பலியிடப்படும் மனையில் கள் விற்கப்படுகிறது. புணர்ச்சியின் போது மது அருந்துகின்றனர். இது தாந்ரீக மரபு. நிகழ்கால மது அருந்துதல் பற்றிய ஒழுக்கப்பார்வையைத் தவிர்த்து அணுகவேண்டிய பகுதியாக இது அமைகிறது. செழிப்பு, வளமை, கருவளத்தோடு இது இணைக்கப்பட்டுள்ளது.

மீன் வளப் பெருக்கம்

மீன்வளப் பெருக்கம் பற்றிய குறிப்புகள் பண்டைய இலக்கியங்களில் மிகுதி. மச்சக்காவடி மீன்வளம் குறித்தது. பண்டைச்சமூகம் மீன் உண்ணலையும் கள்ளருந்தலையும் கடியவில்லை. பண்டைத்தமிழரை நடப்புத் தூயத் தமிழராகக் காட்டுதல் பொருத்தமற்றது. பட்டினப்பாலையில் இடம்பெறும் ‘அமரர் பேணியும் ஆவுதி அருத்தியும் நல்லானோடு பகடு ஓம்பியும்’ என்ற அடிகளுக்குப் பசுவை யாகத்திற்கு ஓம்பியும் என்று நச்சினார்க்கினியர் (உ.வே. சாமிநாதையர் 1974:200–201) உரை காண்கிறார்.

முன்றில் முன் மீன் பிறழும் என்பதை வளமையாகக் கொள்ளல் பொருந்தும். வாலரிசி, தண்பண்ணியம் போன்றவை தானியங்களைச் சுட்டும். மைதுனம், மது, மாமிசம், மச்சம், முத்திரா என்ற ஐவகைக்கூறுகளையும் பட்டினப்பாலையில் காண இயலுகிறது. மேலும், உணவு அளித்தல் என்ற செயல்பாடு உயிரை அளிப்பது ஆகும். மகளிர் காக்கும் உணா, நெல்லொடு வந்த படகு, கொழுங் கஞ்சி, கடல் இறவின் சூடு, வயலாமைப் புழுக்கு, மது, அளந்து அறியாப் பலபண்டம், மதி நிறைந்த

மலி பண்டம், கூழ்உடைக் கொழுமஞ்சிகை, தாழுடை தண்பண்ணியம், பொரித்த மீன் இறைச்சி போன்றவை உயிர் வளர்க்கும் உணவே ஆகும்.

உணவும் உடலும்

கருப்பொருட்பட்டியலில் தெய்வத்திற்குப் பின் உரைக்கப்படும் கருப்பொருள் உணாவே ஆகும். உணவு சமயத்தோடும் இல்லத்தொடும் சமூகத்தோடும் இயைந்தது. சோற்றை அழித்தல் என்பது புறச் செயல்பாடாகவே இருக்கிறது. விருந்தினர் உண்டு மகிழும் பெருஞ்சோற்று அட்டிலைத் தகர்ப்பதும் தானியச்சேகரிப்புகளை நிர்மூலமாக்கி வறுங்கூடாக்குவதும் செழிப்பிற்குக் காரணமான நீர்நிலைகளை அறச்செய்தும் பெரும்பாழ் செய்தலுமாகிய நிகழ்வுகள் (பொ.வே. சோமசுந்தரனார்: 255-267), உயிர் வாழ்க்கைக்கு எதிரானவை ஆகும். உணவு அகத்தை வளர்க்கும். உணவின்மை உயிரை அழிக்கும். வளமைஅகம். வறள் புறம். தமிழர் உலக நோக்கின் முதற் பொருளாக உலகம் அமைகிறது.

நீரின்றமையா யாக்கைக்கு எல்லாம்
உண்டி கொடுத்தோர் உயிர் கொடுத்தோரே
உண்டி முதற்றே உணவின் பிண்டம்
உணவெனப்படுவது நிலத்தொடு நீரே
நீரும் நிலனும் புணரியோர் ஈண்டு
உடம்பும் உயிரும் படைத்திசினோரே   (புறநா.18:19-24)

என்பதில் நீருக்கும் நிலத்துக்கும் உயிருக்கும் உடலுக்கும் உள்ள தொடர்பு நிறுவப்படுகிறது. நீர், நிலம் என்பது முறையே உயிரையும் உடலையும் குறிப்பன. உண்டி என்பது கருப்பொருள். உண்டியே உயிருக்குக் காரணமாக அமைகிறது. எனவே கருப்பொருள் அழிப்பு என்பது உயிர் அழிப்பாகும். நீரையும் நிலத்தையும் அழிப்பது உடலையும் உயிரையும் அழிப்பது ஆகும்; போகத்தை அழிப்பதாகும். போகத்தை அழிப்பது அகத்தை அழிப்பதாகும். அகத்தை அழித்துப் புறத்தை நிறுவுவது அதிகாரத்தை நிறுவுதலாகும். அதிகாரத்துக்காகக் கருப்பொருளையும் முதற்பொருளையும் அழிப்பது நடப்புச் சூழலோடு பொருந்துவது ஆகும். திணைக்கோட்பாட்டைக் காப்பது நிலங்காத்தலாகும்.

ஒவ்வொரு நிலத்திற்கும் ஒரு தெய்வம் குறிப்பிடப்பட்டுள்ளது. ஆயின் "அந்தத் தெய்வங்கள் உலகைப் படைத்ததாகவும் மக்களைக் காப்பதாகவும் சொல்லப்படவில்லை. திணைக் கோட்பாடு வழங்கும் ஐவகை நிலங்களை ஐவகை உலகங்கள்

என்றே தொல்காப்பியம் பெயரிட்டுள்ளது. நிலம்சார்ந்த பன்மியப் பார்வை அதனுள் அமைந்துள்ளது. வேறுபாடுகளைத் துல்லியப்படுத்தும் அக்கறை உள்ளது. எல்லாவற்றையும் ஒன்றாக்கவேண்டும் என்ற மொக்கையான அவசரமில்லை. திணைக்கோட்பாடு தரும் சித்திரத்தைப் புவியியல் இயல்புவாதம் என்று குறிப்பிடலாம். நிலத்தில் தொடங்கி உயிரினங்கள், உணவு, உற்பத்தி, பண்பாடு, தெய்வம் என வளரும் அதனை ஓர் இயற்கைசார் மெய்யியல் எனலாம். ஆயின் வடக்கில் பேசப்பட்ட சார்வாகம், உலகாயதம் போன்ற தத்துவங்களுக்கு அணுக்கமாக இது உள்ளது. அகமரபு என்பது இயற்கை, மரபு, நிலம், பொழுது ஆகியவை சார்ந்த நிகழ்வுகள், அகத்திணை மரபுகள் பெண்பாத்திரங்கள் வழியாகத் தொடர்புபடுத்தப்படு கின்றன" (ந. முத்துமோகன் 2016:232) என்ற மேற்கோள் இக்கட்டுரையின் ஊடுபாவு ஆகும்.

உயிர் ததும்பும் வெளி

பட்டினப்பாலையின் முற்பகுதியை அகமென்றும் பிற்பகுதியைப் புறமென்றும் கொள்ளலாம். அகம் உயிரோடும் உயிர்ப்போடும் தொடர்புடைது. புறம் அழிவோடும் உயிர் இழப்போடும் தொடர்புடையது. முன்னது இன்பம், பின்னது துன்பம். அகம் பெண்சார்ந்தது, புறம் ஆண்சார்ந்தது. அகத்திணை இன்பத்தையும் புறத்திணை ஒழிந்த மூன்றுபொருளையும் உணர்த்தும் எனும் நச்சினார்க்கினியர் "அகம் பற்றிய சொல்லுக்கு ஒத்த அன்பான் ஒருவனும் ஒருத்தியுங் கூடுகின்ற காலத்துப் பிறந்த பேரின்பம். அக்கூட்டத்தின் பின்னர் அவ்விருவரும் ஒருவருக்கொருவர் தத்தமக்குப் புலனாக இவ்வாறிருந்ததெனக் கூறப்படாததாய் யாண்டும் உள்ளத்துணர்வே நுகர்ந்த இன்பமுறுவதோர் பொருளாதலின் அதனை அகம் என்றார். எனவே அகத்தயே நிகழுகின்ற இன்பத்துக்கு அகமென்றது ஓர் ஆகுபெயராம்" என்றார் (வெள்ளைவாரணன் 1983:21).

இன்பத்திற்குப் புறம்பான அழி செயல்களைப் புறம் எனலாம். அகத்திணையியலுக்கு உரை எழுதும் இளம்பூரணர், அகப்பொருளாவது "போகனுகர்ச்சியாகலான் அதனான் ஆய பயன்தானே அறிதலின் அகம் என்றார்" என்கிறார் (5). ஐம்புலன் இன்பனுகர்ச்சியே இன்பம். பயிர் விளைச்சலை இருபோகம் முப்போகம் எனக்கூறுவர். விளைச்சலும் போகமும் அகம். கருப்பொருள் வழியாகவே போகமும் புலனுகர்ச்சியும் நடக்கின்றன. கருப்பொருள் அழிவு போகஅழிவுதான். பட்டினப் பாலையில் இடம்பெறும் உணங்கு உணா காக்கும் மகளிர், கொழுங்குடிப் படப்பை, தண்டலைப்பொய்கை, நீர்

வளத்தோடும் தொடர்புடையவர். புழுக்கிய ஆமை, பனங்கள், தண் பண்ணியங்கள், கூழுடைக்கொழு மஞ்சிகை, குவளை கரும்பு, நெய்தல் வளமைத் தொடர்புடையவை. கூரைக்குடிசை வெளி, புறஞ்சேரிவெளி, பட்டினவெளிகளில் உயிராற்றல் ததும்பும் கருப்பொருள்கள் உள. ஆயின் பிறங்கு நிலை உறந்தை மாநகரில் கருப்பொருட்குறிப்புகளே இல்லை. முற்பகுதியில் முதுவைக்கோடியர் முழவொடு பாடிய தீம்பாடலுக்கு மாறாகப் பிற்பகுதியில் பேய்க்கண் அன்ன பிளிறுகண் முரசம் எழுகிறது.

அகம்/புறம் என்ற பிரிவினைகள் "தமிழ்ச்சமூகத்தில் பெண்ணின்வெளி, ஆணின்வெளி என்ற இரண்டு சமூகப் பிரதேசங்கள் *(social spaces)* உண்டாகிய வரலாற்றை எடுத்துக் கூறுகின்றன. புறம் ஆண்வெளி ஆவதோடு போர், பொருள், அதிகாரம் ஆகியவை சார்ந்த வெளியாகிறது. புறம் என்பது தமிழ் மண்ணில் அரசு உருவாக்கத்தையும் அகம் என்பது குடும்பம் உருவானதைப் பற்றிய செய்திகளையும் கொண்டுள்ளன" என்று ந. முத்துமோகன் *(2016:297–298)* கூறுகிறார்.

பல்வகை மக்கள்

பட்டினப்பாலையில் சமூக உருவாக்கமும் அரசுருவாக்கமும் அமைகின்றன. கனங்குழை அணிந்த மகளிர் உலர்ந்த உணாவைக் காக்கின்றனர். பொற்கால் புதல்வர் வண்டி உருட்டித் திரிகின்றனர். செழும்பாக்கத்தில் வாழும் குடிகள், ஆமை புழுக்குண்டும் புனலாம்பல் சூடியும் வாழ்கின்றனர். பிணர்ப் பெண்ணைக்கள் மாந்திப் பரதவர் வாழ்கின்றனர். பைந்தழை மகளிர் உண்டு கழிக்கின்றனர். மீன்வளம் பெருக வளமைச்சடங்கு செய்கின்றனர். பொருள் காக்கும் இசைத் தொழில் மாக்கள் பண்டசாலை முன்றிலில் பணிபுரிகின்றனர். வெறியாட்டு மகளிர், மென்சாயல் பெண்டிர், தொல்ஆணை நல்லாசிரியர், நசை உழவர், பல் பண்டம் பகர்ந்துவீசும் வணிகர் என்ற பல்குடிகளின் வாழ்வு வளம்பெறுகிறது.

பாட்டுடைத் தலைவன்

கூட்டில் வளர்ந்த புலிக்குருளை அன்ன பாட்டுடைத் தலைவன் (பட்டினப்பாலை: 221–225) சிறையிலிருந்து வெளியேறியவுடன் வாள் கழிப்பதை முதல் வேலையாகக் கொள்கிறான். மரம் கழிப்பது மக்கள் பணி. மக்களைக் கழிப்பது மகேசன் பணி. யானை மருப்பால் முடியுடைத் தலையை அவன் புரட்டுகிறான். மறவர் வீழ்கின்றனர். அகல் நல் வானத்தில் பிணம் தின்னப் பருந்து பறக்கிறது. பேய்க்கண் அன்ன முரசம்

பிளிறுகிறது. கொடுங்கால் மண்டபப் பெருஞ்சோற்று அட்டில் சரிகிறது. தானியக்குலுக்கைகள் வெறும் கூடாகின்றன. பெரும்பாழ் செய்கிறான் தண்ணிய கோல் வேந்தன். ஒளியர், அருவாளர், வடவர், குடவர், தென்னவர், இருங்கோவேள் குடிகள் ஒழிகின்றன. மருத நிலக்குடிகளை அடியோடு பெயர்க்கிறான்.

வேந்து வெளி உருவாக்கம்

முல்லைநிலக் குடிகளின் சந்ததிகளையும் இல்லாமல் ஆக்குகிறான் பட்டினப்பாலைத் தலைவன். பழங்குடிகளைத் தொலைத்து உறையூரில் பிறங்கு நிலை அரண்மனையின் சுற்றுச்சுவர் பொலிகிறது. அம்பு எய்வதற்கு ஞாயில்கள் அமைக்கப்படுகின்றன. அரண்மனையில் புனலாம்பல் சூடுதற்கு இல்லை. மடல்தாழை, வெண்டாளம், கோள்தெங்கு, இணர்ப் பெண்ணை, மா இதழ்க்குவளை, கரும்பு பூப்பது இல்லை. இயற்கையை அழித்து ஞாயிலும் மதிலும் கொண்ட கோயிலில் 'அரிமா' வாழ்கிறது. காட்டு அரசன் நாட்டில் வாழ்கிறான். இயற்கைவெளி தூர்க்கப்பட்டு அரசவெளி உருப்பெறுகிறது.

பட்டினப்பாலையில் அவைதிக, வைதிகவெளிக் குறிப்புகள் மூன்று அடிகளில் அமைகின்றன. அமண் பள்ளியும் தீயால் வேள்வி வளர்க்கும் அவிர்சடை முனிவர் காவும் காட்டப்படு கின்றன. பள்ளியிலும் காவிலும் தெய்வங்கள் இல்லை. பூத வழிபாடு, சுறாக்கோட்டை வழிபடல், கொடி வழிபாடு, பலி சிதறி வழிபடல், தொழுதல், பேஎய் முதிர் மன்றம் செல்லல், வளமைச் சடங்குகள் இடம்பெறுகின்றன. இவ்வாறான இயற்கை மேவிய வாழ்முறை வைதிகமற்ற சடங்கோடும் பெண் தெய்வத்தோடும் பூதங்களோடும் பேய்களோடும் இணைந்து இருந்தது.

மொழிச் செயல்பாடு

பட்டினப்பாலைப் பனுவல் இயற்கை வாழ்வையும் அரசவன்முறையையும் ஊடு சரடாகக் கொண்டது. அதை நிறுவ மொழி உதவுகின்றது. மொழிச் செயல்பாடு என்ற நிலையில் மொழியைப் பயன்படுத்திக் குறிப்பிட்ட சமூகப் பணிகளை நிறைவுசெய்யும் தன்மை உள்ளது. "மொழிச்செயல்பாடு என்பது சூழல், பேசுவோர், பொருள் எனப் பல்வேறு வகையில் மாறுபடும். ஆசிரியர் கூற்று, கதைமாந்தர் கூற்று, கூறுகளில் இடம்பெறும். விளித்தல், விவரித்தல், அடைகள், சூழல் போன்றவற்றின் அடிப்படையில் கட்டமைக்கும்விதம் ஆராயத்தக்கது" என்பார் எல். ராமமூர்த்தி *(2013:343–344)*.

வளமும் வறளும்

பட்டினப்பாலையில் வளமான வாழ்வு முற்பகுதியிலும் பாட்டுடைத்தலைவனால் ஏவப்படும் பேரழிவு பிற்பகுதியிலும் கூறப்படுகின்றன. ஆக்கமும் அழிவும் என்ற முரணில் அதிகாரம் நிறுவப்படுகிறது. வளமைசார் கருப்பொருள் அடைகளும் வறள்கருப்பொருள் அடைகளும் முரணாக அமைகின்றன.

விளைவு அறா வியன் கழனி, கார்க் கரும்பு, கமழ் மஞ்சள், மோட்டு எருமை, கோள்தெங்கு, இணர்ப் பெண்ணை, கொழும்பல்குடி, பெரும்பாக்கம், கழிசூழ் படப்பை, தண்டலை, முருகு அமர் பூ, கொழுங்கஞ்சி, தண்கேணி தகை முற்றம், புனல்ஆம்பல், மலர்தலைமன்றம், தண்பூங்கோதையர், பைந்தழை மகளிர், பனிக்கடல், பூங்கானல், பூமலிபெருந்துறை, மடல்தாழை, பாசிழை, பகட்டு அல்குல், துகிர்மேனி, விளைவுஅறா வியன்ஆவணம், மலர் அணி வாயில், தண்பண்ணியம், தீம் புகார்முன் துறை, செழு நகர், தண்ணிழல் வாழ்க்கை, சாறு அயர் மூதூர், வார் இரும்கூந்தல் என அமையும் தொடர்கள் முற்பகுதியில் உள்ளன. கருப்பொருள்களை உணர்த்தும் இவ்வடைகள் குறிப்பிடத்தக்கன. அடை குறிப்பிடும் பண்புகள் காய்ப்பு, விளைச்சல், குளிர்ச்சி, செழுமை, நறுமணம், மகிழ்ச்சி என்று வளம்சார்ந்து அமைகின்றன.

குறிஞ்சி, முல்லை, மருதம், நெய்தல் என்ற நானிலக் கருப்பொருள்கள் செழுமையும் வளமையும் கொண்டவை. இப்பகுதி பன்மைத்துவத்தையும் வேறுபாட்டையும் பாராட்டுவன. அடுதலும் தொலைதலும் இல்லை. இயற்கையோடு இயைந்த வாழ்வு முன்னிலைப்படுத்தப்படுகிறது.

சொல்லில் புலப்படும் வளமையும் அழிவும்

கொடுவரிக்குருளை அரிமா அன்ன பாட்டுடைத்தலைவன் இருநூற்று இருபத்தொன்றாம் அடியில் அறிமுகமாகிறான். இப்பகுதியில் இடம்பெறும் கொடுவரிக் குருளை, பெருங்கை யானை, அரண் தொலைத்த கதவு, கருந்தலைப் பேய், பேய்க்கண் பிளிறுகடி முரசம், அழுகுரல்கூகை, கனங்கொள் கூளி, பிணம்தின் யாக்கைப்பேய்மகள், வறுங்கூடு, செங்கண் போன்ற கருப்பொருள்களை உணர்த்தும் அடைகள் அழிவையும் இழப்பையும் வறளையும் கொண்டன.

பெயரடைகளைவிட வினைச்சொற்கள், வினையெச்சத் தொடர்கள் மிகுதியும் உள்ளன. அவை அழிவுடன் தொடர்பு டையவை. கவியக்குத்தி, குழிகொன்று, முனைகெடச்சென்று,

நடப்ப, அதிர, முழங்கி, நீரற்று, அறுகைபம்பி, அஞ்சுவரக்கதிர்ப்ப, கவின்அழிய, ஆண்டலைவிளிப்ப, கொள்ளை உண்ட, கூகைகுழற, ஊர்கவின் அழிய, அகழ்தல், தூர்தல், வீழ்தல், மாற்றல், பணிபு ஒடுங்க, குடவர்கூம்ப, திறல்கெட, செயிர்த்துநோக்கி, வேல்மருங்கு சாய, காடுகொன்று என வினை வகைப்பட்ட தொடர்கள் அழிவை விளக்குகின்றன. காடு கொன்று நாடாக்குதல் பெண்வெளி அழித்து ஆண்வெளி நிறுவும் தன்மைதானே. பாட்டின் ஊடுபாவாய் நெய்யப்படும் மொழிகள் பொருளைக் கட்டமைக்கின்றன; அரசியல் சார்ந்து சொன்மையையும் பொருண்மையையும் புலப்படுத்துகின்றன.

பட்டினப்பாலையில் நீர் சார்ந்த குறிப்புகள் உள்ளன. புனல், நீர், தேறுநீர்ப் புணரி, ஏரி, மா காவிரியாறு, பனிக்கடல், வான் முகந்த நீர், மலைபொழிந்தநீர், மாரி பெய்யும் பருவம், நீரினின்றும், நீர் பரப்ப, நீரின் வந்த, தென்கடல், குணகடல், கங்கை வாரியும், காவிரிப் பயனும், கான்யாறு, காவிரி நீரும் என நீரும் நீர் சார்ந்த இடமும் குறிக்கப்பெற்றுள்ளன. இவை ஆக்கத்தை உணர்த்தும் பகுதிகள்.

பட்டினப்பாலையின் பிற்பகுதி

அழிவை உணர்த்தும் பிற்பகுதிகள் பாட்டுடைத்தலைவன் போருக்கு எழுந்தவுடன் தொடங்குகின்றன. அவன் செருவையும் வாவியையும் நீரற்றதாக்குகிறான், உண் நீர்த்துறையை அழிக்கிறான்; கடலைத் தூர்க்கிறான் என அமையும் சொற்கள் நீரை அழிப்பதாக அமைகின்றன. இயல்புசார் நீர்வெளிகளை ஒழித்துவிட்டுக் குளம்தொட்டு வளம் பெருக்குதல் செய்கிறான். நீர் கருவளத்தொடு தொடர்புடையது. உயிர் வளர்ப்பது. நீரின்றி அமையாது உலகம். ஆயின் பட்டினப்பாலைத் தலைவனின் போரிடும் உலகில் கருவளத்துக்கு இடமில்லை. முற்பகுதியில் இருபதுக்கும் மேற்பட்ட நீர்சார் சொற்கள் தண்மையைத்தர பிற்பகுதியில் நீர் அழிக்கப்படுகிறது. நீர் என்பது பெண்மையைச் சுட்டும். பெண்மை அழிப்பே வீரமாகிறது; ஆண்மையாகிறது.

பாட்டுடைத்தலைவன் பூதங்களைச் சாய்க்க வல்லான் என்ற தோற்றப் பெருமிதக்கதைகள் பயன்படுத்தப்படுகின்றன. நிலம், நீர், காற்று, ஆகாயத்தைத் தன் பிடிக்குள் கொண்டவன் இயற்கைக்கு மேலானவன் என்பதைப் புலவர் நிறுவுகிறார். அவனை,

மலைஅகழ்க்குவனே கடல்தூர்க்குவனே
வான்வீழ்க்குவனே வளிமாற்றுவன் எனத்
தான்முற்றிய துறைபோகலின்   (பட்டினப்: 271-273)

என்று உருத்திரங்கண்ணனார் பாடுகிறார். பழங்குடி வாழ்வுக்கு மாறாக இயற்கையை வெல்லுதல் எனுங்கருத்து இங்கு உருவாக்கப்படுகிறது. அவனால் காட்டை அழிக்க முடியும். நாட்டை ஆக்க முடியும் என்றும் கூறுகிறார். பாட்டுடைத்தலைவன் தீயை ஏதும் செய்யவில்லை. சூரியனை மட்டும் மாற்றவில்லை, காற்றை மாற்றுபவன், கதிரை விட்டது தவக்குறையே.

வேலும் கோலும்

பட்டினப்பாலையின் இறுதி அடிகள்,

வேலினும் வெய்ய கானம் அவன்
கோலினும்தண்ணிய தடமென் தோளே (300–301)

என்று அமைகின்றன. வேலும் கோலும் மன்னர்க்குரியன எனினும், அவை வேறுபட்டவை. "வேல் என்பது மனித குலத்தில் தோன்றிய முதல் வேட்டைக்கருவி ஆகும். அதிலிருந்தே மேம்பட்ட உலோகத்தாலான வேல் உருப்பெற்றுள்ளது. குறிஞ்சித் திணையிலிருந்து உலோகக்காலம் வரையிலான ஒரு நீண்ட நெடும் பரப்பிற்குரிய பண்பாட்டு வரலாற்றை வேல் காட்டுகிறது. வேல் வழிபாடு என்பது ஒரு ஆதி வழிபாட்டு முறையாகும்" *(பக்தவத்சல பாரதி, 2019:233).*

வேலின் வீழ்ச்சியும் கோலின் எழுச்சியும்

பழங்குடியின் அதிகாரத்தை வேல் சுட்டுகிறது. திணைக் கோவலர் கையிலிருந்த கோல் பருண்மையானது; பேரதிகாரம் அற்றது. ஆயின் வேந்தன் கையில் இருக்கும் கோல் அருவமானது. ஆட்சி அதிகாரத்தோடு தொடர்புடையது. சடங்கு வழிப்பட்ட செங்கோல் ஏந்துதல் என்ற அதிகாரம் சுட்டத்தக்கது. குற்றமற்ற சிறப்புடன் அல்லாதவற்றைக் கடிந்த அறம்புரி செங்கோலைப் பெரும்பாணாற்றுப்படை 'வசை' நீங்கு சிறப்பின் அல்லது கடிந்த அறம் புரிசெங்கோல்*(35– 36)* என்கிறது. "பெரிது ஆண்ட பெருங்கேண்மை அறனொடு புணர்ந்த திறன்அறி செங்கோல் *(229–230)* எனப் பொருநராற்றுப்படை நவில்கிறது. அறம் கடைப்பிடித்த செங்கோல் *(அகநானூறு 338)*, அறம் துஞ்சும் செங்கோல் *(புறநானூறு 20)*, அறம் புரிந்த செங்கோல் நாட்டம் *(புறநானூறு 35)*, அறம்புரி செங்கோல் மன்னன் *(ஐங்குறுநூறு 290)*, பொய்யாமை நுவலும் நின் செங்கோல் *(கலித்தொகை 99)*, மெலிஇல்செங்கோல் நீ புறங் காப்ப *(புறநானூறு 42)*, முறை உடைய அரசன் செங்கோல் அவையம் *(குறுந்தொகை 76)* என வரும் தொடர்களில் செங்கோல் என்பது அறத்தோடும் நுண்மையான பொருளோடும் இணைக்கப்பட்டுள்ளது. இங்குப் பருண்மையான கோலாக அது கூறப்படவில்லை.

செங்கோல் என்பது அறங்காக்கும் நுண்பொருளாக வருகிறது. செங்கோலுடன் இணைந்து வரும் அறமும் சூக்குமப் பொருளே. முறை, அறம் எனும் சொற்கள் உடைமைச் சமூகத்தில் வலியுறுத்தப்படுபவை. நாடு எனும் கட்டமைப்பில் புழங்கும் குடிமக்களுக்கான ஒழுகலாறுகளே அறம். இறுக்கமான அறம் இனக்குழு நடைமுறையில் இருந்து வேறுபட்ட நீதிசார் தன்மையுடையது. இனக்குழுச் சமூகத்தில் ஒழுகப்பட்ட அறத்திற்கும் உடைமைச் சமூகஅறத்திற்கும் வேறுபாடுகள் உள. இனக்குழுச் சமூகத்தில் அறம் பொதுச் சொத்தாக இருந்தது. வலியுறுத்தல் இல்லை. மன்னன் வழிபட்ட சமூகத்தில் நிறுவப் பட்ட அறத்தைக் காக்கும் பொறுப்புச் செங்கோல் தாங்கியவரைச் சார்கிறது. காவலுக்குக் காரணமான பருப்பொருள் கோல் நுண்பொருளான அறத்தைக் காப்பதற்கான செங்கோலாகி வந்தது. பருப்பொருளைவிட நுண் பொருளுக்கு அழுத்தம் தரப்படுகிறது. பண்டைய இலக்கியங்களில் செங்கோல் எனும் சொல் பத்து இடங்களில் பயின்று வருகின்றது. வேல் என்னும் சொல் 211 இடங்களில் பயின்று வருகின்றது. (தமிழ் இணையக் கல்விக்கழகத் தமிழ் இலக்கியங்களுக்கான விரிதரவகம்). நெடுவேல், கைவேல், வென்வேல், கொலைவேல், மறவேல், வென்றவேல், நல்வேல், செருவேல், வெள்வேல், கூர் ஏந்துவேல், உரவுவேல் எனப் பல அடைகளுடன் வேல் வருகிறது. போர்சார் குறிப்பே வேல் வழி உணர்த்தப்படுகிறது. முருகனோடும் வீரர்களோடும் பெரிதும் வேல் இணைக்கப்படுகிறது. ஆனால் செங்கோல் மன்னனுடன் மட்டுமே பொருத்திக் கூறப்படு கிறது. வேல் என்ற சொல் அடியைக் கொண்ட வேலன் அக இலக்கியம் சார்ந்து பெரிதும் பேசப்படும் வேலன் என்னும் சொல் அதிக அளவில் அகம் சார்ந்து வழங்கப்படுகிறது. பட்டினப் பாலையில் கோல் தண்மையொடும் வேல் வெம்மையோடும் இணைக்கப்படுகிறது. வேலும் கோலும் ஆணாதிக்கக் குறியீடுகள்தாம், எனினும், பூர்வகுடிகளை வேலும் அரச குடிகளைக் கோலும் பிரதிநிதித்துவம் செய்கின்றன.

வேல் வெய்யது கோல் தண்ணியது

தமிழில் மன்னனைக் குறிக்கும் சொற்களில் கோன் என்ற சொல் அரசனையும் இடையனையும் குறிக்கும் சொல்லாகும். கோன் என்னும் சொல் கோல் என்பதன் மாற்று வடிவம். மன்னனுடைய ஆட்சிக்கும் அடையாளமாக விளங்கும் ‘கோல்’, ‘செங்கோல்’ எனப்படுகிறது. அரசனுடைய அதிகாரத்தைக் குறிக்கும் சின்னங்களுள் கோல் முதன்மையானது. கோலைத் தாங்கிய மன்னன் கோ, கோன் எனப்பட்டான். கோல்

என்பது மந்திர ஆற்றல் பெற்றதன்று, மன்னனுடைய தெய்வீக அடையாளமாக அவன் கையில் இருந்த கோல் விளங்கியது (அ. பாண்டு ரங்கன் 2016:105–114).

வேல் என்ற சொல்அடியிலிருந்து பிறந்த வேலனும் கோ என்பதில் இருந்து தோன்றிய கோனும் உணர்த்துவன வேறுவேறுதாம். கோன், கோல் என்பன னகர லகர மாற்றத்தால் வருவன. வேலில் பழங்குடித்தன்மை சார்ந்த அதிகாரமும் கோலில் வேந்தர் சார்ந்த அதிகாரமும் புழங்குகிறது. எனவே தான் நகரம் பாடும் பட்டினப்பாலை இனக்குழு வேல் வெய்யது என்று விடுத்து வேந்தனின் கோல் தண்ணியது என்று செய்தியை மொழிகிறது.

3

மதுரைக்காஞ்சி: திணைவெளி அழிவு

அகிலமெல்லாம் வென்றாலும் ஆறடிநிலமே சொந்தம் என்ற தொடர் சம்பிரதாயமே அன்றி வேறில்லை. தமிழ்ப்பெருவேந்தர் வரலாறு, மண் தேடி எஞ்சா மண்ணசை வரலாறேஆம். நிலையாமை விரும்பும் தமிழ்மனம் பேராற்றல், பேராசிரியம், பேரிமையம், பேரின்பம், பேருலகம், பெருமன்னர் எனப் பெருமை கொழிக்காமலும் இல்லை.

மதுரைக்காஞ்சி நிலையாமையைச் சொன்னாலும் போரைப் பாட விரும்புகிறது. 'பிணங்களைத் தம்முடைய தந்தங்களில் கொண்ட யானைத்திரளின் நிணத்தைத் தின்ற பேய்மகளிர் போர்க்களத்தில் துணங்கை ஆடுவதைக் காட்டுகிறது. அச்சந்தரும் போர்க்களத்தில் தலையிழந்த குறையுடல்கள் தாளஒழுங்கிற்கேற்ப ஆடுகின்றன. ஆண்மக்களின் தலையாகிய அடுப்பில் குருதியாகிய உலையைப் பெய்து தோளையுடைய கையைத் துடுப்பாக்கித் துழாவப்பெற்று ஊனாகிய சோறு' சமைக்கப்படுகிறது *(மதுரைக்:24–31)* என்று கொடும் போரை முன்மொழிந்துதான் பனுவல் நகர்கிறது.

கடல் மணலை விடப் பெரும் எண்ணிக்கையிலான வேந்தர், அகன்ற உலகத்தில் மாண்டு ஒழிந்தார் என்று மாங்குடி மருதனார் கருதினாலும்

'வழிவழிச் சிறக்க உன் வலம்படு கொற்றம் தேய்வன கெடுக நின் பகைவர் ஆக்கம்' என்றே வேந்தனை மாங்குடி மருதனார் வாழ்த்துகிறார். மேற்கில் தோன்றிய தொழுபிறை போல வேந்தர் செல்வம் வளர வேண்டும். கிழக்கில் தோன்றிய இருள்மதி போலப் பகைவர் ஆக்கம் தேய வேண்டும் என்றும் விரும்புகிறார்.

சீறூர் வெளி x பேரூர் வெளி

தமிழ்மனங்களில் கங்கையைக்கொள்ளுதலும் கடாரம் கொள்ளுதலும் உயர்ந்தோர்வெளி நிறுவுதலும் வெறுக்கப் படவில்லை. பண்டை இலக்கியங்களில் சீறூர்த் தலைவர்வெளி பகைவரைவென்று விரிவதில்லை. கூடிவாழும் மக்கள்திரளைச் சுற்றிலும் கொண்ட எளிய வெளிகளில் அது அமையும். இனக்குழுவியம் சார்ந்த சீறூர்த்தலைவர் வெளிகளையும் உலகையாளும் பெருவேந்தர்வெளிகளையும் பண்டை இலக்கியங்கள் காட்டுகின்றன. பாடறிந்து ஒழுகும் பண்புடைய சீறூர் மன்னனின் குடிசை இடுமுள் கொண்டது (புறநா.297). விசும்பு இடத்தே பரவிய முகிலை ஒப்ப வரகு வைக்கோல் வேய்ந்த சீறூரில் (பெரும்.191) வேம்பின் கீழ்க் கட்டளை அன்ன நெல்லிவட்டு ஆடும் கல்லாச்சிறார் உடையது (நற்.3). அரசுபகை யால் அழிந்த வேலியை உடைய சீறூர்களில் பனைவேலி காணப்படுகிறது. வருவோர்க்குச் சிலவாகிய உணவைத் தரும் (அகம். 283) (ப. பாண்டியராசன் :Tamil concordance.in) எளியோர் வாழ்கின்ற வெளிகள் அவை. வெட்டவெளியில் 'அளந்து அறியாப் பலபண்டம்' இல்லை, எளிய உணவு உண்டு. அடுதலும் தொலைதலும்உண்டு. கறவை பிடுங்கும் கடுங்கால் மறவர் உளர். ஆயின் அவர் செறுவும் வாவியும் மயங்கி நீர்அறச் செய்து குடியிருந்தோரை விரட்டி ஓடச் செய்வதில்லை.

வேந்தர்வெளி திண்சுவர் நல்இல், சுதைகொண்ட திருமகள் நிலை பெற்ற மதிலின் பெரிய வாசல்களோடு சிறிய வாசல் களையும் கொண்டது. அங்கு எய்துமறையும் அம்புக்கூடுகளைக் கொண்ட ஞாயில்கள் உள. கடவுளைப் போல உலகை ஆளும் வேந்தரின்வெளி பிரம்மாண்டமானது. மதுரைக்காஞ்சி பிரம்மாண்டமான வெளிக்கனவில் திளைத்த பனுவல். அது எங்ஙனமெல்லாம் பெருவெளியை நிறுவுகிறது என்பதைக் காணுதல் தேவை.

பாண்டியன் அறிமுகம்

பாட்டுடைத்தலைவன் பாண்டியன் நெடுஞ்செழியனின் அறிமுகத்தோடு மதுரைக்காஞ்சி தொடங்குகிறது. 'அலைகளை

உடைய ஒலிக்கும் கடலை எல்லையாகக் கொண்டு உச்சியை உடைய மலைகள் தோன்றிய உலகத்தில் வலமாக ஆகாயத்தின் கண்ணே காற்றுச் சுழல நட்சத்திரங்கள் நடக்க, பகற்பொழுதை உண்டாக்கும் செஞ்ஞாயிறும் இராப்பொழுதை உண்டாக்கும் வெள்ளிய திங்களும் குற்றமற்றுத் தோன்றி வேண்டுங்காலத்து மழைத்தொழிலுக்கு மேகம் உதவத் திசைகளெல்லாம் தழைப்ப, நன்றாக ஊழிக்காலமெல்லாம் தமக்கு அடிமைப்பட்டு நடக்க, பல வெள்ளமெனுங் காலமெல்லாம் உலகம் ஆண்ட உயர்ந்தோர் மருகஎன மதுரைக்காஞ்சியில் (1–23) 'ஆண்டபரம்பரையில் தோன்றிய' பாட்டுடைத் தலைவனை வருக எனப் புலவர் அழைக்கிறார். இப்பாடல் அடிகளில் இடம்பெறும் அகன்ற பரப்புடைய கடலைக் கொண்ட உலகம், காற்று, நாள்மீன், செஞ்ஞாயிறு ஆகியவை நீர், நிலம், காற்று, ஆகாயம், தீ ஆகிய பஞ்ச பூதங்களைக் குறிக்கின்றன.

பஞ்சபூதங்களோடு வேந்தன் இணைக்கப்படுகிறான். பகலில் வரும் ஞாயிறும் இரவில் வரும் திங்களும் அவன் ஆளுகைக்குள் வருகின்றன. வேண்டும் காலத்து மேகம் மழை பொழிகிறது. ஆகாயம் என்னும் மேல்வெளியும் பூமி என்னும் கீழ்வெளியும் கொண்டவன் அவன். ஆகாயத்தில் உள்ள விண்மீன், சந்திரன், சூரியனும் பூமியிலுள்ள வியன் பரப்பும் அவனுக்குரியன. நிலனும் மரமும் அவனுக்குப் பயன் தருகின்றன. இவ்வுலகம் அவனுக்குரியது. உலகம் ஆண்ட உயர்ந்தோர் மரபில் தோன்றியவன் அவன். உலகம் என்னும் பெரும் பரப்பின் ஆளுகை அவனுக்குரியது. அவன் உலகில் பகைவருக்கு இடமில்லை. தெய்வம் அவன். சாத்தானுக்கு இடம் இல்லை. அவன் சாவதில்லை. ஆயிரக்கணக்கான கோடி ஆண்டுகள் வாழ்பவன்.

பேருலகக்குறிப்புகள்

பேரரசைப் பாடும் மதுரைக் காஞ்சியும் 782 அடிகள் கொண்டு அளவில் பெரியதாக விளங்குகிறது. உலகத்தைக் கைக்கொள்ளுதல் என்னும்செயல்பாட்டின் பொருட்டுப் பனுவலும் நீண்டுவிடுகிறது. மேலும் பிரமாண்டத்தைக்காட்ட விரிந்த, பரந்த, உயர்ந்த எனும் அடைகளோடு உலகக்குறிப்புகள் இடம்பெறுகின்றன. பனுவலில் உலகம் ஆண்ட உயர்ந்தோர் மருக (3), வியன்ஞாலத்து (4), பேர் உலகத்து (134–135), உயர்நிலை உலகமொடு (199), மலர்தலை உலகம் (237), உயர்நிலை உலகம் இவண் நின்று எய்தும் (471) உயர்நிலை உலகம் கவினி காண்க (698) எனப் பேருலகத்தைப் பாடுகிறார் மாங்குடி மருதனார். உலகம் என்ற பெருவெளியைப் பனுவலில் ஓயாது ஆள்வதும் காரணத்தின் பொருட்டே ஆகும். போலவே பிரம்மாண்டப்

பூதங்களையும் பனுவலில் ஓயாது கூறுதல் நிகழுகிறது. வானம் *(50, 107, 267, 479, 678, 741)*, முந்நீர் *(75, 235, 361, 425, 760)*, கடல் *(86, 180, 199, 407, 450, 540, 629)* பௌவம் *(76, 113)* போன்றவை பலமுறை குறிப்பிடப்பட்டுள்ளன.

நீர் கொண்ட வானம் மேல்வெளியாகவும் கடல் கொண்ட நிலம் கீழ் வெளியாகவும் அறுதியிடப்படுகின்றன. அகன்ற என்னும் பொருள்தரும் வியன், வியல் ஆகிய சொற்கள் பனுவலில் அதிகமாகப் பெய்யப்பட்டுள்ளன. வியன்பரப்பின் *(1)*, வியல்ஞாலத்து *(4)*, வியல்நாள்மீன் *(10)*, வியன்தானை *(39)*, வியன்பௌவத்து *(113)*, வியன்மேவல் *(120)*, வியன்தானை *(180)*, வியன்கண் முதுபொழில் *(190)*, வியல்ஆங்கண் *(98)*, வியல்மறுகின் *(328)*, வியல்இருவிலோதம் *(449)*, வியல்விசும்பு *(561)*, வியல்நகர் *(758)* போன்ற சொற்கள் மதுரைக்காஞ்சியில் இடம்பெறுகின்றன.

வியன் என்பதற்குப் பெருமை, அகலம், சிறப்பு, ஆகாயம், மிகுதி, இடம், இருக்கை எனப் பொருட்கள் அமைகின்றன. பரந்து அகன்ற வெளியைக் கைக்கொள்ளும் அவாவின் வெளிப்பாடாகவே அகன்ற இடம், அகன்ற கடல், அகன்ற வானம் என்று குறிப்பிடப்படுகிறது. பல ஊர்களை அழித்துத் தனி ஒரு நிலமாக ஆக்குதல் பேரரசுக் கனாவே ஆகும். அன்னைநிலம், அகன்ற தந்தையர்நாடு எனும் கதையாடல்கள் பெருநிலக் கனவுதாமே.

பெருநில உருவாக்கம்

சீறூர்கள், சிறுநாடுகள், இனக்குழுக்களின் புலங்கள் கைப்பற்றப்பட்டுக் குடி அகற்றிப் புத்தேள் உலகமான 'கவினிக் காண்வர மிக்குபுகழ் எய்திய பெரும்பெயர் மதுரை' *(698–699)* உருவாக்கப்படுகிறது. மதுரை தலைமைதாங்கப் பேரரசு உருக்கொள்கிறது. நாடு கட்டமைக்கப்படுகிறது. நாடு பற்றிய குறிப்புகள் மதுரைக்காஞ்சியில் நிரம்பி வழிகின்றன. நாடு ஆர நன்குஇழிதரும் *(82)*, நாடு கெட எரி பரப்பி *(126)*, அந்நாடு புக்கு அவர் அருப்பம் வௌவி *(149)*, நாடு என்னும் பெயர் காடாக *(156)*, நாடு அழிய எயில் வௌவி *(187)*, அழும்பில் அன்ன நாடு இழந்தனரும் *(345)*, ஆடு துவன்று விழாவின் நாடு ஆர்த்தன்றே *(428)*, நாடு உடை நல் எயில் *(693)*, பாடல் சான்ற நன்னாட்டு நடுவண் *(331)*, பணிந்தோர் தேஎம் *(229)*, பணியார் தேஎம் *(230)*, உயர்ந்த தேஎத்து விழுமியோர் வரினும் *(200)*, நனந்தலை தேயத்து நன் கலன் *(332)*, சிறந்த தேயத்து *(509)* என அமையும் நாட்டுக்குறிப்புகள் பெருநிலம் விரும்பும் பனுவலின் கதையை

வலுப்படுத்துகின்றன. நாடு பிடித்தபின் எல்லைக்கல் ஊன்றி ஆகிறது. கொற்றவர்தம் கோன் ஆகிறான் 'ஒருபுவனச் சக்கரவர்த்தி'.

> தென் குமரி வட பெருங்கல்
> குண குட கடலா எல்லைத்
> தொன்று மொழிந்து தொழில் கேட்ப
> பெற்றமொடு வெறுத்து ஒழுகிய
> கொற்றவர் தம் கோன் ஆகுவை   (70–74)

என்ற அடிகளில் நாட்டு எல்லை காட்டப்படுகிறது.

குமரி என்பது கடல்கொள்ளாத தென்குமரியா கன்னியாகுமரியா எனத் தெரியவில்லை. வடபெருங்கல் என்பது இமயமா வேங்கடமா எனப்புலப்படவில்லை. குணகடல், குடகடல், என்பன முறையே கிழக்கையும் மேற்கையும் வரையறுக்கின்றன. வடபெருங்கல் என்பது மேரு மலையைக் குறிக்கும் என நச்சினார்க்கினியர், புராணத்தில் தேட, இமயமலை எனப் பொ.வே. சோமசுந்தரனார் நடப்பில் காண்கிறார். நாட்டு உருவாக்கத்தில் தேச எல்லைகள் முதன்மையானவை. அகன்ற தேசமானபின் ஓர் அடிகூட விட்டுத்தர முடியாது.

பெருவெளியைக் கைக் கொள்வதில் கடவுளுக்கும் வேந்தனுக்கும் ஒப்புமைகள் உள்ளன. காரைக்கால் அம்மையார் அற்புதத் திருவந்தாதியில் சிவனைப் பாடுகையில்,

> அவனே இருசுடர் தீ ஆகாசமாவான்
> அவனே புவிபுனல் காற்றாவான்   (21)

என்கிறார். பாண்டியன் நெடுஞ்செழியனும் பஞ்சபூதங்களோடு இணைக்கப்படுகிறான். மேலும் அவன் தெய்வவழி வந்தவன்தான் என்கிறது மதுரைக்காஞ்சி.

> தென்னவன் பெயரியதுன்அருந் துப்பின்
> தொல் முது கடவுள் பின்னர் மேய
> வரை தாள் அருவிப் பொருப்பின்பொருந   (40–42)

என்ற இவ்வடிகளுக்கு நச்சினார்க்கினியர், பழமை முதிர்ந்த அகத்தியன் பின்னே எண்ணப்பட்டுச் சான்றோனாயிருத்தற்கு மேவின ஒப்பற்றவனே (342–343) என்று உரைதருகிறார். தென்னன் என்னும் சிறப்புப் பெயருக்கு, 'உரிய பழமை முதிர்ந்த கடவுளாகிய சிவபெருமானின் வழித்தோன்றலும் பொதிய மலைத் தலைவனுமாகிய வீர வேந்தன்' என்று பொ.வே. சோமசுந்தரனார் (2008:54) தம் உரையில் கூறுகிறார். இருவரின் கூற்றுப்படியும் புராண மரபுடன் பாண்டியன் இணைக்கப்படுகிறான். காலம் அறுதியிட முடியாத புராணிகத்தோடு வேந்தர் வரலாறு இணைக்கப்படுகிறது.

முதுகடவுள் யார்?

'தென்னவன் பெயரிய துன்னரும் துப்பின் தொல்முது கடவுள் பின்னர் மேய' என்ற அடிகளுக்கு நச்சினார்க்கினியரும் பொ.வே. சோமசுந்தரனாரும் தரும் விளக்கங்கள் அரசியற் பாற்பட்டவை. இறைவன் ஒரு காலத்தில் பாண்டிய மன்னன் மகளாகிய அங்கயற்கண்ணியை மணந்து நாட்டினை ஆட்சி செய்தான். அங்கயற்கண்ணியான மதுரை மீனாட்சியை மணந்த, சோமசுந்தரக்கடவுள் மதுரையின் முதுகடவுள் ஆவார். தொன்முது கடவுள் வழிவந்தவனே பாண்டிய மன்னன் ஆவான் (பொ.வே. சோமசுந்தரனார், *2008;56*) என்று சோமசுந்தரனார் உரை கூறுகிறார். தமிழ்ப்புலத்தைச் சிவபுலமாக்கும் விருப்பம் சோமசுந்தரனாருக்கு உரியது. சிவபெருமான் பாண்டியனின் மருமகன் ஆகி நாட்டை ஆளுகிறார். மருமக்கள் தாயத்தை ஒத்தது. இது பழமை முதிர் கடவுளாகிய சிவபெருமானின் வழித்தோன்றிய பாண்டியன், பொதியமலைக்கு வேந்தன் ஆகிறான். சைவம் சார்ந்த வெளியாக மதுரையையும் பொதியமலையையும் கட்டமைக்கிறார் உரையாசிரியர்.

நச்சினார்க்கினியரோ, "பக்கமலையிலே விழுகின்ற அருவியினை உடைய பொதியின் மலையில் இருக்கும் கடவுள் இராவணனைத் தமிழ்நாட்டை ஆள விடாதபடிக்குப் போக்கின வலிமை உடைய பழமை முதிர்ந்த அகத்தியன் பின்னே எண்ணப்பட்டுச் சான்றோரால் இருத்தற்கு மேவிய ஒப்பற்றவன் பாண்டியன் (உ.வே. சாமிநாதையர், *1974; 342–343)* என்று மேற்படி அடிக்குப் பொருள் கூறுகிறார்.

அகத்தியன் வழி வந்தவனாகப் பாண்டியனைக் காட்டும் நச்சினார்க்கினியரின் நோக்கம் தெளிவு உடையது. இராவணனை இசைபாடி அடக்கியவன் அகத்தியன். வாளெடுத்து ஒடுக்கவில்லை; கொலை இல்லை; வன்முறை இல்லை. அகத்தியன் தலைச்சங்கப் பாண்டியனுடன் இருந்து தமிழ் ஆராய்ந்த அகத்தியன் வழி வந்தவனாகப் பாண்டியனைக் கட்டமைக்கிறார்.

தமிழரின் தொல்முது கடவுளாக வடநாட்டிலிருந்து வந்த அகத்தியரை நச்சினார்க்கினியரும் மதுரை மீனாட்சியை மணந்து அரசு கட்டிலில் ஆட்சி செய்த சிவனைப் பொ.வே. சோமசுந்தரனாரும் முன் வைக்கின்றனர். இருவரின் அரசியல் நிலைபாடுகளும் முரணானவை; இரண்டும் நாட்டார் கடவுளர் மரபுக்கு எதிரானவை.

சான்றோர் செய்யுட்கள், கள்ளி நிழலிலும் (புறநா. 260), ஆலமர நிழலிலும் (புறநா. 198), பனையடியிலும் முது மரத்திலும் அயிரை மலையிலும் (ஐங். 259), இல்லத்திலும் (அகம். 282), உறைந்து உயிர்ப்பலி பெற்று (நற். 358), மன்ற மராஅத்த பேஎம் முதிர்கடவுள் (குறுந்.87), (ப. பாண்டியராசன்: Tamil concordance.in) இருப்பதாகக் கூறுகின்றன. பொதிய மலை மன்னன் தாய்த்தெய்வ வெளியின் பாற்பட்டவன். கடவுள் என் சொற்கள் பெரிதும் பெண்தெய்வம் குறித்துச் சான்றோர் செய்யுட்களில் வருகின்றன என்கிறார் பேராசிரியர் வி. சிவக்குமார்.

வரை உறை தெய்வம் (கலி. 39), கருங்கண் தெய்வம் (குறுந். 89), பெருங்கடல் தெய்வம் (கலி. 131), வேம்பில் உறையும் தெய்வம் (அகம். 309), நெடுவரை தெய்வம் (நற். 185), உருகெழு தெய்வம் (நற். 398), என்று வரும் தெய்வங்கள் எல்லாம் பெண்பால் சார்ந்தவை. முதுமரத்து உறைகடவுள் (நற். 34), பலிபெறு கடவுள் (நற். 251), தொன்று உறைகடவுள் (நற். 303), பேஎம் முதிர்கடவுள் (குறுந். 87), மலை உறை கடவுள் (ஐங். 259), அணங்கு அருங்கடவுள் (அகம். 16), எழுதுஅணி கடவுள் (அகம். 167), கள்ளிநீழல் கடவுள் (புறநா. 260) எனத் தொடரும் பல தொடர்களில் இடம்பெறும் பொருண்மை பெருந்தெய்வ நெறிக்குப் பொருந்தாதவை.

ஆயின், நச்சினார்க்கினியரும் பொ.வே. சோமசுந்தரனாரும் பண்டை இலக்கியங்களில் பெருந்தெய்வங்களைத் தேடுகின்றனர். தொல்முது கடவுளான பெண் தெய்வம் உறையும் அருவி வீழும் பெண் தெய்வ வெளியைப் பெருந்தெய்வ வெளியாக மாற்ற முற்படுகின்றனர். இனக்குழுவின் அழிவில் கிளைத்த பேரரசுகள் தாய்த்தெய்வ மரபைக் கொண்டே எழுகின்றன. வேள்விகளும் வேள்விப்புகைகளும் பின்னரே பேரரசுகளைச் சூழுகின்றன.

மதுரைப்பாண்டியன் 'மக்கள் நலனுக்காகப்' பகைவர் புலத்தைத் தீயால் அழிக்கிறான்.

> கடி காவின் நிலை தொலைச்சி
> இழிபுஅறியா பெரும் தண் பணை
> குரூஉக் கொடிய எரி மேய
> நாடு எனும் பேர் காடாக
> ஆசேந்த வழி மா சேப்ப
> ஊர் இருந்த வழி பாழாகச் (154–159)

செய்கிறான். தொன்றுதொட்டு வந்த பகைவர் நிலத்தே புகுந்து அவர்களுடைய பொழில்களை வெட்டி அழித்து ஒரு காலத்தும் பலன் குன்றுதல் அறியாத பெரிய மருத நிலங்களை நெருப்பு உண்ணச்செய்து நாடெல்லாம் காடாகும்படி பசு தங்கின

இடமெல்லாம் புலி முதலியன தங்கவும் ஊர் இருந்த இடம் எல்லாம் பாழாய்ப் போகும்படியும் செய்கிறான். நாடு கெட எரி பரப்பி (126) அழியச்செய்கிறான். அழிவைக் கலையாக்கும் புலவர் விமர்சனமின்றிப் பாண்டியனின் புகழ் பாடுகிறார்.

கடவுளும் வேந்தனும் ஒன்று

பனுவலைப் பயில்வோருக்கு வளமான மருத நிலங்களைத் தீயிட்டு அழிப்பதும் குடிகளைத் துரத்துவதுமாகிய குறிப்புகள் உவப்பைத் தரா. எனவே கடவுளும் வேந்தனும் ஒன்றாக்கப் படுகின்றனர். பகைவரைக் கொல்வதற்கான மன ஏற்பு, பயில்வோரிடமிருந்து பெறப்பட்டு விடுகிறது. பகைவர் மனிதர் அல்லர்; அவர் பலியிடத்தக்கவர் என்ற மன ஒப்புதல் வழங்கப் பட்டுவிடும்.

நிலந்தரு திருவின் நெடியோன்

மதுரை இடத்தே பல யாகங்களைச் செய்த உன் முன்னோராகிய பல்யாகசாலை முதுகுடுமிப் பெருவழுதி போல இதைப் போன்று நல்ல வேள்வித் துறைகளில் முயல்வுகளைச் செய்வாயாக. அகத்தியனார் உள்ளிட்ட பழைய ஆணையை உடைய மெய்யுணர்ந்த சான்றோர்கள் தம்முள்ளே புணர்ந்து நுகரும் மெய்ப்பொருளின் இன்பத்தை அவர் அருளாலே தானும் நுகர்ந்திருந்த புகழ்மிக்க நிலந்தரு திருவிற் பாண்டியன் போல வாழ்வாயாக என்று சோமசுந்தரனார் (மதுரைக். 226-229) உரை கூறுகிறார்.

'நிலம்தரு திருவின் நெடியோன்' என்பதற்கு எல்லா நிலங்களையும் தன்னிடத்தே காட்டின பெரும் செல்வத்தை உடைய மாயோன் என நச்சினார்க்கினியர் பொருள் தருகிறார். ஆக்கலும் அழித்தலும் அவனின் அலகிலா விளையாட்டு அன்றோ. மன்னன் உயிர்த்தே மலர்தலை உலகம் என்றாகிறது. அகத்தியர் வழிவந்தவன் பாண்டியன் என்பதால் தமிழுக்கும் பாண்டியனுக்கும் உள்ள தொடர்பு உறுதியாகிறது. அகத்தியருக்கும் சிவபெருமானுக்கும் உள்ள தொடர்பும் உறுதியாகிறது. சிவபெருமானோடும் மாயோனோடும் தொடர்புபடுத்தப்படும் பாண்டியன் இறைவனாகவே இங்குக் கருதப்படுகிறான். 'நிலந்தரு' என்ற தொடரில் எல்லா நிலங்களையும் தன்னிடத்தே காட்டின என்ற பொருண்மை இல்லை. நெடுந்திசை நெடியோன் வீரர்க்கு நிலந்தருதல் உண்டு. போர்களில் வெற்றி வீரர் களுக்கும் இறந்துபட்ட வீரர்களுக்கும் மன்னன் நிலங்களைத் தானமாகக் கொடுத்துள்ளான். இந்நிலங்களைப் பண்டைய பாடல்கள் தண்ணடை (புறநா.285, 287, 289, 299) என்று

குறிப்பிடுகின்றன. தண்ணடை பற்றிய பாடல்களிலிருந்து அவை வளமான மருதநில ஊர்கள் என்று அறிகிறோம் (அ. பாண்டுரங்கன் 2016: 135). நிலந்தரு திருவின் நெடியோய் என்ற தொடர் பதிற்றுப்பத்தில் (92:15–16) வருகிறது.

புகன்று புகழ்ந் தசையா நல்லிசை
நிலந்தரு தருவின் நெடியோய் நின்னே (பதிற். 92:15–16)

என்ற தொடருக்கு மாற்றார் நிலத்தைப் போருடற்றிக் கைக் கொள்ளுதலால் வரும் செல்வத்தையுடைய சேரமானே என்று உரை அமைகிறது. வைணவச் சார்புடைய இதை நச்சினார்க்கினியர் இணைக்கிறார்.

இறைவன் என்னும் வேந்தன்

இறைத்தொண்டர்கள் இறையருள் பெறுவர். இறைத்திருவிளையாடலுடன் தொடர்புடையவர்கள்; ஆட்பட்டவர்கள்; பாடலைப்பாடும் அடியார்களுக்கு இறைக் கழலடி தங்க உரிமை உண்டு. இறைவன் இல்உள் நுழைய அனுமதி உண்டு. வேண்டுதல் வேண்டாமை இலான் என்றாலும் இறைவனிடம் (இறைவி அன்று) வேண்டிப் பெறுதல் வேண்டும் அன்றோ. நாயிற் கடையாய்க் கிடந்த அடியேற்குத் 'தாயிற் சிறந்த தயவான தத்துவனே நள்ளிருளில் நட்டம் பயின்றாடும் நாதனே' என வேண்டினால் பாசமாம் பற்றறுப்பான் சைவ இறைவன். பெருமாளையும் சேவிக்கலாம். ஓங்கி உலகு அளந்த உத்தமன் பெயர் பாடுவார் ஆண்டாள்.

'இரண்டு அடியான் மூவுலகும் இருள்தீர நடந்தனையே மூவுலகும் ஈரடியான் முறை நிரம்பா வகைமுடியத் தாவிய சேவடி' என இளங்கோவும் 'உலகம் உண்ட பெருவாயா' என நம்மாழ்வாரும் மாயோனைப் பாடுகின்றனர். உலகம் உண்ட பெருவாயன் வழி வந்த பாண்டியன் பகை நாடுகளை உண்பதில் தவறேதும் உளதோ!

தொல்லாணை நல்லாசிரியர், நிலம்தருதிருவின் நெடியோன், பல்யாகசாலை போன்ற தொடர்களுக்கு உரையாசிரியர் தரும் விளக்கங்கள் பனுவலுக்குத் தெய்வீகத் தன்மையை ஏற்றுகின்றன. பாண்டியனாக இருந்தாலும் மாயோனாக இருந்தாலும் இருவரும் பெருநிலத்தோடும் எஞ்சா மண்ணசையோடும் தொடர்புள்ளவர்கள்தாம். உலகையும் மண்ணையும் தமக்குள் அடக்குதல், வெளியைக் கைக்கொள்ளுதல் போன்ற செயல்பாடுகள் இருவருக்கும் பொதுவானவை. பிரம்மாண்டத்தோடு தொடர்புடையவை.

மாயோனின் வழிவந்தவனாக நச்சினார்க்கினியர் கூறும் பாண்டியன் மூவுலகை ஆளவில்லை என்றாலும் இவ்வுலகை ஆண்ட உயர்ந்தோன் என மருதனார் பாடுகிறார்.

பாண்டியன் புணரும் ஆய்தொடி மகளிரின் முகத் தாமரையும் கடவுளோடு தொடர்புடையது. தெய்வ உவமத்தால் ஆனது. கூர்த்த எயிற்றினையும் கடவுள் தன்மை உடைய பொற்றாமரைக்குளத்தில் மலரும் பெரிய தாமரைப் பூவை ஒத்த முகத்தினையும்கொண்ட மகளிரின் மணமுடைய தோளினைப் பாண்டியன் முயங்குகிறான். 'கடவுட் கயத்து அமன்ற சுடர் இதழ் தாமரை தாது படு பெரும் போது உறையும் வாள்முகத்து' (பொ.வே. சோமசுந்தரனார் 2008: 710–711) என்ற அடிகளில் சோமசுந்தரனார் இதைக்காட்டுகிறார். மதுரைப் பொற்றாமரைக் குளம் புராணிகத்தன்மை உடையது. சங்கப்பலகை, தருமியை உயிர்ப்பித்தல், மீனாட்சி அம்மை போன்ற புராணக்கூறுகள் மனத்தில்ஓட எழும் பொற்றாமரை அன்ன முகத்தின் அழகைக் கொண்டவள் பாண்டியன் நெடுஞ்செழியனின் மனைவி என்பது பெறப்படுகிறது.

விடியலில் பாடப்படும் வேதம்

மிக்க புகழ் எய்திய பெரும்பெயர் மதுரைத் தாய்த்தெய்வம் அங்கயற்கண்ணியுடன் தொடர்புடையது மதுரை. மாங்குடிமருதனார் காட்டும் மதுரை வைதிகச் சார்புடையதாக உள்ளது. பல்யாகசாலை முதுகுடுமிப் பெருவழுதியும் வேள்வி யோடு தொடர்புடைய நல்லாணைத் தொல்லாசிரியர்களும் மதுரையுடன் இணைக்கப்படுகின்றனர். மழுவாள் நெடியோன் கோயில், பௌத்தப் பள்ளி, அந்தணர் பள்ளி, சமணப்பள்ளி, அறங்கூறு அவையம் மதுரைக்காஞ்சியில் காட்டப்படு கின்றன.

அந்தணர்பள்ளியைச் சுட்டும்போது புலவர் விழுச்சீர் எய்திய ஒழுக்கமொடு புணர்ந்து அறநெறி பிழையா அன்புடை நெஞ்சம் உடைய அந்தப் பெரியோர் சிறந்த வேதம் விளங்கப் பாடி (469) நிற்பதை மாங்குடிமருதனார் காட்டுகிறார். மதுரை மாநகர், ஓதல் அந்தணர் வேதம் பாட விடியற்காலத்தில் எழுகிறது. பின்னரே நரம்பு இனிது இயக்கி யாழோர் மருதம் பாடுகிறார்கள்.

திணைக்குடிகளின் அழிவில்தான் நகரங்கள் உருவா கின்றன. திணைக் கருப்பொருள்களில் ஓசைகளும் இசைக் கருவிகளின் இசையும் முதன்மையானவை. ஆயின் மதுரை நகரம் எழும்பொழுது யாழோர்மருதம் பின்பும் அந்தணர் வேதம்

முன்பும் எழுகின்றன. திணையிசை இரண்டாம் நிலைக்குத் தள்ளப்பட்டுப் பெருவேந்தனின் வெளியில் திணைக்கருப் பொருள் சாராத வேதம் முதலில் பாடப்படுகிறது. வேதம் என்ற தனிச்சொல் மதுரைக்காஞ்சியில் இரு இடங்களிலும் *(468, 656)*, பரிபாடலில் *(23)* ஓரிடத்திலும் வருகின்றது. வேத முதல்வன் என்ற சொல் நற்றிணைக் கடவுள் வாழ்த்தில் வருகிறது. புறநானூற்றில் வேதநெறி, வேத வேள்வி *(224)* போன்ற சொற்கள் வருகின்றன (ப. பாண்டியராஜன்: *Tamil concordance*).

பண்டைச்சான்றோர் செய்யுள் சற்றே ஐந்நூறு ஆண்டுகால இடைவெளியில் பாடப்பட்டவை. பரிபாடல், கலித்தொகை, மதுரைக்காஞ்சி போன்றவை பின்னர் எழுந்தவை. எட்டுத் தொகை அகப்பாடல்களில் வேதம் என்ற சொல் இல்லை. புறநானூற்றில் இரு இடங்களில் வேதம் காட்டப்பட்டுள்ளது. செய்யுள்களில் வேள்விச் சடங்குகள் இடம்பெற்றுள்ளன என்பதையும் இவண் கருத்தில் கொள்ளவேண்டும். திணை அழிவின் பின்னர் எழுந்த நகரப்பாடலில் வேதம் எழுகிறது. பெருவெளி உருவாக்கத்தில் வைதிகம் உடன் உறைகிறது எனக் கூறல் வேண்டியதாகிறது. நான்மறை என்ற சொல் பரிபாடலிலும் புறநானூற்றிலும் வருகிறது. மறை என்ற சொல் பரவலாகக் காணப்படுகிறது.

ஐம்பூதங்களுடன் அரசன்

அரசன் ஐம்பூதங்களுடன் இணைத்து மதுரைக்காஞ்சி யில் கூறப்படுகிறான். மழுவாள் நெடியோன், சிவன் என்றும் இந்திரன் என்றும் கூறப்படுகிறான். அவன்,

நீரும் நிலனும் தீயும் வளியுமாக
விசும்பொடு ஐந்துடன் இயற்றிய
மழுவாள் நெடியோன் தலைவனாக

மதுரைக்காஞ்சியில் *(452–455)* வருகிறான். அவனுக்குக் கோவிலும் உண்டு. சிவனாக, இந்திரனாகக் கருதப்படும் கடவுளுக்கு இணையாகப் பாட்டுடைத் தலைவனின் வம்சம் ஐம்பூதங் களோடு இணைத்துக் காட்டப்படுகிறது. மழுவாள் நெடியோன் எவ்வாறு ஐம்பூதங்களோடு இணைத்துக் காட்டப்படு கிறானோ அதைப்போலவே பாண்டியனும் கோள்களுடன் இணைத்துக் காட்டப்படுகிறான்.

முந்நீர் நாப்பண் ஞாயிறு போலவும்
பல் மீன் நடுவண் திங்கள் போலவும்
பூத்த சுற்றமொடு பொலிந்து இனிது விளங்க

(மதுரைக்.698–770)

நிற்கிறான் பாண்டியன். நெடுஞ்செழியனது முன்னோர் பகல் செய்யும் செஞ்ஞாயிறும் இரவு செய்யும் வெண்திங்களும் மை தீர்ந்து கிளர்ந்து விளங்க மதுரைக்காஞ்சியில் காட்டப்படு கின்றனர். காற்று, திசைகள் விண்மீன், ஞாயிறு, திங்கள் எல்லாம் வேந்தனால் சிறந்து விளங்குகின்றன என்று இப்பாடல் (5-10) கூறுகிறது.

போற்றித்திருவகவல்

கடவுளைப் பலவாறு பாராட்டுவது பக்தி மரபு. இதற்கு முன்னோடியாக ஆற்றுப்படையில் வேந்தன் பலவாறு பாராட்டப்படுகிறான். மதுரைக்காஞ்சியில் பாண்டியன் போற்றப்படுகிறான். ஊர் கொண்ட உயர் கொற்றவ (89), பல் குட்டுவர் வெல் கோவே (105), அடு திறல் உயர் புகழ் வேந்தே (130), தென் பரதவர் போர்ஏறே (144), நல்கொற்கை நசைப்பொருந (138) வரைதாள் அருவிப் பொருப்பின் பொருந (41), வெல்போர்க் குரிசில் (151), கொற்றவர் தம் கோன் (74), பொலந்தார் மரபின் நெடியோன் உம்பல் (60), உலகம் ஆண்ட உயர்ந்தோர் (23), நிலந்தரு திருவின் நெடியோன் போல (763), அடுபோர் அண்ணல் (207) என்று நெடுஞ்செழியன் மீதான போற்றித் திருவகவல் மதுரைக்காஞ்சியில் கூறப்படுகிறது.

முறைசெய்து காப்பாற்றும் மன்னவன் மக்கட்கு இறையென்று வைக்கப் படுகிறான். அவனால்தான் பூமி பயிரை வளர்க்கிறது. மழை பெய்கிறது. மக்கள் நல்வாழ்வு பெறுகின்றனர் என்று புலவர்கள் கருதினர். தளி மழை பொழியும் தண் பரங்குன்று (263), மழைத்தொழில் உதவ மாதிரம் கொழுக்க (10) போன்ற குறிப்புகளோடு மழை ஒழுக்கம் பிழையா விளையுள் கொண்டவனாக வேந்தன் விளங்குவதும் பெருஞ்செயல்தான். மழை ஒழுக்குப் பிழையா விளையுள் மன்னனால் தான் நிகழ்கிறது. எனவே மக்கள் வாழ்க்கைக்கு அடிப்படையான நீர் மன்னனால் நிலைபெற்றிருக்கிறது என்கிறது மதுரைக் காஞ்சி.

போர்வீரரைப் போற்றுதல்

மன்னன்சார்ந்த வெளிக்கோட்பாட்டைத் தெய்வீக வெளியுடன் இணைத்தால்தான் ஆள்வதற்கான ஒப்புதலை மக்களிடம் பெறமுடியும். வேந்துசார் பனுவலை இயற்றும் புலவர் பனுவலுக்கான செய்யுள் உறுப்புகளுடன் உள்ளடக்கத்தை இணைத்து வேந்துவெளியைத் தெய்வீகவெளியாக மாற்றம் செய்கிறார். கடவுள் தன் அடியாருக்கு அருளுவதுபோல், போர் மறவர்க்குப் பாண்டியன் அருளுகிறான். விசையுடை

அம்பைத் தாங்கும் மறவர்கள், முழுமுதல் அரணத்து நின்று வருந்திய மறச்செல்வர், களிற்று யானைகளை வெட்டிக்கொன்ற விழுப்புண்பட்ட மறவர், துளைபட்ட ஊன்பெருகும் மார்போடு போரிட்ட மறப்பெருமக்கள், பகைவரின் யானைகளைக் கவர்ந்தவர் போன்ற போர்அடியார்களை வாசலுக்குச்சென்று மன்னன் வரவேற்கிறான். அவர்களுக்குக் காட்சி தருகிறான். பாணர், பாணினியருக்கும், புலவருக்கும் கூத்தருக்கும் தேர், யானை வழங்குகிறான். அவ்வேளையில், காணும் இடமெல்லாம் அரிக்கப்பட்ட கள் ஊற்றப்படுகிறது. பல இடங்களில் ஆடுகள் வெட்டப்படுகின்றன. ஊனைச்சுட்டும் நெய்யைஇட்டும் வரும்புகை திசையெல்லாம் பரவுகிறது.

திணைக்குடி அழிவு

பழந்தமிழ் அகவல் காலத்தில் உருவான பிராந்திய இறையாண்மை *(Territorial sovereignty),* ஒற்றையான தெய்வீக இறையாண்மை *(divine sovereignty)* ஆக ஆனது என ராஜ்கௌதமன் (2011:256) குறிப்பிடுவார். "இறையாண்மை என்பது முழுமையானது. வரையறை இல்லாத அதிகாரத்தை மக்களின் மீதும் மற்றுமுள்ள சங்கங்களின் மீதும் செலுத்தக் கூடியது ஆகும். மக்களிடமிருந்து பணிவைப் பெறுவதற்கான முழு அதிகாரத்தையும் அதுபற்றி இருக்கிறது" (சி.பி. சரவணன், தினமணி.காம்). அவ்விறையாண்மை தெய்வீகம் சார்ந்து கட்டமைக்கப்படுகிறது. மத அதிகாரம் ஆட்சி அதிகாரத்தோடு பிணைகிறது. இராஜகுருவின் கையசைவு நாற்புறத்தையும் அதிரச் செய்கிறது. இறைமை இறைவனிடமிருந்து பிறக்கின்றது என்றும் அந்த இறைவனுக்கு ஊடாகப் பிரயோகிக்கப்படுகிறது என்றும் தெய்வீக இறையாண்மைக் கோட்பாடு கூறுகிறது' (தமிழ்வின்.காம்). இவண், பல்வேறுபட்ட நிலங்களின் இறையாண்மை ஒடுக்கப்பட்டு நகரவெளியை அடிப்படையாகக் கொண்ட ஒற்றை மேலாண்மைக்கு உள்ளாக்கப்படுகிறது.

இவ்வொற்றை மேலாண்மை திணைக்குடிகளை அழித்து உருவாக்கப் பட்டதாகும். தெய்வீக வெளியை ஆளும் மன்னன் என்ற இறைவனைப் புகழ்வதே புலவரின் நோக்கமாக அமைகிறது. தெய்வீகவெளியின் மூலம் தெய்வீக இறையாண்மையை நிறுவுவதே அவர்தம் முதற்பணியாக அமைகிறது. இதனை நிலைப்படுத்த, தெய்வீக வெளியாக ஆளும் நிலத்தை உருவகம் செய்கிறார் புலவர். தெய்வமாக வேந்தன் அமர்கிறான். எனவே கேள்விக்கு அப்பாற்பட்டதாக அவனது வெளி மாறுகிறது. தனி ஒருவன் உலகம் ஆளும் ஒப்பற்றவனாக ஆக்கப்படு கிறான்.

ஐந்திணைகளைப் பனுவலில் காட்ட வேண்டும் என்ற அவா மாங்குடி மருதனார்க்கு உள்ளது. எனவேதான் மருதம் சான்ற தண்பணை, முல்லை சான்ற புறவு, அருங்கடி மாமலை, பாடல் சான்ற சுரம், நெய்தல் சான்ற வளம் எனத் திணைகளையும் வெளிகளையும் பதிவுசெய்கிறார். திணை வரலாற்றைச் சொல்வது புலவரின் நோக்கமன்று. மதுரையை மையமாகக் கொண்டு பெரும் நில வெளியைக் கட்டமைப்பதே அவர் நோக்கமாக உள்ளது. மதுரைக்காஞ்சியில் ஐவகை நிலங்களும் நகரமும் நகர்சார் புலங்களும் காட்டப்பட்டுள்ளன. இனக்குழு மக்கள், சீறூர்த்தலைவர், குறுநில மன்னர் நலிவுற்றுப் பெருவேந்தர்கள் நிலத்தை ஆண்ட கதையை மதுரைக்காஞ்சி கூறுகிறது.

பலவகை வெளிகள் மதுரைக்காஞ்சியில் காட்டப் பட்டுள்ளன. இங்கு ஐவகை நிலங்கள், மகளிர் உறையும் மனைவெளி, நகரம், போர்க்களம் என்ற மாறுபட்ட வெளி களைக் காணலாம். ஐந்திணை மரபைச்சுட்டும் வகையில் 'ஐம்பால் திணையும் கவினி அமைவர' *(326)* என்று மாங்குடி மருதனார் பாடியுள்ளார். மருதம், முல்லை, குறிஞ்சி, பாலை, நெய்தல் என்ற வரிசையில் அவ்வந்நிலக்கருப் பொருட்களுடன் நிலங்களும் சித்திரிக்கப்பட்டுள்ளன. உணா, புல், மக்கள், விலங்கு, நீர்நிலை, பறை எனக் கருப்பொருள் பட்டியலுடன் நிலங்களும் காட்டப்பட்டுள்ளன . இவை ஒருபுறம். மறுபுறம் மதுரை மாநகரத்தின் புறத்தே முழவு இமிழ் விழா நிகழ்கின்ற மணங்கமழ் சேரி உள்ளது.

திணைக்குடிகளை அழித்துப் பெருநிலம் எழுகிறது. அருவிகளை உடைய குறிஞ்சிநில மன்னரைப் பாண்டியன் வெல்கிறான் *(57–59)*. பகைவர் காடுகளை அழிக்கிறான். மலையும் காடும் அரணாக இருந்த அரசரை வீழ்த்துகிறான். "புகழ் நிறைந்த குடிமக்கள் பொருந்தின நான்கு நிலத்து வாழ்வார் உடனே பழமைகூறி நின்றதால் ஏவலைக் கேட்கும்படியாக, காற்று என்னும்படி கடிதாகப் பரந்து சென்று பகைவர் நாடு கெடும்படி நெருப்பைப் பரப்பி நெடுநிலை மன்னர் இருவரும் குறுநில மன்னர் ஐவரும் படும்படியாக போரில் வென்று அவர் முரசைக் கைக்கொண்டு களவேள்வி வேட்டுகிறான்" என்று நச்சினார்க்கினியர் *(உ.வே. சாமிநாதையர்: 351–352)* பல்குடி அழித்த வரலாற்றைச் சொல்கிறார். 'தென்பரதவர் ஏறே' என்ற வர்ணனை பரதவரை அடிமைப்படுத்தியதைக் கூறுகிறது. வளப்பம் குன்றுதலை ஒரு காலத்திலும் அறியாத பெரிய மருத நிலங்களை நெருப்பு உண்ணச் செய்கிறான். குறிஞ்சிமுதல் நெய்தல்வரையிலான குடிகளைக் கைக்கொண்டு உலகம் ஆண்ட உரவோன் எழுகிறான்.

பெண்டிர் இல்லாப் பெருநகர வீதிகள்

மதுரைநகரின் அமைப்பும் காட்சிகளும் பனுவலில் பாதிக்குமேல் காட்டப்படுகின்றன. மதுரைக்காஞ்சியில் பல்வேறுபட்ட மகளிர் காட்டப்படுகின்றனர். இருப்பினும் ஆடவரைவிடப் பெண்டிர் குறைந்த அளவிலேயே பனுவலில் வந்து செல்கின்றனர். முடிச்சிட்ட நரைக்கூந்தல் மகளிர், ஆடவருக்கு வருத்தம் தரும் பார்வையினைக்கொண்ட கண்ணுடையோர், மாமைநிறத்தோர், கூரிய எயிற்று ஒழுங்குப் பெண்டிர், இளமுலைமகளிர், கருங்கூந்தலோடு மயில்சாயல் கொண்ட மகளிர், தங்களை அலங்கரித்துக்கொண்டு கைதட்டி இளைஞரை அழைத்துப் புணர்வோர், புணர் மகளிருக்கு வேண்டிய தின்பண்டங்களையும் மலர்களையும் ஏந்தித் திரியும் மகளிர் ஆகியோர் உள்ளனர். இவர்கள் புழங்கும் மனைவெளி காட்டப்படுகிறது. நிரை நிலை மாடத்து நிலா முற்றத்தின் கண் தோன்றும் பூந்தொடி மகளிர் முழுநிலாக் காலத்தில் மலர் மாலையணிந்து காதல் இன்துணையுடன் புணர்கின்றனர். கொழுங்குடிச் செல்வருடன் புணரும் பாசிழை மகளிர், மணங்கமழும் கொண்டிமகளிர், வளமனைக் குளத்தில் நீராடும் புதல்வரை ஈன்ற மகளிர், சாலினியைக் கைதொழும் சூலுற்ற மகளிர், குரவையாடும் பெண்கள், பாட்டுடைத்தலைவனால் முயங்கப்படும் ஆய் தொடி மகளிர் என வருபவர்கள் பனுவலின் நூறுஅடிக்குள் சுருங்கி விடுகின்றனர்.

பாசிழைமகளிர் முதல் ஆய்தொடி அரசுமகளிர் வரை பல அடுக்குகளில் உள்ள மகளிர் இடம் பெற்றுள்ளனர். ஆயினும் உடல் சார்ந்தும் உடல் இன்பம் சார்ந்தும் சமயம் சார்ந்தும் காட்டப்படும் பெண்கள் எல்லாரும் மனைஉறை மகளிரே ஆவர். அவர் நகரம் எனும் காவல்மிகு வெளியில் அடைபட்ட இல்ல வெளிக்குள் புழங்குகின்றனர்.

தென் குமரிமுதல் வடபெருங்கல்வரை ஆடவரின் அதிகார உருவம் செல்கின்றது. பகைவர் தேஎம் எங்கும் பரவுகின்றன கால்கள். இரவிலும் பகலிலும் ‘ஆறு கிடந்தன்ன அகல் நெடுந் தெருப்’ பெருவெளியில் ஆடவர் நடக்கின்றனர். ஆயின், புணரவும் சூலுறவும் ஈனவுமான தளங்களாக மனைவெளிகள் ஆகின்றன. அதுவும் புதல்வரை ஈனுதல்தான் புகழ் தரும் என்று பனுவலாசிரியர் கருதுகிறார் போலும். ஆனால், மதுரை நகர வீதிகளில் பெண்டிரைக் காணோம்.

அகவெளி என்னும் மனைவெளி

பனுவலில், அகவெளி பெண்டிர்க்கும் புறவெளி என்னும் நகரவெளி ஆடவர்க்கும் உரித்தாகிறது. பற்பல தேஎம் சென்று பகை வென்று பொருள் மீட்கும் ஆடவர் கொடி எல்லையற்றுப் பறக்கிறது. சான்றோர் பனுவல்களில் மீயாற்றல் கொண்ட பேய் மகளிர், அகவன் மகளிர், வேலனோடு தொடர்புடைய பெண்டிர் வருகின்றனர். இவர்கள் அணங்குப்பெண்டிர் என அமைகின்றனர்.

மதுரைக்காஞ்சியில் முதல்சாமப் பொழுதில் கொழுங்குடிச் செல்வர் புணரும் மகளிர் காட்டப்படுகின்றனர். அவரைத் தொடர்ந்து அணங்குடை நல் இல் ஆய் பொன் அவிர் தொடிப்பாசிழை மகளிர் வருகின்றனர். கண்டோர் நெஞ்சு நடுக்குறூஉம் வானவமகளிர் போன்ற கொண்டி மகளிர், யாழ் இசைக்க முழவு முழங்கக் குளிர்ந்த நீரில் குளித்தும் குவிந்த மணலில் ஆடியும் நீர்நனை பூக்களை அணிந்தும் மனைதோறும் ஆடுகின்றனர்.

குழந்தை பெற்றுச் சூதகம் நீங்க வளமனைக் குளத்தில் ஆடுகின்றனர். கடுஞ்சூல் மகளிர் பெருந்தோள் சாலினித்தெய்வத்தைத் தொழுகின்றனர். முருகனைப் பரவித் தழூவிப் பிணைந்து பெண்கள் குரவையாடுகின்றனர். கொண்டிமகளிர், புனிற்றிளம்மகளிர், கடுஞ்சூல்மகளிர், முருகனைப்பரவும் பெண்டிர் யாவரும் முதல்யாமப் பொழுதில் நீர்நிலைகள், மன்றுகளில் கூடுகின்றனர். இது மீவியல் பொழுது ஆகும். தெய்வத்தன்மை பொருந்திய சாலினியைத் தொழுவதும் வேலனைப் பெண்கள் பரவுவதும் சடங்கியல் சார்ந்தவை. சடங்கியல் வெளியிலேயே பெண்கள் புழங்கு கின்றனர் *(578–615)*.

சாலினி என்ற தேவராட்டிப் பெண்பூசாரியைக் கடுஞ்சூல் மகளிர் வழிபடுகின்றனர். திணைநிலைத் தெய்வமான முருகனைக் குரவையாடிப் பெண்கள் பரவுகின்றனர். இனிய இசைக்கருவிகள் முழங்க முருகனை முன்னிலையாக்கி, குறிஞ்சிப் பூவைச்சூடி, கடம்பமரத்தின் கண்ணே தழுவிப் பிணைந்து மகளிர் குரவையாடுகின்றனர். மகளிர் முருகனைப் பரவுதல் சடங்கியல் தன்மைகொண்டது. பலரும் தழுவி இணைந்து ஒன்றுபட்டு ஆடுகின்றனர். குழந்தை பெற்ற இளமுலைமகளிர், சுற்றமொடு கணவரோடு குளத்து நீரில் குளிப்பது சடங்காக இருக்கக்கூடும்.

யாழால் செவ்வழிப் பண் இசைத்து முழவு ஒலிப்பச் சிறுபறை முழங்க, பூசைக்கு வேண்டும் பல பொருட்களோடு சுடர் விளக்கேற்றிப் பாற்சோறு முதலிய உண்டிகளோடு தெய்வம் ஏறி ஆடும் தேவராட்டியான பெரிய தோளினை உடைய சாலினியை வணங்குகின்றனர். நீராடும் கொண்டிமகளிர், புனிற்றிளம்மகளிர், தெய்வங்களோடு சடங்கு இயற்றும் கடுஞ்சூல் மகளிர், வேலன் முருகனோடு குரவையாடும் மகளிர் மீயாற்றல் கொண்டவர்களாக மீவியல்பொழுதில் மீவியல்வெளியில் சடங்கு நிகழ்த்துகின்றனர் .

வேறுபடும் வெளிகள்

ஆண் வல்லமை நிறைந்த நகரப் பண்பாட்டில் மீவியல் களத்தில் செயல்படும் மீவியல் பெண்டிரின் வெளி தனித்துவ மானது. அடைபட்ட வெளிகளில் வாழும் மகளிர் திறந்த நீர்நிலை, கடம்பமர மன்றுகளில் விடுதலை ஆவலை வெளிப்படுத்துகின்றனர். பெண்வெளியைச் சடங்கியல் வழியாகத் தற்காலிகமாகவேனும் கட்டமைக்கின்றனர்.

வையைக்கரை மணல் கான் பூம்பொழிற்கண் வெகு காலம் வாழ்ந்து வரும் பாணர்களின் குடியிருப்பு, மணிநீர்க்கிடங்கு, மதில்மாடம் பொலிய அதன் பின்னர் ஆற்றைப்போல அகன்ற நெடுந்தெரு அமைகிறது. படைஞர் இருக்கை, நாளங்காடி, நிரைநிலை மாடம், கோயில் பள்ளி, அறங்கூறு அவையம், வணிக வீதிகள், தொழிலாளர் தெருக்கள், பாசிழைமகளிர் இல்லம், புனிற்றிளமகளிர் வளமனை, வேந்தன் அரண்மனை எனப் பல்வேறு வெளிகள் மதுரைக்காஞ்சியில் உள்ளன. இவ்வெளிகளில் வைதிகம் இருந்தபோதும் வர்ண வேறுபாட்டைக் காண இயலவில்லை.

பண்டை இலக்கியங்களில் வேதநெறி வழங்கப்பட்ட போதும் மதுரைக்காஞ்சியில் வருண வேறுபாடு இல்லை. ‘சிறியரும் பெரியரும் கம்மியர் குழீஇ நால்வேறு தெருவும் கால் உற’ என்பதிலுள்ள நால்வேறு தெருவும் என்பதற்கு அந்தணர், அரசர், வணிகர், வேளாளரெனச் சொல்லப்பட்டார் இருக்கும் நான்காம் வேறுபட்ட தெருக்களும் என்று பிற்கால வழக்கத்தில் அமையும் சிலப்பதிகார அடியார்க்கு நல்லார் உரைக் கருத்தைப் பத்துப்பாட்டுப் (1974–397) பதிப்பில் உ.வே.சா. தருகிறார். இது தேவையற்றது.

வாய்ப்புக் கிடைக்கும்போதெல்லாம் வர்ணத்தைப் புகுத்தும் நச்சினார்க்கினியரே, நால்வேறு என்பதற்குப் பொன்னும் மணியும் புடைவைகளும் கருஞ்சரக்கும் (கூலங்கள்)

விற்கும் நால்வேறுபட்ட வணிகர் தெரு என்றுமாம்*(397)* என்றும் சிறியரும் பெரியருங் கம்மியர் குழீஇநால்சேறு தெருவினும் நின்ற *(521–522)* என்ற தொடருக்குச் சிறியோரும் பெரியோருமாக நெய்தற்றொழில் செய்வார் திரண்டு, நான்காய் வேறுபட்ட தெருவுகடோறும் ஒருவர் காலோடு ஒருவர் கால் நெருங்க நிற்றலைச் செய்ய *(உ.வே. சாமிநாதையர் 1974:397)* என்றும் உரை தருகிறார். நால்வேறு தெரு என்ற தொடருக்குக் கோயிலைச் சூழ்ந்த ஆடவர்தெரு நான்காதலின் நால்வேறு தெருவென்றார் என்று கூறுகிறார். இனிப் பொன்னும் மணியும் புடவை களும் கருஞ்சரக்கும் விற்கப்பட்டு நால்வகைப்பட்ட வணிகர் தெருவென்றுமாம் என்று விளக்குகிறார். ஆயின் நச்சினார்க்கினியரின் பத்துப்பாட்டு உரைக்கு ஆராய்ச்சிக்குறிப்பு எழுதும் உ.வே.சா, நால்வேறு தெருவும் என்பதற்கு அந்தணர் அரசர் வேளாளரெனச் சொல்லப்பட்டார் இருக்கும் நான்காய் வேறுபட்ட தெருக்களும் என்று கூறும் அடியாருக்கு நல்லாரின் சிலப்பதிகார உரையை *(14:212)* பனுவல் உரைக்குள் இணைக் கிறார். நால்வேறு தெருக்கள் வருண வேறுபாடு கொண்டு அணுகக் கோரும் குறிப்பாக இதைக் கொள்ள முடியும்.

மனையுறை மகளிராகவே மதுரைக்காஞ்சியில் பெண்கள் காட்டப்படுகின்றனர். இனக்குழுச்சமூகத்தில் பெண்கள் வேளாண்மையின் பொருட்டும் இயற்கைப் புணர்ச்சியின் கண்ணும் காடு, மலை, அருவி, தினைப்புனம் சென்றுள்ளனர். ஆடுகளமகனைக் காண தேடித் திரிகிறார் ஆதிமந்தியார். மள்ளரும் மகளிரும் ஆடும் துணங்கைக்கூத்துப் பொதுவெளி பாற்பட்டது. பொதுவெளியில் புழங்கும் பெண்ணாக ஆதிமந்தியார் உலவுகிறார்.

குடி தேம்பி அழுதல்

மதுரைக்காஞ்சியில் கடற்கரைப்பரப்பில் பரதவ மகளிர் குரவை ஆடுகின்றனர். பாண்டியன் படையெடுப்பால் வளமான ஊர்களில் இருந்த மகளிர் எல்லாவற்றையும் இழந்து உறவினர் இல்லம் ஏகுகின்றனர். இவர்கள் நகரப்பகுதியில் காட்டப் படுபவர்களல்லர். பெண்மை அழித்தலில் ஆண்மை திமிர்கிறது. போர் என்பதே பெண்மை அழித்தல்தான். நெருப்பு வைத்து நாடெல்லாம் காடாகவும் பசுத்திரள் தங்கின இடமெல்லாம் புலி முதலியன தங்கவும் ஊர் இருந்த இடமெல்லாம் பாழாய்க் கிடக்கவும் வளையல் அணிந்த மகளிர் துணங்கை ஆடிய அம்பலங்கள் பேய்மகளிர் ஆடவும் செய்தனர் போர்புரிந்த ஆண்கள். அதனால் தெய்வங்கள் உலவிய இடத்தில் வாழ்ந்த

பெண்கள் மனக்கவலையுற்றுக் கதவருகே அமர்ந்து தேம்பி அழுகின்றனர். வாழ வழியின்றி உறவினர் புலங்களுக்கு அவர்கள் புலம்பெயர்கின்றனர். பெண்களைப் புலம்பெயரச் செய்கிறது ஆண்களின் போர்.

பொய்கைகளில் கோரைகள் வளர்கின்றன. எருதுகள் உழுத இடத்தில் பன்றிகள் திரிகின்றன. பாண்டியனின் ஏவல் கேட்காததால் பகைவர் தேஎம் பாழாகின்றன (156–176). அழுத கண்ணீர் மேல்தானே சாம்ராஜ்யக் கொடிகள் பறக்கும்! மன்னனின் ஆணைக்குக் கட்டுப்பட்ட மக்களுக்கும் மன்னர் களுக்கும் அரசியல் பிழையாது அறநெறி காட்டுகிறான் பாண்டியன். 'பெரியோர் சென்ற அடி பிழையாது குடமுதல் தோன்றிய வளர்பிறை போலக் கொற்றம் சிறக்க' எனவும் குணமுதல் தோன்றிய இருள் மதி போலத் தெவ்வர் ஆக்கம் கெடுக எனவும் வாழ்த்துகிறார் மாங்குடி மருதனார். திணைக் குடிகள் அறிந்திராத புதுவகை அறத்தை – பெரியோர் வழியைப் போதிக்கிறான் மன்னன். அறம் அறியாததால்தான் அவர்களை அழித்தான் போலும் ஆண்டகை.

இனக்குழுவியம் சார்ந்த சீறூர் வெளிகளுக்கு எதிர்நிலையில் வேந்தர் வெளிகள் பிரம்மாண்டமாக அமைகின்றன. பிரம்மாண்டப் பேரரசைக் கட்டியெழுப்பும் பெருவேந்தன் ஐம்பெரும் பூதங்களோடு இணைத்துக் காட்டப்படுகிறான். வேந்தனைப் பாடும் பனுவலும் பெருவெளியை நினைவுறுத்தும் சொற்களால் ஆக்கப்படுகிறது. தாய்த்தெய்வ வெளியி லிருந்து எழும் பேரரசு, பெருந்தெய்வ வெளிக்கு நகருகிறது. தெய்வீக வெளி எழுகிறது. மதுரைக்காஞ்சியில் அகவெளி பெண்டிர்க்கும் புறவெளி ஆணுக்குமாக நிர்மாணிக்கப் படுகிறது. சடங்கியல் நிலையில் தனிவெளியில் மகளிர் இயங்குகின்றனர். வளம் நிரம்பிய வெளிகளை அழித்துப் பேரரசுவெளி எழுகிறது.

4

பதிற்றுப்பத்து: குடியழிப்பும் வெளி விரிவாக்கமும்

அகம், புறம் என்ற இருவேறு மண்டலங்களைச் சொல்பவை சான்றோர் செய்யுட்கள். அகப் புலம் – புறப் புலம், அகவெளி – புறவெளி என அவற்றைப் பகுக்க முடியும். இடம், நிலம், புலம் என்னும் சொற்பொருட்களை உள்ளடக்கிய 'வெளி' *(Space)* குறித்த ஓர்மை தமிழர்க்கும் உண்டு. அகத்திணை என்னும் உயிர் வாழ்க்கையை வகுக்கும்போது முதற் பொருளாகிய நிலமும் பொழுதும் முதன்மையாகக் கொள்ளப்படுகின்றன. முதற்பொருளில் இருந்து கருக்கொள்கிற பயிர்ப் பச்சை, நீர், உணவு என்ற பிற பண்பாட்டுக்கூறுகள் உரிப்பொருளை உருவாக்குகின்றன. அகத்துக்குப் புறம்பாக எழும் புறம் கருப்பொருளை அழிப்பதாகவே பெரும்பாலும் அமைந்துவிடுகிறது.

பேரரசு எழுச்சியைக் காட்டும் பதிற்றுப்பத்து, 'உலகாண்ட சேரரின் வம்சவரலாறு'; இனக்குழு வெளிகளை அழித்து எல்லையில்லா ஆளுகை வெளியை விரிவாக்கும் பேரரசு நிறுவுதலுக்கான பனுவல். முதல் கருப்பொருட்களோடு பெரிதும் இணங்கியும் சற்றே பிணங்கியும் மனித வாழ்வு எழுகிறது. ஆயின், முதல் கருப்பொருட்களைப் பேரரசுகள் கவனத்தில் கொள்ளுவது இல்லை. தேவையின் பொருட்டே அவற்றைப் பயன்படுத்துகின்றன. பேரரசு நிறுவுதலின் பொருட்டு முதற் பொருளில் நிலமும் கருப்பொருளும் அழிக்கப்படுகின்றன.

இனக்குழுக்களின் அழிவும் எஞ்சாமண்ணசை வேந்தரின் தணியாவேட்கையும் அகச்சான்றுகளாகச் சான்றோர் செய்யுட்களில் பரவிக்கிடக்கின்றன. நிலத்தைக் கைக்கொள்ளுதலும் குடியழிப்பும் இயற்கையழிப்பும் பெருவேந்தர்தம் நடைமுறைகள். அதிகாரத்தின் கொடும் நாவுகள் படுகொலைகளைப் பனுவலாக்கு கின்றன.

இனக்குழுவாழ்க்கை சுற்றுச் சூழல் வெளியைப் பேணுபவை; இயற்கையைப் பெரிதும் இடையூறு செய்யாதவை. வேந்துசார் நடவடிக்கைகளோ இயற்கையைக் குலைப்பவை இயற்கையைப் பொருட்படுத்தாதவை. அவை அதிகாரத்தை அடைவதற்காக நீர்நிலைகளையும் விளைநிலங்களையும் அழிக்கத் தயங்காதவை. பயிர்களை எரியூட்டவோ நச்சு விதைகளை வயல்களில் விதைக்கவோ அஞ்சாதவை. எனவே இயற்கையை அழிப்பதைப் புறமென்றும் இயற்கையைப் போற்றுவதை அகமென்றும் கொள்ளமுடியும். அவ்வாறே வளமை, மண் ஆகியவற்றை அகம் என்றும் வறள், விண் ஆகியவற்றைப் புறம் என்றும் கொள்ளலாம்.

அகம் – புறம், வளமை – வறள், மண் – விண் என்ற முரண்கள் பதிற்றுப்பத்தில் தொழிற்படுகின்றன. மண்ணுலக வெளியை ஆளுகைக்குள் கொணர்ந்த வேந்தனின் குருதி படர்கரங்கள் விண்ணுலகவெளியையும் பனுவலில் விழை கின்றன. முதற்பொருளையும் கருப்பொருளையும் தகர்க்கும் வேந்தன், தானே முதற்பொருள் எனக் காட்டலும் நிகழ்கிறது. இருவேறு சூழல் மண்டலங்களுக்கிடையிலான போராகவும் பதிற்றுப்பத்து நீள்கிறது. இருவேறு சூழல் மண்டலங்கள் என்பவை இருவேறு பண்பாட்டைக் குறிப்பவை. பண்பாட்டுக் குறியீடு களாகக் கருப்பொருள்கள் அமைகின்றன. பண்பாட்டுக்குறியீடு களை அழித்துப் புதிய கருப்பொருட்களை நிறுவுதல் பேரரசின் பணியாக மாறுகிறது. இவற்றை இக்கட்டுரை விவாதிக்க முயல்கிறது.

மருதவெளியை அழித்தல்

கருப்பொருட்கள் என்பவை வெறும் பொருட்கள் மட்டுமல்ல; அவை வண்ணம், வடிவு, சுவை, மணம் சார்ந்து அமைபவை. பெருநிறுவனங்கள் சார்ந்து அமையும் கருப்பொருள்களின் உருவமும் நிறமும் ருசியும், விளிம்புகள் சார்ந்து அமையும் கருப்பொருட்களின் உருவமும் நிறமும் ருசியும் வேறானவை. பண்புகளும் வேறுபடுபவை. போலவே ஓசை, இசை, ஒலிகளும் அமையும். சூழல்சார்ந்து முதற்பொருளும் கருப்பொருளும் அமைகின்றன. மருதநிலங்களை அழிப்பது

பதிற்றுப்பத்தில் காட்டப்படுகின்றது. மருதநிலவெளியில் புதுவெள்ள ஓசை, நீராடும் ஒலி, விழா ஆரவாரம் எழுகின்றன. இவ்வெளி பகற்பொழுதில் வெண்ணரிகள் ஊளையிடு மாறும் கருங்கண் பேய்மகள் நடமாடுமாறும் இரங்கத்தக்க அளவுக்குப் பெருவேந்தனால் பாழாக்கப்படுகிறது *(22:35–38)*. வளமிகு மருதவெளியின் உயிர்த்தன்மை அறுபடுகிறது. பறவைகள் அமர்ந்து ஒலியெழுப்பும் மருத மரங்கள் ஓங்கி வளர்ந்த, குளிர்ச்சிமிக்க பெருந்துறையின் நீரடைகரை, காஞ்சியொடு முருக்க மரங்கள் உதிர்க்கும் நெருப்பன்ன பூக்களுடையது. செவ்வரி நாரை, அழல் போன்ற தாமரை, மலர்ந்த ஆம்பல் கொண்ட அகன்றலை நாடு, வழங்குநர் இன்றிப் புல் மிகுந்து அழகழிந்து காடாகிறது. பொலந்தார்க்குட்டுவன் பெருங்கவினழிக்கிறான் *(23:10–25)* என்று பதிற்றுப்பத்துக் கூறுகிறது.

மருதவெளியின் ஒலிகள் வேந்தனால் முடக்கப்படுகின்றன. நீராடும் ஒலி, புதுவெள்ள ஓசை, விழா ஆரவாரம் ஆகியவை சேரனால் ஒடுக்கப்பட, வெண்ணரி ஊளையும் பேய்மகள் நடமாட்டமும் அங்கு எழுகின்றன. தண்மணல், நீரடைகரை ஆம்பல், தாமரை, முருக்கம் பூவின் குளிர்ச்சி ஆகியன அழிகின்றன. மருதம் காடாகிறது. பாணர்களின் பசியைப் போக்கிய நிலம், வழங்குபவர் இல்லாது ஒழிகிறது. ஆம்பலும் தாமரையும் மலர்ந்த இடத்தில் புல் மண்டுகிறது. மணல் மிகுந்திருந்த பெருந்துறையின் நீர்அடைகரை அழிந்து விண்தொடும் மரங்கள் அடர்ந்த காடாகிறது*(23:15)*. சுடர் மிகுந்த நெருப்பால் எரிந்த, ஊரினை ஒட்டிய பாதைகள் பாழாகின்றன *(25:7–10)*. பெருவேந்தர் ஆளுகைக்கு உட்படாத வெளியில் எழும் ஒலிகளுக்கும், பெருவேந்தர் ஆளுகைக்கு உட்பட்ட வெளியில் எழும் ஒலிகளுக்கும் வேறுபாடுகள் உள்ளன. நீர்மை சார்ந்த மணமும் வண்ணமும் மாறுபடுகின்றன.

பெண்மை அழிவும் ஆண்மை நிறுவலும்

ஆண்மை, பெண்மை என்ற குணங்கள் இயற்கையானவை அல்ல; உருவாக்கப்பட்டவை. உயிர்களின் பெருக்கத்துக்கு ஆதாரமாகப் பெண்மை என்னும் வளமை அமைகிறது. இதற்கு எதிர்நிலையில் வளமையை அழிப்பவற்றை ஆண்மையாகக் கொள்ள இயலும். பெண்மையைப் போற்றுவது என்பது வளமையைப் போற்றுவதாக அமைகிறது. ஆண்மையை நிறுவுதல் வளமையை அழித்தலாக அமைகிறது.

பாலைக் கௌதமனாரின் பாடல், போருக்கு முன் அமைந்த நிலக்காட்சியைக் காட்டுகிறது, "உரலில் அவல் இடித்த வளைக்கை மகளிர் உலக்கையை வாழையோடு சார்த்திவிட்டு வள்ளை

கொய்கின்றனர். விளைந்த நெல் மணிகள் பாரத்தால் வளைந்து காணப்படுகின்றன. அங்குப் பெரிய கால்களை உடைய நாரைகள் கொழுவிய மீன்களை உண்பதற்காக மரங்கள் தோறும் கூட்ட மாய்த் தங்கியிருக்கின்றன. பறவைகள் ஓட்டுவதற்கு உரிய கருவிகள் இல்லாத மகளிர் குருகுகளை ஓட்டுகின்றனர். இவ்வாறான நிலம் குருதிப்பலி ஊட்டப்பட்ட முரசு அடிக்கப் பட்டுப் பல்யானை கொண்ட குட்டுவனின் எல்லையற்ற படை கடக்கும் முன்பு ஊர்களை உடைய நாடாக இருந்தது" *(29)* என்ற விவரணையின் குரூரம் அளவிடமுடியாதது.

அவல் இடித்த உலக்கை, வாழை, வளைக்கை மகளிர், முடந்தை நெற்கதிர், கொழுவிய மீன்கள் எனவரும் தொடர்கள் சந்ததிப்பெருக்கத்தோடு தொடர்புடையவை. அவல் இடித்த உலக்கை, வளைக்கை மகளிர் என்ற குறியீடுகள் பாலியல் சார்ந்தவை. இதற்கு எதிர்நிலையிலான குருதிப்பலியூட்டப்பட்ட முரசும் கொல்களிறும் வளமைக்கு எதிரானவை. வளமை பெண்மை சார்ந்தது. எல்லையில்லாப்படை ஆண்மை சார்ந்தது. வளமை அழித்து ஆண்மைவெளி நிறுவும் தன்மையென இதைக் கொள்ள முடியும்.

தமிழ்ச்சமூக வரலாற்றில் போர்க்களவெளி ஆணுக்கு உரியது. 'அடுதலும் தொலைதலும்' ஆண்பால் மேன. எங்கும் பரவி வழியும் குருதி, ஆண்கள் சிதைத்த உடலில் இருந்து பெருகியதுதான். பதிற்றுப்பத்தில் ஓடும் குருதியாற்றுக்கான காரணங்கள் பனுவலில் புலப்படவில்லை. வேந்தனின் சினமே போதுமானதாக இருக்கிறது.

கருப்பொருளழிப்பும் நிலமழிப்பும் பதிற்றுப்பத்துத் தரும் சுத்தபாடம். நெடுமிடல் வஞ்சி என்பானின் வலிமை கெடுமாறு சாய யானைப்படையைத் தங்குவித்து அவன் நிலம் கெடுமாறு, நெடுங்கால் நாரை இரை கவரும், மூங்கில்தாள்களையொத்து வளர்ந்து காணப்பெறும் நெல்வயலின் தப்பாத விளையுளைக் கொடுக்கும் நாட்டினைக் கைப்பற்றுகிறான் சேரன் *(32:11–14)*. நாடு கெடுத்து விளையுளைக் கைக்கொள்கிறான். வரம்பற்ற வெள்ளமாகிய பெரும்படையால் ஆழமுடைய நீர்த்துறைகள் கலங்க நெரிதருதலால் நிலம் கெடுகிறது *(33:3–6)*, விளைவயலில் தானை வந்து இறங்குகிறது *(40:5–6)*.

ஆரல்மீன் பிறழுமாறு நீர்நிறைந்ததும் கரும்புப் பாத்தியில் நெய்தல் பூத்ததுமான மருதநிலத்தில் ஆரவாரமிக்க துணங்கைக்கூத்து நடைபெறுகின்றது. பூக்கள் மிக்க பொய்கையுடைய, புலவர்களால் பாடப்பெற்ற பயன்மிக்க ஊர்களின் அழகு, கூற்றினால் அழிக்கப்பெறுகின்ற உடலைப்

போல் அச்சந்தரும் வகையில் மாறுகிறது. சேரன் சினந்ததால் ஊர்கள் தம் பண்பினை இழக்கின்றன. விரிந்த பூக்களை உடைய கரும்புவயல்கள் பொலிவழிகின்றன. மருதநிலம் பேய்மகள் உலவுமிடமாக மாறுகிறது *(13:1–15)*. குடியும் குடிசார்பொருட்களும் அழிவதால் பேய்மகள் உலவுகிறாள். விளைவயலில் தானை தங்குவதும் ஊரினை அழிப்பதும் சேரன் சினத்தால் நிகழ்வன. துணங்கைக்கூத்து நடைபெற்ற இடம் பேய்மகள் உலவுமிடமாகக் கூற்றுவன் சிதைத்த உடல்போல ஆதல் கொடுமையன்றோ.

பாரியின் பறம்புவெளியும் சேரனின் பாசறைவெளியும்

உயிர்வாழ்தலுக்கும் உயிரழிப்புக்கும், வளமைக்கும் செல்வத்துக்குமான முரண் கபிலர் பாடலில் துலங்குகிறது. பாரியின் பறம்பையும் சேரனின் பாசறையையும் அவர் எதிர் நிறுத்துகிறார். முன்னது இயற்கை இயைந்து வாழ்வைப் போற்றுவதாகவும் பின்னது இயற்கைக்கு எதிராகவும் அமைகின்றன. இங்கு இருவேறு வெளிகள் உள. பறம்புவெளி பழுத்து வெடித்து மணம் வீசும் பலாக்கனி கொண்ட நாடு, சித்திரம் போன்ற வீடு, பாவை நல்லாள், பொற்பூச்சிறு இலைமரம், சந்தனம் கொண்டது *(61:1– 9)*. பலாக்கனி, சந்தனம், பொற்பூச்சிறு இலை மரம், சித்திரநல்இில் எனும் மணம் மிகு பொருட்களோடு பாவை நல்லாள் எனும் வளமைசார் பெண்ணும் இணைத்துக் காட்டப்படுகிறாள். இவை பாரியின் பறம்புமலை இனக்குழு வெளி சார்ந்தவை.

சேரனின் புலால்வாடைப் பாசறைவெளியோ ஒளி மிக்கவாள், வலிமைமிகு போர்க்களிறு ஆகியவற்றையும் வெள்வேல் பாடும் பாடினியையும் கொண்டு விளங்குகிறது *(61:15–18)*. சித்திரநல்இில் கொண்ட வாசனை பொருந்திய பலவின் கனி கொண்ட நாடு என்ற முதற் பொருளுக்கு மாறாக "ஒள்வாள் உரவுக்களிற்றுப்புலாஅம் பாசறை" வெளிநிற்கிறது. பொன்னாலான மாலையணிந்த வேந்தனும் மின்னும் வாளும் களிறும் அழிவின் குறியீடுகள். மின்னும் வாள் மரத்தையும் வெட்டும் மனிதரையும் வெட்டும்.

பலாக்கனி காமத்தின் குறியீடு. 'சிறு கோட்டுப் பெரும் பழம் தூங்கியாங்கு இவள், உயிர் தவச் சிறிது காமமோ பெரிதே' என்கிறது குறுந்தொகை *(18:4–5)*. ஆயின் கொல்களிறும் வெள்வாளும் ஆண்மை போற்றுபவை; புணர்வுக்கு எதிரானவை. பலவின்கனி மணத்துக்கு எதிரானது புலாஅம் பாசறை. வெள்வேல் பாடும் பாடினியும் சித்திரநல்இில் பாவை நல்லாளும் வேறுபட்டவர்கள். சான்றோர் பாடல்கள் பலவற்றில் தீம் பழமான பலா ஓங்கு மலை நாடனொடு *(குறுந்.83)*

இணைக்கப்பட்டுள்ளது. ஆண் குரங்கு தீண்டியதால் நறுமணம் வீசும் பலாப்பழத்தை மலைப்பக்கத்தில் விழும் அருவியானது நீர் உண்ணும் துறைக்குக் கொண்டு வரும் நாட்டை உடையவன் நம் தலைவன் என்று தலைவியிடம் தோழி கூறுகின்றாள் (குறுந்.90). இப்பாடல் பாலியல் குறிப்போடு அமைகின்றது. பலாவின் மணம் காமத்தின் குறியீடு ஆகும்.

காக்கைப்பாடினி காட்டும் காதலும் சாவும்

பதிற்றுப்பத்தில் காதலைப்பாடுகிறார் காக்கைப் பாடினியார். அவர், விறலிப்பெண் அமையும் வெளி, வளத்துடனும் போரின்கண் வேந்தன் உறையும் இடம் சாவுடனும் தொடர்புறுவதைக் காட்டுகிறார். கடலைச் சார்ந்து உள்ள கானலை நோக்கி வேந்தன் செல்கிறான். அங்குப் பூங்கொத்துக் களை உடைய பெருங்கிளை ஞாழல் மரம், நீண்ட கால்களை உடைய நாரை, வண்டுகள் தங்கும் அடம்பங்கொடிகள் நிரம்பிக் காணப்படுகின்றன. நீர்க் கரையில் விளையாடும் நண்டுகளும் கரிய பனை மரங்களும் உள்ளன. அரசர் இருக்கும் பந்தலின் மேற்புறத்தில் தேன் உடைய நெய்தல்பூக்கள் பூத்திருக்கின்றன. அமிழ்துபொதி துவர்வாய் உடைய விறலி அசைந்து நடந்து வருகிறாள். விறலியின் பாடலைக் கேட்டு அங்கே நெடுநேரம் தங்குகிறான் வேந்தன். இது விறலி இருக்கும் வெளி ஆகும். விறலி அமையும் வெளியில் ஞாழல்மரப்பூக்கள், இரைதேடும் நாரை, வண்டுகள், பனைமரம், சங்குகள், கானல், பெருங்கடல், தேன் பிலிற்றும் நெய்தல் மலர், அமிழ்து பொதி துவர்வாய் கொண்ட பெண் அமைகின்றனர். இங்கு அமையும் கருப்பொருட்கள் வாழ்வோடு தொடர்புடையவை; தண்மை கொண்டவை. விறலியரின் பாடலைக் கேட்டு நீடித்து உறையும் வெற்றிவேல் அண்ணல் மெல்லியன் ஆக இருக்கிறான்.

இதற்கு எதிர் நிலையாக, செருக்களத்தில் அவன் கடியவனாக இருக்கிறான். போர்க்கள வெளியில் படைவீரர்கள், தந்தங் களை வெட்டிவீழ்த்தும் வாட்கள், குருதியால் நிறம் மாறிய பனம்பூமாலை, கழுகு, கிழிக்கப்பெற்ற பகைவர் முரசுகள், கூற்றுவன் போன்ற பார்வை கொண்ட அண்ணல் ஆகியோர் கருப்பொருள்களாக அமைகின்றனர். வேந்தனுக்கு உவமை களாகக் கரிய பெரிய கூற்றுவனும் நஞ்சுடைய பாம்புகளின் வலிமையை அழிக்கின்ற இடியேறும் கூறப்படுகின்றன.

இருவேறு கருப்பொருட்கள் இருவேறு நிலையைக் குறிப்பாகச் சுட்டுகின்றன. அமிழ்து பொதி துவர் வாய்கொண்ட விறலியின் பாடல் ஒலிக்கும் வெளி வாழ்வையும், கூற்றுவன்

வலை விரித்தது போன்ற பார்வை கொண்ட வேந்தன் இருக்கும் வெளி சாவையும் முன்வைக்கின்றன.

தண்ணியவெளிக்கு மறுநிலையில் நஞ்சு உடைய பாம்பு, இடியேறு, துண்டித்த யானைக்கோடு, குருதிதோய்ந்த மாலை, சீற்றக்கூற்றத்தோடு விளங்கும் போர்க்கள வெளி காணக் கிடைக்கிறது. நீர்சார் குளிர்ந்த கருப்பொருள் அமையும் வெளி (51:1–21) வளத்துடன் அமைய, போர்க்கள வெளியோ கொலையுடனும் அழிவுடனும் இணைகிறது. பெண் இருக்கும் வெளி, ஆண் வினைபுரியும் வெளி என இரு முரண்கள் இங்குத் தர்க்கிக்கின்றன.

வேறுபடும் வெளிகள்: இயற்கையும் செயற்கையும்

வீரர் உலவும் செங்களமும் மக்கள் வாழும் வெளியும் வேறுபட்ட கருப்பொருட்கள் உடைய இருவேறு வெளிகள் ஆகும். குருதி கலந்த தினை, எஃகு வாள், புலித்தோல் உறை, முரசு, அம்புகளோடு வீரர் செங்களம் நிறைந்திருக்கிறது. மக்கள் வாழும் மருத வெளியோ நெல்வயல், நெல்லரியும் கொய்வாள், தாமரை, ஆம்பல் ஆகியவற்றோடு கருப்பஞ்சாற்றில் நனைகிறது(19:1–24). போரும்வாழ்வும் வேறுவேறு முதற் பொருளையும் கருப்பொருளையும் தேர்ந்து நிற்கின்றன.

எளிய வெளிகளை அழித்து அரண்மனை வெளியும் நகர வெளியும் எழுகின்றன. வேளைச்செடி, பீர்க்கங்கொடி ஏறிப் படர்ந்திருக்கும் புல்வேய் கூரை வீடுகளில் வாழும் ஆறலைக்கள்வரின் புலத்துக்கு எதிர்நிலையில் பொன் மிகுந்து காணப்படும் கடைவீதியும் இயம்பும் முரசுடைய போர்யானையுடன் வாழும் நெடியோனின் நனந்தலை நாடும் (15:10–14) விளங்குகின்றன.

பீர்க்கங்கொடி படர்ந்த புல்வேய்வைப்புக்கு எதிராகக் கட்டப்பட்ட, கொடிகளின் நிழற்கீழுள்ள பொன்மிகு கடைவீதி திறந்திருக்கிறது. புல்வேய் குடிலழிப்புக்கும் பொன் பெருக்கக் கடைவீதிக்கும் தொடர்புண்டு. நகரவெளிக்குரிய கருப்பொருட்களாக வேள்விப்புகை, நன்கலன், போர்யானை, வானத்துக்கடவுள், கடவுட்பேணும் முனிவர் ஆகியோர் அமைகின்றனர்.

மேலும், இயற்கை விடுத்துச் செயற்கை ஏகும் வெல்போர்க்குட்டுவன் பொலந்தார் மாலையையும் பொன்புனை உழிஞையையும் சூடுகிறான். மணக்கும் மலர் இருக்கப் பொன்னால் பூவும் மாலையும் சூடுவது இயற்கைக்கு முரணானதே.

வேந்தர் வெளியின் பெருமை

நாட்டுவளம், நகர்வளம் நிறைந்த வெளிகளிலேயே காப்பியத்தலைவர்கள் வாழ்வதாகக் காட்டப்படுகின்றனர். கடவுள்வாழும் வெளியின் தலப்பெருமை புராணங்களில் பாடப்படுகிறது. அதிகாரத்தில் இருப்போரின் வெளி விஸ்தாரமாகவும் பொலிவுடனும் திகழ்கின்றது. பதிற்றுப் பத்தில் பெருவேந்தர் வாழும் வெளியும் அவர் ஆளும் வெளியும் சிறப்புடையனவாகக் காட்டப்படுகின்றன. எளியோர் மனைச்சுருக்கமும் ஆள்வோர் மனைவிரிவும் வெளிப்படை யானவை.

பெருவேந்தர் எழுச்சியினூடாக அவர்தம் வெளிப் பெருமை விதந்தோதப்படுகிறது. சேரனின் நெருக்குதலால் பாலைநிலத்திலும் வாழ முடியாத மக்கள் இடம் பெயர்கின்றனர். பெயல்மழை புரவுஇன்றி வெய்துற்றுப் பாழ்மனை நெருஞ்சிக் காடுறு கடுநெறி ஆகிறது (26:6–11). சிலவாக ஊறிய நீரினைத் தம் இடத்தே பெற்ற குழியின் பக்கத்தே நீண்ட கயிற்றோடு கூடிய பாத்திரத்தைச் சுற்றிப் பசுக்கள் மொய்த்து நிற்க நீரின்றிக் கொங்கர் நிலம் வறண்டிருக்கிறது (22:14–15). ஆயின் கோடைக்காலத்தில் மலைகள் பொலிவு அழிய அருவியில் நீரற்றுப்போன பெரிய வறட்சிக்காலத்திலும் விளைவின்றி விடப்பட்ட தரிசுவெடிப்புகளில் நீர் நிறையும்படி நீர்மிகுந்து பேரியாற்றின் வெள்ளம் கரைக்கு மேலே உயர்ந்து வழிகிறது. அகன்ற வயல்களில் தழைமிகுகிறது (28:6–14). துளி நீருக்காகப் பசுக்கள் மொய்க்கும் கொங்கர் புன்புலமும் கரைமேல் நீர் உயர்ந்து வழியும் வேந்தனின் மென்புலமும் முரண்படுகின்றன. வெள்ளி நிலை கொள்ள இயற்கையைக் கைக்குள் வைத்திருக்கும் வேந்தரின் வெளி சிறப்புடையது என வேந்தர் பெருமையைப் புலவர் கட்டமைக்கிறார்.

வளமும் வறளும்

கருப்பொருளின் செழுமையே வளமை. கருப்பொருளைக் குலைப்பதன் மூலம் வளமை கெடுகிறது. நிலத்தையும் நிலத்தில் செழிப்புறும் பயிர்களையும் உயிர்களையும் அழித்து வேந்து வெளி நிறுவப்படுகிறது. வளமைக்கு எதிரானது வறள். வளமை உயிர் சார்ந்தது. வேறொரு அர்த்தத்தில் பெண்மை சார்ந்தது; நீர் சார்ந்தது. வளனழித்து வறளாக்கல் பதிற்றுப்பத்தில் நிகழுகிறது. இயற்கையோடு பொருதுதல் அதிகாரம் சார்ந்தது.

போர்வெளி ஆடவருக்குரியது. எதிர் நிற்கும் ஆணைக் கொல்வது ஏதோ சரிதான். ஆயின் வளமான வெளிகளை

ஏன் அழிக்க வேண்டும்? பெண்மை அழித்தல்வழி ஆண்மை நிறுவுதலாக இதைக் கொள்ள முடியும். பேரரசு நிறுவுதல் ஆண்மை வெளிப்பாடே ஆகும்.

பதிற்றுப்பத்து நெடுகிலும் வளன் x வறள், கவினுறுவெளி x கவினழிவெளி என்ற இருமைகள் போரினூடாகக் கவிகின்றன. பெரும்பாழ் ஆக்குதல் அடிப்படைச்சரடு. "சேரனின் நெடுந்தேர் ஓடியதால் அகன்றலைநாடு அழிவுறுகிறது. படைவீரர் புரவிகள் ஆடியமையால் கலப்பைகள் உழ முடியாமலும் யானை பரவியதால் வயல்கள் வளமிழக்கவும், மக்கள்சேர்மன்றங்கள் கழுதைச்சேர்பாழிடங்கள் ஆமாறு ஆக்கப்பட்டன. தீயால் எரிக்கப்பட்டு ஆண்டலைப்புள் வழங்குகின்ற தீய்ந்த வழியாய் அவை ஆயின" *(25:1–14)* என்ற விவரணையில் யானை, புரவி, படைவீரர் என்ற மூவரும் புழங்கிய வெளி ஆறலைக்கள்வர் புழக்கத்துக்கும் அற்றனவாய் ஆக்கப்பட்டன. வெளியைப் பாழாக்குவதன் மூலம் வேந்தன் பெற்ற பலன் எதுவோ?

வீரர்புகாவெளியெல்லாம் உயிர்பூக்கும் செழும்வெளி; அவ்வெளிக் கருப்பொருளெல்லாம் வளஞ்சார்ந்தவை. வளையணிந்த மகளிர், இனிதுகூடு இயவர், பழனக்கா, பொய்கை, நெல்வயல், பசியமயில், குவளை, புனல் மோதும் வாய்த்தலை, பூஞ்செய் கண்ணி, ஆம்பற்தழையாடை கொண்டு காமரு கவினுடன் அவ்வெளி இலங்குகிறது *(27:2–9)*. பூசலறியா இந்நன்னாடு சேரன் சினங்கொண்டதால் சிதைகிறது.

இமயவரம்பன் தம்பி பல்யானைச் செல்கெழுகுட்டுவனின் வெற்றிச் சிறப்பைப் பாலைக் கௌதமனார் பாடுகிறார். இடிபோல முரசு முழங்குகிறது. அருவிபோல வேந்தனின் ஒளிமிக்க கொடி அசைந்து ஆடுகிறது. சிறகுவிரித்தது போலப் பறக்கும் குதிரை பகைவரது நாட்டில் தேரை இழுத்து விரைகிறது. சுடர் மிக்கப் பெருந்தீயால் போர்வீரர்கள் ஊரை எரிக்கின்றனர். "போரில் புரவிகள் ஆடிய வயல்கள் கலப்பையால் உழ முடியாதவை ஆயின. யானை பரவிய புலம் வளமற்றதானது. மக்கள் வாழிடம் கழுதைகளால் உழப்பட்டது *(25:1–4)*. தேர் பரந்தோடிய நிலம் ஏர் செல்ல முடியாததாகிறது. மத்துகள் கடையும் ஒலியுடைய இல்லங்கள் இன்னோசையை இமிழவில்லை". மத்துகள் கடையும் ஒலியுடைய இல்லங்கள் அவ்வொலி எழாநிலையைப் போரின்போது அடைகின்றன. நிறை கண்ணீருடன் கைகளைப் புடைத்துப் பெண்கள் நொந்து கொள்ளுமாறு பீர்க்கங்கொடி படர் வேலியோடு மனைகள் பாழ்படுகின்றன*(26:1–11)*. நிலங்கள் காடுறு கடுநெறியாகின்றன. செழுமைமிகு வளவெளி முருகுடன்று கறுத்த கலியழி மூதூரா கிறது. வேந்தன் சினந்தாலே அழிந்து விடுகிறது வளமை வெளி.

ஏருக்கு எதிராகத் தேரும் நாஞ்சிலுக்கு முரணாகக் களிறும் மத்தோசைக்கு மாறாக ஒலியற்ற நிலையும் செழுவளத்துக்கு எதிர்நிலையில் வெய்துறலும் பீர்க்குக்கு எதிராக நெருஞ்சியும் முன்வைக்கப்படுகின்றன. எளிய மக்கள் வாழும்வெளி அழிபடுகின்றது. எளிய வெளியின் மேல் நெடுந்தேர் ஓடுகின்றது. மதங்கொண்ட களிறுகள் பரவிய இடம் வளத்தை இழக்கிறது. மன்றம், ஊர் என மக்கள்வாழும் வெளிகள் தூர்த்து எறியப்படு கின்றன. இதற்கு வேந்தனின் சினமே போதுமானதாக இருக்கிறது. மனை, மன்றம், ஊர் எனும் மக்கள் வாழும் வெளிகள் அழிபடுகின்றன.

வெளியழிப்பு அதிகாரத்தின் அம்சம். முதற்பொருள், கருப்பொருள் அழிவதால் உரிப்பொருள் கேடுறுகிறது. நிலம் அழிவதால் பயிர்ப்பச்சைகள் வதங்குகின்றன. உலக்கையில் இடிபடும் மிளகைப் போலப் பகைவர் இருந்தலையை இடிப்பதால் (41:21) வாழ்வு அழிகிறது. பெருங்கேடுகளின் உச்சமான போர் புரிதல் வேந்தர் மரபு. இனக்குழுக்களிடையிலான போர், வாழ்வைத் தக்க வைப்பதற்கு எனில் வேந்தரின் போரோ அதிகாரத்தை நிலை நிறுத்துவதற்கு எனல் பொருந்தும். போர் வீரர்களும் சினம் கொள்ளுகிறார்கள். ஊர்களின் ஆரவாரத்தை முடக்குகிறார்கள்.

போர் விரும்பும் பொதுமனம்

தமிழ்ச் சமூகம் போர்ச்சமூகம். எனவே, அழித்தலும் அழிபடலும் நிகழும் என்பர். மறப்பண்பு, வீரம், மானக்கேடு, மண்ணாசை, தன்குடிகளின் வளமானவாழ்வு, அரசருக்கு அரசராகத் திகழ்தல், அரசுரிமை போன்றவற்றைப் போருக்குரிய காரணங்களாக முன்வைக்கும் வித்தியானந்தன் (1971: 76–88), காரிக்கிழார், பரணர், கோவூர்கிழார், மாங்குடி மருதனார், ஐயூர் முடவனார், மருதனிள நாகனார் போன்ற புலவர் பாடிய பாக்கள் அரசனின் போர் உணர்ச்சியைத் தூண்டுவதற்குக் கருவியாக இருந்தன என்றும் கூறுகிறார். போரை மறுத்த புலவர் எண்ணிக்கை சொற்பம் என்பதை மறுப்பதற்கில்லை.

இனக்குழுவினரின் பூசலும் பெருவேந்தர் போரும் ஒன்றல்ல. ஆநிரை கவர்தலும் ஆநிரை மீட்டலும், முழுமுதல் அரணம் முற்றலும் கோடலும் ஒரே தரத்தவை அல்ல. இருவேறு போர் முறைகள் இருவேறு பண்பாட்டு அடிப்படையிலானவை.

போருக்குக் காரணமாகப் பண்பாட்டுப் பரிணாமத்தை யும் போரின் விளைவாக அரசின் தோற்றத்தையும் குறிப்பிடும் ஆ. செல்லபெருமாள், "சீரான அரசியல் அமைப்பைப்

பெற்றிராத சமூகங்களில் போர் நடப்புக் காணப்படுவதில்லை. பெரும்பாலும் ஆதிக்குடிகளின் போர்முறை கைப்பற்றுதல் அல்லது ஆக்கிரமித்தலை நோக்கமாகக் கொண்டதன்று" *(1990: 228–229)* என்கிறார்.

போரைக்கொண்டாடும் மனம் தொடர்ந்து தமிழ்ப் புலத்தில் ஊக்கப்படுத்தப்படுகிறது. இயற்கையோடு பொருதுதல் அதிகாரம் சார்ந்தது. உயிர் அழிவைக் கண்டு துணுக்குறா உள்ளம் உவகை கொள்கிறது. போர்வெளியைக் கொண்டாடும் தமிழ்ச் சான்றோர் மனம் எத்தனை இடித்தாலும் ஈரங் கசியா இரும்புரல் போலும். இனக்குழுவை அழித்துக் குருதியில் நடக்கும் வெள்ளிய கழல் கால்கள் ஒளி வீசினால் என்ன? உடைந்து போனால் என்ன?

களங்கள் கடந்துவரும் குட்டுவன்தேர் ஊர்ந்து போகும் போக்கில் வீரர் தலைகள் பல வெட்டுண்டு போகின்றன. பகையரண் அழித்துக் கொல்லும் யானைப்படையைக் கடல் கலங்கும்படி நடப்பிக்கிறான் வேந்தன் *(46:9–12)*. பிணம் பிறங்கு அழுவத்துத் துணங்கையாடுகின்றன வீரர் கால்கள் *(45:12)*. இவ்வாறு இரத்தமும் நிணமும், நாறும் உடல்களும் சுடுபுகையும் *(43:32)* கிடந்தழியும் வெளி உயிருக்கு எதிரானது.

மன்றம் அழித்தல்

மன்று என்பது பொதுவிடம். மன்றில் புரியும் மணம் மன்றல் ஆகலாம். மன்றின்கண் குறை பொறுக்க ஆடல் மன்றாடல். மலர்தலைமன்றம், பேஎம்முதிர்மன்றம், இடுபலி நுவலும் அகன்தலை மன்றம் எனப் பலவுண்டு. மக்கள் வாழும் பொது மன்றம் சேர்கின்றனர் பாணர்கள் *(43:26–28,23:4–6)*. ஊர்மன்றங்களில் யாழ்வயிரியர் பண்ணமைக்கின்றனர் *(29:8–9)*. இசைபுழங்கும் மன்றங்கள் சமூகவயமாதலுக்கு ஏதுவானவை. ஆண்யானை, ஆண் வீரர்களால் மன்றங்கள் அழிபடுகின்றன. போரால் மன்றங்களில் பேய்கள் ஆடுகின்றன *(35:8–9)*. போரின்போது பிணம் தின் பேய்மகளிர் மகிழ்ந்தாடக் குருதிச் செம்புனல் ஓடுகிறது *(36:13)*. இத்தகைய செருப் பல செய்குவை எனக் காப்பியாற்றுக்காப்பியனார் *(36:14)* மனுப் போடுகிறார். சமூகவயமாதலைத் தடுப்பது, வாழ்வை ஏளனம் செய்வது ஆகும்.

அகப்புலமும் புறப்புலமும்

காத்திருத்தலைப் பெண்ணிற்கு உரியதாக இலக்கணங்கள் வரையறுக்கின்றன. புறத்திற்கு இடம்பெயர்ந்த ஆணின் வரவுக்காகக் காத்திருக்கும் தலைவிகளையும் பொருள்

தேடுவதற்காகப் பிரிய வேண்டாம் என ஊடல் கொள்ளும் தலைவிகளையும் சான்றோர் செய்யுட்கள் காட்டுகின்றன.

பதிற்றுப்பத்தில் இருவகை வெளிகள் தொடர்ந்து தொழிற்படுகின்றன. அவை அகப்புலமும் புறப்புலமுமாக எதிரெதிர் நிற்கின்றன. அகப்புலம் பெண்மையையும் புறப்புலம் ஆண்மையையும் குறித்து நிற்கின்றன. அரசியர் வாழும் அகப்புலமான அரண்மனைவெளி உயிர்வளர்காமத்தை முன்வைக்கிறது. காத்திருக்கும் பெண்வெளியில் உயிரழிப்புக் கருப்பொருட்களைக் காணோம்.

பகலெல்லாம் ஆற்றியிருக்கும் அரிவை இரவில் பெற்ற சிறுதுயிலின்கண் கனாக் காண்கிறாள்(19:11–13). இயற்கை மணங்கமழும் கூந்தல், அணியப்பெற்ற முல்லைமலர், குளிர்க் கண்கள், மூங்கிலொத்த தோளுடை மகளிர் அகவெளியில் அமைகின்றனர்.

புறத்திலிருந்து அகத்திற்கு வர அழைத்தல்

மெல்படுக்கையில் வதிந்து கொல்பிணி திருகிய மார்புகவர் முயக்கத்துக் கொள்ளும் சிறுதுயில் (50:19–20), செந்தளிர்ச்சீறடி, சிறுசெங்குவளை ஈயென இரப்பவும் ஒல்லாள் (52:22–23) ஓவத்தன்ன உருகெழு நெடுநகர் பாலையன்ன மகளிர் (82:28–29) போன்ற கவித்துவமிக்க தொடர்கள் அகத்துக்கு வேந்தனை அழைக்கின்றன. இயற்கை மணம் கமழும் கூந்தல், முல்லைமலர், மலர்க்கண்கள், மூங்கில் ஒத்த தோளுடைய மகளிர் அகவெளியில் காத்திருக்கின்றனர். புறவெளியில் இருக்கிற வேந்தனைத் தன் மனைவிக்கு அளி செய்யக் கூறுகிறது ஒரு பாடல் (19). ஆயின், வேந்தன் போர்க்களத்தில் இருக்கிறான். அம்புகளைத் தேர்ந்தெடுத்துத் தொடுக்கிறான். கொள்ளைப் பொருளை உணவாக உண்கின்றனர் வீரர்கள். இரவிலும் போர் நடக்கின்றது. வேந்தனின் மனைவியோ பகல் முழுவதும் தனித்திருந்து இரவில் அரிதாகப் பெற்ற துயிலில் கனவு காண்கிறாள். கனவில் மகிழ்கிறாள். சால்பும் நாணமும் உடைய அரிவைக்கு அளி செய்வோர் யாரோ? என்று பாடல் முடிகிறது. அவளுக்கு வேந்தன் தான் அளி செய்யமுடியும். புறத்தில் இருக்கும் வேந்தனை அகத்துக்கு அழைக்கிறது இப்பாடல்.

துயில், புணர்ச்சி, குளிர்க்கண்கள், செந்தளிர், குவளை, முல்லை, குளத்து மலர் என வரும் கருப்பொருட்கள் தண்மை சார்ந்தவை. காமத்தின்வழி உயிர் வளர்ப்பவை. இவை அரண்மனைவெளிப் பாற்பட்டவை. உயிரைப்போக்கும் புறவெளியில் இருந்து விடுபட்டு உயிரளிக்கும் அகவெளிக்கு

வருக என வேந்தனிடம் பல பாடல்கள் கோருகின்றன. நெடுநல்வாடை முன்னிறுத்தும் அகவெளி புறவெளிப் போராட்டம் பதிற்றுப்பத்திலும் காணக்கிடைக்கிறது.

புறப் புலத்தில் வண்டுகள் மொய்க்கின்ற மதநீர் வழியும் யானை தன்கை சுருட்டிப் பாகனை மீறுகிறது *(53:17–19)*. மதம் சொரிய மிகுசினம் மூளப்பெற்று மரங்களை அழிக்கும் இளங் களிறுகள் *(16:7–8)* பாசறையில் முழங்குகின்றன. புறப் புலத்தில் மதஞ்சொரியும் யானை அடங்காது நிற்கிறது. மதம் சொரியும் களிறுகள் அடக்கப்பட்ட பாலியல் குறியீடுகள். பாகனை – மீறும் பாலியல். அகப்புலமோ காதலுக்காக ஏங்கி நிற்கிறது. உயிர் வளர்க்கத் துடிக்கிறது. அடங்கிய சாயல், அமிழ்து பொதிதுவர் வாய், தேவியின் உறக்கம், பாய் போன்ற குறிப்புகள் ஆங்கு வருகின்றன *(16:10–18)*. அகப்புலப் புறப்புலப் போராட்டத்தில் பதிற்றுப்பத்தின் பாடல்கள் சில அகப்புலத்தையே விரும்பி நிற்கின்றன.

அரசன் விரும்பி ஆடும் களம் போர்க்களம். விழா நடக்கும் அகன்ற ஊர்ப் பகுதியில் ஆடவல்லான் அல்லன். அவன் போர்க்களத்து ஆடுங்கோ *(56:1–9)*. அவன் கோடியர் முழவு விரும்பாது வலம்படு முரசம் விழைபவன். இங்கு, ஊர்க் களத்துக்குப் புறம்பாகப் போர்க்களமும் விழாவில் முழங்கும் முழவுக்கு முரணாகப் போர் முரசமும் அமைகின்றன. மனைவெளி பெண்ணிற்குரியது. புறவெளி ஆணுக்குரியது என்ற பதிவுகள் பதிற்றுப்பத்தில் உள. காத்திருக்கும் பெண் இல்ல வெளியிலும் போருக்குச் சென்ற ஆண் புறவெளியான பாசறையிலும் காட்டப்படுகின்றனர்.

போர் நடக்கும் புறவெளி மனிதஅழிப்புவெளியாக உருவெடுக்கிறது. செந்தினையைக் குருதியொடு கலந்து தூவி நீராட்டப்பெற்ற 'வீரமுரசு' போர்க்களவெளியில் முழங்குகிறது *(50)*. வேல் தாங்கும் வீரர்கள், கரிய இரவிலும் ஒளிவிடும் வீரவளைகள், கொடிகள் அசையும் தேர்கள், குருதி விதிர்த்த குவவுச் சோறு கொண்ட *(88)* போர் வெளியிலிருந்து மீண்டு அரண்மனை மகளிர் வெளிக்கு எப்போது வருவாய்? எனப் பாடல்கள் சேரனிடம் வினவுகின்றன. ஆயின் அவன் செவிமடுப்பதில்லை.

குலக்குறி அழிப்பும் குடியழிப்பும்

இனக்குழுவைக் குலம் என்று கூறுவதுண்டு. "குலங்கள் ஒவ்வொன்றும் ஒரு விலங்கின் பெயரையோ தாவரம் அல்லது இதர இயற்கைப் பொருட்களின் பெயரையோ தமது

குலப்பெயராகக் கொண்டிருக்கும். குலத்தின் உறுப்பினர்கள் அனைவரும் தங்களுடைய குலத்தின் பெயருக்குரிய விலங்கு களையோ இயற்கைப் பொருட்களையோ மிகவும் மரியாதை யோடும் புனிதமான உணர்வுகளோடும் அணுகுவார்கள். இவ்வாறு குலங்கள் ஒவ்வொன்றும் தத்தமது அடையாளத்தை வெளிப்படுத்தும் வகையில் ஏற்றுக்கொண்டுள்ள விலங்கு அல்லது ஏனைய இயற்கைப்பொருளை மானுடவியலாளர்கள் டோட்டம் *(totem)* என்று அழைத்தனர். இச்சொல்லுக்குத் தமிழில் குலக்குறி, குலமரபுச்சின்னம் என்பன கலைச் சொற்களாக விளங்குகின்றன *(ஆ. தனஞ்செயன், 2012:4)*. பாரிக்கு முல்லையும் பேகனுக்கு மயிலும் ஆய்க்கு நாகமும் சிபிக்குப் புறாவும் குலக்குறிகளாக விளங்கியிருக்க வேண்டும்.

சான்றோர் செய்யுட்களின் புலவர் பெயர்கள் கூடக் குலக்குறிகளோடு இணைத்து நோக்கத் தக்கவை. ஆந்தை, நாகம், எருமை, பன்றி, கடுவன், கோழி, தேரை, பல்லி, கூகை, மருதம் போன்ற பெயர்களுடன் புலவர் பெயர்கள் அமைகின்றன. இது குலக்குறி மரபுடன் தொடர்புடையதாக இருக்கலாம். காவல் மரம் அல்லது கடிமரம் என்பது பண்டைய தமிழர்களின் குல மரபுச் சின்னம். "காவல் மரமாகக் கடம்பு, வேம்பு, புன்னை, வாகை போன்றவற்றைத் தமிழர் கொண்டு இருந்தனர். காவல்மரம் ஓர் இனத்தின் குலக் குறியீடாகக் கருதப்பட்ட நிலையில் இனக்குழுத் தலைவன் அரசர் என்ற அதிகாரப் படிநிலை உருவாக்கம் பெற்ற போது அதனைக் காக்கும் பொறுப்பு அவர்களுக்கு இருந்தது. ஒரு குலத்தின் குலக்குறியாக உள்ள காவல் மரத்தை அழிப்பதன் வழி அக்குலத்தையே கருவறுத்தல் என்ற நம்பிக்கையின் பேரில் காவல் மரம் அழித்தலின் வன்முறை நிகழ்த்தப்பட்டுள்ளது *(பா. சிவகுமார்: 2016)*. வேம்பு, வாகை, கடம்பு ஆகிய மரங்கள் பதிற்றுப்பத்தில் அழிக்கப்படுகின்றன. முழுமுதல் அறுத்தல், முழுமுதல் தடிதல் போன்ற தொடர்கள் வேரோடு குடி அழித்தலைச் சுட்டுபவை. வேம்பும் கடம்பும் இன்றுவரை இறைத்தன்மையோடு இணைக்கப்படுவை. அவை, எளிய மக்களின் வழிபாட்டுக்கு உரியவை. காவல்மரங்களின் அழிவு இனக்குழுவின் அழிவைச் சுட்டுகிறது.

இக்கட்டுரையில் இனக்குழுவைக் கொண்டாடும் மனநிலை உள்ளது என்று கருத்துரைத்த பேராசிரியர் இரா. ராஜா, 'இனக்குழுவைக் கொண்டாடும் மனநிலை வளர்ச்சிக்கு எதிரானது. வரலாறு, முன்னோக்கியே வாழ்வை இழுத்துச் செல்லும். பின்னோக்கிச் செல்ல முடியாது' என்றார்.

இனக்குழு வாழ்க்கையின் விழுமியங்களைக் கண்டுணர்தல் பின்னோக்கிச் செல்வதாகாது. இனக்குழுவை அழிக்கத் தோன்றிய

பேரரசுகளின் உற்பத்திமுறையும் கருவிகளும் வேறு. பேரரசுகள் தம் வளர்ச்சிக்காக மேற்கொண்ட உற்பத்தி முறைகளையும் உபரிக்காகக் மேற்கொண்ட செயல்களையும் உள்ளடக்கிய அழிவுசார் விழுமியங்களை விமர்சித்தே வரலாற்றைப் புரிதலும் தேவையாகிறது. இனக்குழுக் காலச் சிந்தனைகளையும் ஆணாதிக்கத் தலையீடுகளையும் பின்பற்றுதல் இயலாது. ஆயினும் தனிமனித அதிகாரத் தன்முனைப்புடைய பேரரசு எழுச்சியைக் கணக்கில் கொள்ள வேண்டியுள்ளது.

காவல்மரங்கள் எனும் குலக்குறிகள்

காவல்மரங்கள் குலக்குறிகள். குடியழிவும் காவல்மர அழிவும் ஒன்றே. மரம் பேணல் இனக்குழுத்தன்மையுடையது. காவல்மரமழித்தல் வேந்தர் மரபு. பொலந்தேர் நன்னனின் சுடர்விடும் பூக்கள் கொண்ட வாகையை *(40:14–15)*, மோகூர் மன்னனின் வேம்பைச் சேரன் அறுக்கிறான். மேலும் வேம்பறுத்த பெருஞ்சினக்குட்டுவன் *(49:16–17)*, அணங்குடைக் கடம்பின் முழுமுதலை அறுக்கிறான் *(88:6)*. சூருடை முழுமுதல் தடிந்த *(11:5)*, திரள் பூங்கடம்பின் முழுமுதல் துமிய *(11:13)* என வரும் தொடர்கள் குறிக்கத்தக்கவை. கடம்பு அறுத்தல் ஐந்து இடங்களில் இடம்பெறுகிறது *(11:5, 12:3, 17:5, 20:5, 88:6)*.

மரங்களைத் தெய்வத்தன்மை பொருந்தியவையாகச் சான்றோர் செய்யுட்கள் கருதின. ஆல்கெழு கடவுள் *(திருமுருகு. 256)*, கடவுள் முது மரத்து உடன் உறை பழகிய *(நற்.83)*, எரி மருள் – வேங்கைக் கடவுள் காக்கும் *(நற்.216)*, கடவுள் வாகை தூய் வீ எய்ப்ப *(பதிற். 66)*, கடவுள் மரத்த முள் மிடை குடம்பை *(அகம்.270)* என வரும் பாடல் அடிகள் கடவுளுடன் மரத்தை இணைப்பவை. நும்மினும் சிறந்தது நுவ்வை ஆகுமென்று புன்னையின் சிறப்பை அன்னை கூறும் பாடல் *(நற்.172)* மரத்தோடு உறவு பாராட்டும் தன்மை உடையது. இத்தகு சிறப்புடைய மரங்களைத் தொழிலின் பொருட்டுத் தச்சர் மட்டுமே அழித்ததை மரங்கொல் தச்சன் *(புறநா.263)* என்ற தொடர் காட்டும். ஆனால், அடியோடு மரம் அழிக்கும் மனிதர்களாக வேந்தர்களைக் காண இயலுகிறது.

திரள்பூங்கடம்புகளை – பூத்து நிற்கும் மரங்களை வெட்டியழிக்கிறான் வேந்தன். தெய்வத்தன்மை பொருந்திய மரத்தை அழிப்பதை, 'அணங்குடை முழு முதல் அறுத்த செயல்' *(பதிற்றுப். 88:6)* காட்டுகிறது. குலக்குறியழிவு கருப்பொருள் அழிவு. குடிமரம் அழிக்கிறான் வேந்தன். கடம்பன் தொல்குடிகளில் ஒருவன். கடம்பவனப்பூவை மீனாட்சி. கடம்பமர் நெடுவேள் முருகன். கடம்பறுத்தல் இனக்குழு அழித்தலின் குறியீடு.

கடம்பறுத்து இனக்குழுக்களைப் புதைத்தமேட்டிலிருந்து பேரரசுக்கொடிகள் கிளைக்கின்றன.

ஐந்நில அழிப்பும் வெளி விரிவாக்கமும்

காடேரிப்பு வேளாண்மையில் குறிஞ்சி நிலமே முன்னின்று செயல்பட்டது. 'யாஅம் கொன்ற மரம் சுட்டு இயவில்' (குறுந்.198:1), 'மலை இடம்படுத்துக் கோட்டிய கொல்லை' (நற்.209:1), கானவர் கரிபுனம் மயக்கிய அகன்கண் கொல்லை' (புறநா. 159:15–16) முதலான சான்றோர் செய்யுட்களில் இதனைக் காணலாம். சிறுநிலத்தை வேளாண்மையின் பொருட்டுக் கானவரும் அழித்தனர். ஆயின், அழிபட்ட இடம் தூர்ந்து விடுவதில்லை. மீண்டும் துளிர்க்கும் வண்ணம் அவை அமையும்.

திணைவெளி இணைப்பு

பல்யானைச் செல்கெழு குட்டுவனைப் பாலைக் கௌதமனார் பாடிய 'புகன்ற ஆயம்' (30) திணைவெளி அழிப்பையும் போர்க்கள வெளியையும் காட்டுகிறது. இணர் ததை ஞாழல் கரைகெழு பெருந்துறை (நெய்தல்), முழவு இமிழ் மூதூர் விழவுக் காணூஉப் பெயரும் செழும்பல் வைப்பு (மருதம்), குன்றுதலை மணந்த புன்புல வைப்பு (பாலை), கான்மிகு குளவிய வன்புசேர் இருக்கை (குறிஞ்சி), பல்பூஞ் செம்மற்காடு (முல்லை) ஆகிய நிலங்களில் உள்ளோரும் வேளிரும் நடுங்க, விசும்பு அதிர முரசு ஒலித்து மென்பால் புன்புலம் எல்லாம் ஒழிய, கடலும் காடும் அரணாகக் கொண்டோர் நடுங்கப் போர் எழுகிறது.

ஐவகை நிலவாழ்வோர் இனக்குழுவினர்; பன்மியம் சார்ந்தவர். ஆனால் பன்மையை ஒழித்து ஒற்றை மையம் ஏகுபவை பேரரசுகள். நிலவழிப்பும் நிலம் கைக்கொள்ளலும் வேந்தரின் தணியா வேட்கைகள். வளப்பமும் உயிர்ப்பும் கொண்ட வளநிலங்கள் அழிவின் போது கருங்கண் பேய்மகள் கைபுடைத்து நடுங்கும்படி பலி தரப்படுகிறது (30:36–37). போர் மறவரின் ஆரவாரம் இடிபோல் அதிர்கிறது. வேந்தன் கடுஞ்சினம் கொள்கிறான். ஏன் இவ்வளவு சினம் வேந்தனுக்கு? இதனை விறல் என்பர் சான்றோர்.

இமையத்தை வரம்பாக உடைய நெடுஞ்சேரலாதன் பெருவெளி உருவாக்கத்திற்காகச் சிறுவெளிகளைக் கைக்கொள் கிறான். தொல் கவினழிந்த கண்ணகன் வைப்பு (15:8) என்ற தொடர் பாலைநில அழிவைக் காட்டுகின்றது. நெற்றாள்களின் பருமை காரணமாக அறுக்கும் போது மடங்கும் அரிவாள்களை உடைய மருதநில மக்கள் தம் இனத்தோடு புலம் பெயர் கின்றனர். உழுவாரின்றி ஏர்கள் கைவிடப்படுகின்றன. காணுநர்

கைபுடைத்து இரங்க மாணா மாட்சிய பலவும் மாண்டு போகின்றன (19:26). முந்நீர் துருத்தியில் சென்று கடம்பமரத்தை அழிக்கிறான் சேரன். நெய்தல் நிலம் பாழ்படுகிறது (20:2–4). புகாஅர்ச்செல்வ, நெடுங்கோட்டுக் கொல்லிப்பொருந (73:12–14) என்ற புகழுரைகள் சேரனின் ஆணைச் சக்கரம் காவிரிக்கரை எனும் மருதநிலத்திலிருந்து கொல்லிமலைக்குறிஞ்சிநிலம் வரை உருள்வதைக் காட்டுகின்றன.

வேந்தன் வாழும் வெளி நகரவெளி. சோதிடம், ஆகமம், வேதம் போற்றிக் கடவுள் பேணும் பொருட்டு வேள்வி ஏற்படுத்தும் முனிவர் ஆங்கு உளர். வானத்து நிலை பெறும் கடவுளரைத் தீ வளர்த்துப் பேணல் நிகழ்கிறது. ஆங்கு மண்ணில் உறையும் தெய்வங்களுக்கு அப்பால் விண் உறையும் கடவுளர் கட்டமைக்கப்படுகின்றனர். கட்புலனாகா உயர்வெளிக் கடவுள் பதிற்றுப்பத்தில் வருகிறார். ஆவுதி வாசனையோடு ஆட்டுக் கொழுப்புச் சமையல் மணமும் கலக்கின்றன. ஆயின் ஆட்டுக் கொழுப்பு மணமும் விண்ணுறை கடவுளால் விரும்பப்படுவது சிறப்புத்தான்.

விண்ணையும் மண்ணையும் இணைத்தல் வேந்தர் மரபாகிறது. உலகெலாம் உணர்ந்த வேந்தன் விண், மண் வெளிகளை ஒரு சேரக் கையாள்கிறான். இனக்குழுச் சமூகம் அறியாத மேல் உலகம் எனும் இல்பொருள்வெளி இவண் கட்டி எழுப்பப்படுகிறது. நிலம்தோய் நடுகல் தெய்வ மரபுக்கு எதிரானது வானுறையும் கடவுள் மரபு. விண்வாழ்கடவுளொடு தொடர்புடைய வேந்தன் மண்ணைக் காத்தல் எளிதுதானே. வானத்தில் நிலைபெறு கடவுளும் விழைதகப் பேணிய நகரம் மாரி போன்ற கள்ளுடையது. அந்நகருக்குத்தான் முரசம் ஒலிக்க யானையோடு வேந்தன் வருகிறான். பேரரசு உருவாக்கத்தில் மண்சார்வெளி விரிவாக்கமும் விண்சார்வெளி உருவாக்கமும் நிகழ்கின்றன. மண்ணிலிருந்து விலகிய கடவுளர்தோற்றம் பெறுகின்றனர். இனக்குழு வாழ்க்கையிலிருந்து விலகிய வேந்தருக்கு விண்கடவுளர் தேவைப்படுகின்றனர்.

வெளியும் வேந்தனும் ஒன்றே

உலகாளும் சேரவேந்தனே உலகமாகிறான். வெளியும் வேந்தும் ஒன்றாகிறது. வெளியோடு சேரன் இணைத்துப் பார்க்கப்படுகிறான். நின் மார்பு வடக்குத் தெற்குத் திசைகளுக்குக் குறுக்காகத் தண்ணிய மழையினைத் தரும் வானத்தின் மேகங்களைத் தடுத்துநிற்கும் பனிசூழ் இமையத்தை ஒத்தது (31:14–17) என்கிறார் புலவர். 'அமிழ்து நிகர் மேகம் மழைபொழிய, கடுங்காற்று வீசுகின்ற பெரும் பரப்பில் ஞாயிறு உலவுகின்ற

ஆகாயத்தை உரசுமாறு வெண்குடையால் அளி செய்யும் பசிய தும்பிகளை உடைய மார்பனே' என வேந்தன் விளிக்கப்படுகிறான். அவன் தலைமேல் கவியும் வெண் கொற்றக்குடை ஆகாயத்தை உரசுகிறது.

தோலின் நீட்சி உடை, காலின் நீட்சி மிதியடி, தலையின் நீட்சி மணிமுடி. மணிமுடியின் நீட்சி வெண்கொற்றக்குடை. சேரன் தலை விண்ணைத் தொட வீரக் கழற்கால் மண்ணைத் தொடுகிறது. வடக்குத் தெற்குத் திசைகளாகத் தோள் விரிந்து கிடக்கிறது. நிலமெல்லாம் அவன் வியாபித்திருக்கிறான். நின்ற கோலத்தில் வானையும் கிடைமட்டக் கோலத்தில் நிலத்தையும் கொண்டவன். வெளியைக் கைப்பற்றும் பேராவல், வெளியாகவே வேந்தனைக் காண்கிறது.

வேந்தனின் மனைவியும் விண்ணுலகுடன் தொடர்புப் படுத்தப்படுகிறாள். 'விசும்பு வழங்கு மகளிருள்ளும் சிறந்த செம்மீன் அனையள் நின் தொல் நகர்ச்செல்வி' *(31:27–28)* எனப்படுகிறாள். பழமையான நகரவெளியோடு இணைக்கப் படும் அவள் விசும்பு வழங்கு மகளிரை ஒத்தவள் ஆகிறாள். விண்ணக உருவாக்கத்திற்குத் தகுதியாக்கப் படுகிறாள்.

மண்ணுலகில், கல் ஓங்கு நெடுவரையான இமயம்முதல் தென்குமரிவரை *(43:6–9)* வேந்தனுக்குரியது. அவன் பௌவம் கலங்கப் பகையரண் அழிக்கிறான் *(46:12)*. மலை, கடல், நாடு, விசும்பு என எல்லாம் அவன் இலக்குப் போலும். குணகுடகடல் இடைப்பட்ட அரசர் ஒருங்கிருக்கும் பந்தரும் வேந்தனின் ஆணைக்குட்பட்டதுதான் *(51:15–16)*. பேரிசை இமயம் தென்னங்குமரி ஆயிடை பறக்கிறது குருதிக்கொடி. இப்படிச் சொல்வதற்குப் பதிலாக மண்ணுடைஞாலம் முழுதும் அவனது எனக் கொள்ளல் பொருந்தும்.

ஐம்பூத வெளியும் வேந்தனும்

ஐம்பூதங்களில் நில வெளியாகப் பூமியும் வானகவெளியாக விசும்பும் அமைகின்றன. இருவெளியும் அளத்தற்கு அரிய பெருமையுடைத்து. இருவெளிகளையும் அளக்கலாம். ஆயின், அளத்தற்கரியவன் சேரன். நீர், நிலம், தீ, வளி, விசும்பொடு ஐந்தும் அளந்து கடை அறியினும் அளப்பு அருங்குரையே *(24:15–16)* என அவன் புகழப்படுகிறான்.

ஐம்பூதங்களோடு வேந்தரையும் கடவுளையும் இணைப்பது பத்துப்பாட்டு, கலித்தொகை, பரிபாடல்களில் தனிநெறியாகத் திரள்கின்றது. நிலம் பயன் அளிக்கவும் மேகம் பொழியவும்

வெள்ளி உரிய இடத்தில் நிற்கவும் ஞாயிறு மறையவும் விடுக்கும் ஆணை சேரனுடையது. நால்வேறு நிலங்களை ஒன்றாக ஆள்வதும் இயற்கையை இயக்குவதும் அவன்செயல். இயற்கையை இயக்கும் ஆற்றலுடைய வேந்தன் குடிகளையும் மன்னர் களையும் அழிப்பதும் வாழவைப்பதும் கேள்விக்கு அப்பாற்பட்ட தாகிறது. பெருங்கொலைகளுக்கும் வெளியழிப்புக்குமான நியாயங்களைப் பனுவல் கட்டமைத்துவிடுகிறது.

நாள்மீன், கோள்மீன், திங்கள், ஞாயிறு, பெருந்தீ ஆகிய ஐந்தும் ஒருங்கே சேர்ந்த விளக்கத்தையுடைவன்*(14:1–4)* வேந்தன். மழையினும் பெரும்பயன் பொழிபவன்*(64:18)*. பயன்மிக்க வெள்ளி உரிய இடத்தில் நிற்கவும் ஞாயிறு சினம் தணியவும் விசும்பு முழுதும் மேகமானது உலகைப் புரக்க எதிர்கொள்ளவும் நிலம் பயனை அளிக்கவும் அகன்ற இடத்தையுடைய நால்வேறு பகுதிகளும் ஒன்றாக இலங்குகின்ற ஆணைச் சக்கரத்தைச் சேரனின் முன்னோர் கொண்டு இவ்வுலகத்தை நடுங்கமின்றி ஆண்டுள்ளனர்*(69:13–17)*. எனவே, இயற்கையை இறைஞ்சும் இனக்குழு நிலையிலிருந்து ஆணையிடும் நிலைக்கு வேந்தர் இடம் பெயர்கின்றனர். இயற்கையே அவர். அவரே இயற்கை.

அழியாத வெளியும் சாவில்லா வேந்தனும்

திண்ணிய அழியாப் பொருளுடன் சேர்த்து வேந்தனை வாழ்த்துவது மரபாகிறது. பறையொலி போல ஓசையுடன் வீழும் அருவி கொண்ட அயிரை எனும் நெடுமலை போல நீ வாழும் நாள் அழியாதாகுக *(70:24–27)*, நாவலந்தண்பொழில் முழுதாண்ட முன்னோர் போல அழியாது உலகத்துடன் நிலை பெற்றிருப்பாயாக *(14:19–22)*, கொற்றவை நிலைகொண்டுள்ள அயிரைமலை போலப் பெரும நின்புகழ் கேடின்றி விளங்கட்டும் *(79:18–19)* என்ற வாழ்த்தொலிகள் பதிற்றுப்பத்தில் கேட்கின்றன. தொட்டுணரும் வெளியோடு இணைக்கப்பட்ட நிலைத் தன்மை அவனுக்கு வழங்கப்படுகிறது. அடை அடுப்பு அறியா அருவி ஆம்பல் ஆயிர வெள்ள ஊழி வாழி ஆதவாழிய பலவே *(63:19–21)* என்ற வாழ்த்துக்கும் கொற்றவை நிலைகொண்ட அயிரை மலைக்கும் தொடர்புண்டு. ஊழி பெயரினும் தாம் பெயராத மலை இருக்கும் காலம் வரை வேந்தனும் வாழ்வான். வெளி உள்ள மட்டும் வாழ வேண்டிய கடப்பாடு அவனுக்குரியதாகிறது. சாவில்லை, மூப்பில்லை.

நான்காகிய வேறுபட்ட அகன்ற திசைகளும் ஒன்றுபோலப் பகையின்றி விளங்க இலங்குகின்ற ஆணைச் சக்கரத்தை உடைய நின் முன்னோர் இவ்வுலகை ஒடுக்கமின்றி ஆண்டனர்

(69:16–17) என்ற கூற்று நானில இணைப்பைக் கூறுகிறது. நனந்தலை என்பதற்கு அகன்ற இடம், மண்டலம், திசை என்ற பொருட்கள் உள. நான்காகிய வேறுபட்ட மண்டலங்களை ஒருங்கு ஆள்கின்ற நிலை, குடியொடுக்குதல் இன்றி நிகழாது.

உயர்நிலை உலகம்

இனக்குழுவினர் வானம் நோக்கி இறைஞ்சி மழையைக் கேட்டனர். குன்றக் குறவர் எழிலியை இறங்கிவரக் கோரி ஆர்ப்பரித்தனர். இச்செயல்கள் இயற்கை சார்ந்தவை. ஆயின் தெய்வத்தன்மை பொருந்திய விண்ணுலகு என்ற கருத்தைப் பனுவலில் பெருவேந்தர் மரபு கட்டி எழுப்பி விடுகிறது. உயர்ந்தோர் உலகம் என அதற்குப் பெயர் இடுகிறது. விண்ணுலகு என்ற பெயரின் மூலம் மண்ணுலகை ஒருபடி கீழே இறங்குகிறது. விண்ணுலகில் வீரர்களும் தேவர்களும் குடியிருக்கின்றனர். விண்ணுலகத் தேவர்களோடு வேந்தனைப் பனுவல் இணைக்கிறது. தேவர்களோடு தொடர்புடையவனாக அவன் விளங்குகிறான்.

உயர்நிலை உலகம், உயர் உலகு, உயர்ந்தோர் உலகம் பற்றிய குறிப்புகள் அகத்தில் குறைவாகவும் *(கலி.138, 139, குறுந்.361)* புறத்தில் மிகுதியாகவும் உள. பதிற்றுப்பத்தில் மட்டுமே நான்கு இடங்களில் *(52:97, 54:10, 70:19, 89:11)* உயர்நிலை உலகக் குறிப்புகள் உள.

வேந்தர் எழுச்சியின்போது இருஉலகக் கருத்தாக்கம் எழுகிறது. வேந்தரோடு போர் புரியச் செல்பவர்க்கும் போரைப் பாடுபவர்க்கும் மண்ணுலகில் வளமான வெளிகள் பரிசில் களாகக் கிடைக்கின்றன. போரில் இறந்தாலும் உயர்நிலை உலகவெளியில் வாழ இயலும். தொட்டுணரும் நில வெளியிலும் காணலாகா உயர்நிலை உலகிலும் வாழும் பேறு வீரர்க்குக் கிடைக்கிறது. ஆயின், அத்தகைய உயர்நிலை உலகிற்கு வேந்தரை உடனே அனுப்புவதில் புலவர்க்குச் சிரமமிருக்கிறது. எனவே 'விறலியர் உன் வீரத்தைப்பாட இரவலரின் துன்பம் தீர நன்கலங்கள் வாரி வழங்கும் நீ உயர்நிலைஉலகம் செல்லாது பெருநிலவுலகின்கண் நெடுங்காலம் வாழ்வாயாக' *(54: 10–17)* என்கிறார்.

இருவேறு உயர்நிலைஉலகுகள் உள. அவற்றுள் ஒன்று, வேதத்தால் நிலைபெற்ற தேவர் வாழும் உயர்நிலை உலகு *(70:18–19)*. அவ்வுலகில் வாழும் தேவர், வேந்தரின் ஆட்சிச்சிறப்பைப் போற்றுகின்றனர் *(89:11)*. அழியாத கோட்பாடுகளையுடைய அமைச்சர் முதலிய சுற்றத்தார் சூழ, வேள்வியில் கடவுளுக்கு உணவினை ஊட்டினாய்; உயர்ந்த உலகத்திலுள்ள, வேதத்தால்

நிலைபெற்ற தேவருக்கு மகிழ்ச்சியை வழங்கினாய் (70:17–18) என்ற விவரணை, கடவுளோடு வேந்தனுக்கு உள்ள தொடர்பையும் உயர்நிலை உலகத் தேவர், வேந்தர் கூட்டுறவையும் விளக்குகிறது. மற்றொன்று, வன்கண் ஆடவர் எய்தும் உயர்நிலை உலகு (52: 7–9). இவ்வுலகில் போரில் மாண்ட வீரர் வாழ்கின்றனர். வேந்தரை மண்ணுலக வெளியும் உயர்நிலை உலக வெளியும் புகழுகின்றன. செழுஞ்செல்வத்திற்குப் பின் மறைந்திருக்கும் வறுமையையும் வீரர் இழப்பையும் ஈடுகட்ட விண்ணுலகும் மண்ணுலகும் போற்றும் வேந்தர் பெருமைகள் பாடப்படு கின்றன. பெருஞ்சமயங்கள் முன்வைக்கும் வீடுபேறும் பரலோகமும் இதன் நீட்சியே ஆம். வானுலகில் உள்ள தூங்கெயில் கோட்டைக் கதவுகளைக் காக்கும் கணைய மரத்தையும் பதிற்றுப்பத்துக் (31: 18–20) காட்டுகிறது.

இனக்குழு வாழ்வின் அழிவையும் பேரரசு உருவாக்கத்தை யும் சான்றோர் செய்யுட்கள் காட்டுகின்றன. வலிமையான படை, ஆயுதங்கள், ஊன், கள், கட்டுமானங்களுக்கு உபரி தேவையாகிறது. உபரிக்காக எல்லையற்ற வெளியை வேந்தன் கைப்பற்றுகிறான். புதியவெளியில் புதிய கருப்பொருட்கள் இருத்தப்படுகின்றன. புன்புலம் விரும்பாப் பேரரசுகள் நீரோடும் மண்ணையும் ஒளி வீசும் பொன்னையும் விரும்புவதால், இயற்கையோடு இயைந்த ஐந்நில வாழ்வு அவற்றுக்குத் தோதாகாது.

பாடுநர்க்கு அளிக்கும் பரிசில்கள்

ஐந்நிலவெளி அழிப்போடு பதிற்றுப்பத்துக் காட்டும் பேரரசுவெளி எழுகிறது. இமையவரம்பன், செல்வக் கடுங்கோ, நிலந்தரு திருவின் நெடியோன், பெருஞ்சேரல் இரும்பொறை, கடல் பிறக்கோட்டிய செங்குட்டுவன், பல்யானைச் செல்கெழு குட்டுவன் எனவரும் பெயர்களில் நிலமும் பொன்னும் போரும் பெருமிதம் கொள்கின்றன.

பேரரசுப் பாடுநர்க்கு அளிக்கும் பரிசில், 'ஈரும் பேனும் இருந்து இறைகூடி வேற்று இழை நுழைந்த துன்னற் சிதார் துவர நீக்கிக் கொடுக்கும் ஆடையோ கொழுஞ்சோறோ அல்ல'. கலன் அணிக என்று அவருக்கு ஒன்பது காப் பொன்னும் நூறாயிரம் காணமும் கொடுத்துத் தன்பக்கத்துக் கொள்கிறான் ஆடுகோட்பாட்டுச் சேரலாதன். கோயிலிலுள்ள எல்லாம் கொண்மின் என்று ஒன்பது நூறாயிரத்தோடு அரசுக் கட்டில் கொடுக்கிறான் இரும்பொறை. ஊரும் மனையும் வளம்படப் படைத்துத் தென்னாட்டில் வருவதனின் பாகம் கொடுக்கிறான் பிறிதொரு கோ. பெரும்புலவர்க்கு வேந்தர் கொடுக்கும் நிலங்கள் அளவிறந்தன. உம்பற்காட்டு ஐந்நூறு ஊர், நாற்பது நூறாயிரம்

பொன், உம்பற்காட்டு வாரி, நூறாயிரக் காணம், காணம் ஒன்பது நூறாயிரத்தொடு அரசுக் கட்டில், முப்பத்தீராயிரம் காணம், ஆள்வதில் பாகம், வளம்மிகு ஊர், ஒன்பது பெருவேள்விகள் ஆகியவற்றைப் பெறுகின்றனர் புலவர் பெருமக்கள் (பதிற்றுப்பத்துப் பதிகங்கள்).

பதிற்றுப்பத்து, சேரர்சரிதம் மட்டுமன்று; இனக்குழு அழித்துப் பேரரசு உருவானதைச் சொல்லும் இலக்கிய ஆவணம். இது, ஐந்நிலமழித்து ஒற்றைப் பெருநிலம் கட்டமைத்த கதையையும் சொல்கிறது. மேலும் மண்ணுலகோடு விண்ணுலகையும் உருவாக்கி மகிழ்கிறது. ஆண்மை வெளி மேலோங்கிய கதையும் அஃதே ஆம்.

இனக்குழுவியம் சார்ந்த சீறூர்வெளிகளுக்கு எதிர்நிலையில் வேந்தர்வெளிகள் பிரம்மாண்டமாக அமைகின்றன. பிரம்மாண்டப்பேரரசைக் கட்டியெழுப்பும் பெருவேந்தன் ஐம்பெரும்பூதங்களோடு காட்டப்படுகிறான். தாய்த்தெய்வ வெளியிலிருந்து எழும் பேரரசு பெருந்தெய்வ வெளிக்கு நகருகிறது. தெய்வீக வெளி எழுகிறது. அகவெளி பெண்டிர்க்கும் புறவெளி ஆணுக்குமாக நிர்மாணிக்கப்படுகின்றன. சடங்கியல் நிலையில் தனிவெளியில் மகளிர் இயங்குகின்றனர். வளம் நிரம்பிய வெளிகளை அழித்துப் பேரரசு வெளி எழுகிறது.

5

பாலைத்திணை வெளியும் சமய வெளியும்

வாழும் நிலத்தையும் பொழுதையும் முதற்பொருளாகத் தமிழ்த்திணைமரபு கொள்கிறது. திணையில் இடம் பெறும் தெய்வம், மக்கள், உணவு, இசை, நீர் முதலியனவற்றைக் கருப்பொருளாகக் கருதுகிறது. ஐந்திணை நிலமரபு சமயஞ்சாராதது. புராணப்பின்புலம் அற்றது. பொதுவெளித்தன்மை உடையது. ஒருதிணைசார் மக்கள் பிறிதோர்திணைசார் நிலத்திற்குள் நுழையத் தடையில்லை.

வைதிகவெளி புராணஞ் சார்ந்தது. பதினான்கு லோகங்களில் பூலோகமும் ஒன்று. வாஸ்து புருக்ஷ மண்டலத்தின் மையப்பகுதியில் பிரம்ம தேவன் அதிபதியாக உள்ளார். எட்டுத்திசைகளிலும் அட்டதிக்குப் பாலகர்கள் உண்டு. வாயு, ஈசன், அக்னி, பித்ருக்களும் கட்டங்களில் குடியிருக்கிறார்கள். நிலம் என்பது ஆணாக உருவகிக்கப்படுகிறது. வாஸ்துப்படியும் சாத்திரப்படியும் அமைந்த ஊர், கோயில், வீதிகள் கட்டுப்பாடுகளை உடையவை. பொதுவெளி என்று எதுவும் இங்கு இல்லை. சாதிக்கலப்பு நேராவண்ணம் அமைக்கப்பட்ட வெளி.

வைதிக மரபிற்கு எதிரானது பொதுவெளி. இவ்வெளிகள் பேதங்கடந்தவை. சீர்திருத்த மரபுடைய பெரியோர் உருவாக்க முனைந்தவை. அவை குருநானக்கின், பங்கத், சங்கத்; முத்துக்குட்டிசாமியின்

துவையல் பந்தி, முந்திரிக்கிணறு; வள்ளலாரின் அணையா அடுப்புப் போன்றவை பொதுவெளி உருவாக்க முயற்சிகள் ஆகும். வைதிகத்துக்கு எதிரானது நாட்டார் மரபு என்றாலும் வைதிகத்திற்கு எதிரான வெளிக்கொள்கையை வாழுமிடத்தில் வெகுமக்கள் பெரிதும் பின்பற்றுவதில்லை. தெருக்கள் சாதியப்படி அமைகின்றன. பொது வெளிகளாகக் கிணறு, கோயில், மண்டபங்கள், சுடுகாடுகள் அமைவதில்லை. தனிச் சாதிக்குவியலாக இலங்கும் தனித்த ஊர்களில் திணை மரபைத் தேடிக்காணமுடியும். ஆயின், வைதிக வெளிக்கு எதிராக நாட்டார் தெய்வவெளி அமைவதைக் காண இயலும்.

தமிழ்த்திணைமரபு

தமிழ்த்திணைமரபுத் தொடர்ச்சியாக பூமணியின் 'வெக்கை'யை அணுக முடியும். வெக்கை எனில் வெம்மை – வெயில். பாலை என்பது பிரிதலும் பிரிதல் நிமித்தமும், அன்பின் பொருட்டுப் பிரிதல் நிகழ்கிறது. வாழும் வெளியிலிருந்து வேற்றுப்புலத்துக்குச் செல்லும் தற்காலிக இடப்பெயர்வே பாலையாகும். வெக்கை நாவலில் சிதம்பரமும் அவன் தந்தையும் காடோ செடியோ என்று அலைகின்றனர்.

வெக்கையில் பாலைக் கருப்பொருளையொத்த நிலவெளி காட்சிப்படுத்தப்படுகிறது. மொட்டைப் பறம்பில், கள்ளி, சங்கம், சூரச்செடி, பூலாத்தி, விராலி, காரஞ்செடி, கொறண்டி, உடை மரங்களிடையே வெளவால், கூகை, காட்டுமுயல்கள் திரிகின்றன. கொற்றவைப் புதல்வன் சுடலை ஒற்றைமுரசின் விடாத உருட்டல் ஒலியில் எலும்பைக்கடித்து வல்லயக் கம்பை மணிகள் கலகலக்க ஊன்றுகின்றான்.

பாலைக்குப் புறமாக அமைவது வாகைத்திணை. பாலைத்திணைக்கென்று நிலமில்லை. 'பாலை தனக்கென ஓர் நிலமின்றி நால்வகை நிலத்தும் நிகழுமாறு போல முற்கூறிய நான்கும் இடமாக வாகைத்திணை நிகழ்தலின் தனக்கு நிலமின்றி ஆயிற்று' (தொல். புறம். 232). பாலைத்திணைக்கென்று நிலமில்லாததுபோல வெக்கையில் அலையும் மனிதர்களுக்கு ஒண்ட இடமில்லை.

நிலத்தைப் பறித்தலுக்கும் அதை மீட்டலுக்கும் இடை யிலான பதற்றமே வெக்கையின் கருதுபொருள். ஊர் நிலங்களை எல்லாம் கைப்பற்ற வடக்கூரான் எண்ணுகிறான். அதற்கு எதிராகச் சிதம்பரத்தின் அப்பா பரமசிவன் போராடுகிறார். எதிர்த்துப் பேசும் பரமசிவனின் மூத்தமகன் கொல்லப்படுகிறான். 'கையகல நெலம் வச்சு வெவசாயம் பண்றது பணக்காரப்

பெயகளுக்குப் புடிக்கல. அத வுட்டுட்டு ஓடட்டும்னு நெனப்பு' (13) எனப் பரமசிவன் புலம்புகிறார். வெளியை அபகரித்தலுக்கு எதிரான செயலில் சிதம்பரம் ஈடுபடுகிறான். வடக்கூரானை வெட்டிச் சாய்க்கும் சிதம்பரம் பல்வேறு நிலங்களின் வழியாக நடக்கிறான். ஓடை, பறம்பு, உச்சிமலை, தோட்டம், சுனை, வாழைத்தோட்டம், பனைக்கும்பல், சுடுகாடு, கிணறு, கண்மாய், அய்யங்கோயில் எனப் பலவெளிகளைக் கடக்கிறான்.

பாலைவெளிப் புழங்குபொருட்கள்

தலைவியைப் பிரிந்த தலைவன் பாலைவெளியில் பல்வேறு புலங்களினூடாக அவளைப் பற்றிய ஈர நினைவுகளுடன் கடப்பதைப் போலச் சிதம்பரமும் சிதம்பரத்தின் அய்யாவும், அன்பு கெழுமிய வாழ்க்கை நினைவுகளை அசை போட்டு மீள்கிறார்கள். தேன்தட்டுத்தின்னும் முத்தம்மாப்பாட்டி, தொடுத்த குறண்டிப்பூவை வைத்து மகிழும் தங்கை, சீத்தை தின்னும் அத்தைமகள் சானகி, பிரியம் ஒழுகப்பேசுகிற அத்தை, மருந்துக்குத் தேன், புங்கைக் கோந்து, வெள்ளெலித்தோல் தரும் அண்ணன், அன்பு நிறைந்த தருணங்கள் பின்புலமாக நீளுகின்றன. 'போகத்திற் பற்றற்று வேற்றுப்புலத்துக்குச் செல்லுதல், பாலைத்திணையின் கூறாகும், போகங்களைத் துறந்து சிதம்பரம் அலைகிறான். பாலைக்கவிதை மரபின் தொடர்ச்சியென நகர்கிறது நாவல்.

வெக்கை நாவல் முழுவதும் நண்பகல் வேனில் வெக்கை தகிக்கிறது. உயிர் அறுப்பும் உயிர் வளர்ப்பும் என்ற முரண்களில் நாவல் வளர்கின்றது. பாலைத்திணையின் மையமே உடல் அழிவும் உயிர்த்துளிர்ப்பும்தான். கொலைகள் எந்தக் குற்ற உணர்வுமின்றி நிகழ்த்தப்படுவதைப் போல உயிர் வளர்க்கும் உணவு, உடல் பேணுதல், சுற்றந்தழாஅல் உணர்வு மிகையின்றி நாவலில் நிகழ்த்தப்படுகின்றன.

உரிப்பொருளை விளக்க முதற்பொருளாகிய 'நிலமும் பொழுதும்', கருப்பொருளாகிய இயற்கையும் பண்டைய கவிதைகளில் அமைவதைப்போலக் காட்சியைச் சித்திரிப்பது பூமணிக்கு இலகுவானதும் இயல்பானதுமாக இருக்கிறது. குறிஞ்சியும் முல்லையும் மருதமும் வாடியும் துளிர்த்தும் பக்கமெல்லாம் விரிகின்றன. வேல்கைக் கொடுத்து வெளிது விரித்து உடீஇ பாறுமயிர்க்குடுமி எண்ணெய் நீவி, அனுப்பும் தொல் மறக்குடிப் பெண்போலச் சிதம்பரத்தின் தாய் இருக்கிறாள். வாகை சூடல் என்பது உயிரைக் கொன்று பெறுவதாகவே உள்ளது.

பிராமணவெளி X பிராமணரல்லா வெளி

பிராமணவெளியும் பிராமணரல்லாதவெளியும் 'நைவேத்யம்' நாவலின் பரப்புகளாகும். இனாம் சித்திரப்பட்டியில் குத்தகைக்குவிட்ட நன்செய்யிலிருந்து குடியானவர் தரும் நெல்லால் பொலிவுற்றிருந்த அக்கிரகாரவெளி காற்றூதிக் கலைத்த உமித்திரடு போலாவதை *(66)* நைவேத்தியம் சொல்கிறது. மழை இல்லை அதனால் நெல் இல்லை. பஞ்சம் பிழைக்க வேற்று வெளிகளுக்குப் பிராமணர்கள் புலம் பெயர்கிறார்கள்.

பிராமணவெளி நெல்தோகை ஈரக்காற்று, மாமரமணம், தெப்பக்குளம், மயில், அரளிப்பதியம், சுமக்க முடியா மலர்ப்பாரம், பொலிவுடைய ஈசுவரன் கோயில் எல்லாம் கொண்ட நந்தவன மாகக் குளிர்கிறது. ஆயின், சோற்றுக்கு வழியில்லாமல் இரவோடு இரவாகக் குடும்பத்தோடும் கணவரைவிட்டும் பெற்றோரை விட்டும் பல பிராமணர்கள் கிளம்புகின்றனர்.

பிராமணவெளி கலகலத்துப்போகிறது. பிராமணவெளிக்குள் குடியானவரும் குடியானவர் வெளிக்குள் பிராமணரும் நுழைகின்றனர். எந்தப் பிராமணரும் ஊருக்குள் வந்ததில்லை. வயலுக்குப்போக வேண்டுமென்றால் மேற்கே ஊரைச் சுற்றிப் போவது வழக்கம் *(42)* 'சாமிநாதய்யர் மட்டும் அசிங்கப்படாமல் வந்துவிட்டார்'. முச்சந்தி வேம்பு மேடையில் அமர்கிறார். அக்கிரகாரத்தில் பாலு வீட்டிலும், சுந்தரமூர்த்தி வீட்டிலும் வெளித்திண்ணைக்கடியில் சித்திரம்பட்டிக் குடியானவர் உட்கார்ந்திருக்கின்றனர். பிராமணர்களின் பொதுச் சொத்தான பங்களாவை மகாதேவய்யர் விற்பதற்குப் பணம் வாங்குகிறார்.

பிராமணவெளி பிரமிப்பு

பிராமணர்கள் மீதான பிரமிப்பு நாட்டார் மனவியல்பு சார்ந்தது. பிராமணர் தங்கள் வெளியில் நுழையும் போது குடியானவர்களிடம் பதற்றம் நிறைகிறது. 'நம்ம தெருவுல காலு மிதிக்கிறதுக்குக் குடுத்து வைக்கணும். அய்யமாரு ஊருக்குள்ள வார அளவுக்கு வைக்கலாமா. பெராமணரு பாவம் பொல்லாததாக்கும். ஊருக்குள்ள ஏதாச்சும் லாவநட்டம் வந்துச்சுன்னா', 'நல்ல வேளைக்கு என் பால் மாடு அவரு கண்ணுலபடல' என்ற குரல்கள் நைவேத்தியத்தில் கேட்கின்றன.

பிராமணவெளி நந்தவனவெளியோடு ஒப்பிடப்படுகிறது. மயில்கள் வாழும் ஊராக இருந்த நந்தவனம் மொட்டையாகி விட்டது. மரத்தில் கிளைகள் கனக்க மயில்கள் படுத்திருக்கும் நந்தவனம் மூளியாகிவிட்டது. அத்தனை மயில்களும் கிளம்பி

விட்டன. வெளியூர் போய்த் தொலையாத மயில்கள் நரகல் தின்னுகின்றன. (133–135) உருவித்தின்ற கதிர்கள் அழிந்து போனபின் மயில்கள் எதையெல்லாமோ தின்னும் நிலைக்கு ஆளாயின.

ஜமீன்தாரின் வயலைக் காக்கும் பாதாளை நந்தவன மரங்களை வெட்டும்போது மயில்களை ஓடஓட விரட்டுகிறான். மயில் ‘அலஞ்சுபோகுமே’ என்ற அய்யரின் கேள்விக்கு ‘ஒங்களுக்கு ஒண்ணும் தெரியாது சாமி. அதுகள அண்டவுட்டா நெல்லு வெளஞ்சமாதிரி தான். கருதுலயே உருவித் தின்னுரும்’ என்கிறான். அய்யரோ’, மயில் தின்ற நெல்தான் அரண்மனையைக் காப்பாத்தப் போறதா’ என மருகுகிறார். பிராமணர்களைக் கடைசிவரை காத்த தலையாரிக்குப் பிறகு அவரின் மகன் மயில் குஞ்சுகளைப் பராமரிக்கிறான். நந்தவனம் என்ற வெளியில் வாழும் மயில்கள் வேளாண்வெளிக் கதிர்களை உருவித் தின்கின்றன என்ற அவதானிப்பு வேறு பொருளைக் கோரி நிற்கிறது.

ஆயின் மழையில்லாததாலோ நந்தவனம் அழிந்ததாலோ குடியானவர் வெளியில் பாதிப்பில்லை. துட்டு வெள்ளாமைக்குப் பிறகு தோட்டங்களிலேயே கிடக்கிறார்கள்; பிராமணர் வெளிகளைப் போட்டி போட்டுக் குடியானவர் வாங்குகிறார்கள். உபரி உற்பத்தி குடியானவர்வெளியில் மலர்ச்சியை ஏற்படுத்து கிறது. எக்காரணம் கொண்டும் பிராமணர்கள் வேளாண் வெளிக்குள் நுழைவதில்லை.

அக்கிரகாரவெளி ஆச்சாரம் இழக்கிறது. விசும்பின் துளி வீழாது பூசையும் புனஸ்காரமும் நிற்கின்றன. பிராமண வெளிக்குள் சூத்திரர்கள் குடியேறுகிறார்கள். கூலிக்குச் சோறாக்கிப்போடுகிறது சுந்துவின் குடும்பம். வாடகைக்குக் குடியேறிய ரெவினியூ இன்ஸ்பெக்டர் வீட்டுத்திண்ணையில் ஜனம் குமிகிறது. “சங்கரய்யரால் சுந்துவின் வீட்டுப்பக்கம் போக முடிவதில்லை. வீட்டிற்கெதிரே இடிமண்திரடுகளில் எச்சில்களைச் சுவைத்தபடி கழுதைகளும் பன்றிகளும் நிற்கும். அக்கம்பக்கம் திரும்பாமல் கீழ்வீட்டையும் தாண்டி நேரே முருகன் கோயிலுக்குப் போய்விடுவார். பிராமணர் மட்டுமே வணங்கும் ஈசுவரன்கோயில்வெளி அழிவைத் தேடுகிறது. கோவிலைச் சுற்றிலும் கண்டங்கத்திரியும் கருஊமத்தையும் படர்ந்துள்ளன. கோவில் சுவரின் கல்லிடைகளில் அத்தி முளைத்து வருகிறது (113), அக்கிரகாரக் கிணற்றில் தூர் நிறைகிறது (142).

ஆசாரம் தவறாத அக்கிரகாரவெளி

வேற்றூர்களுக்கி இடம்பெயர்ந்த பிராமணர்கள் மீண்டும் அக்கிரகார வெளிகளுக்குள் வரவில்லை. வெளியூர்க்குச்

சென்ற பிராமணர்களின் வயல்வெளிகள் பிறர்வசம் கைமாறி யுள்ளன. ஆனால் அக்கிரகார விடுகளில் வேற்றுச் சாதியினர் குடியேறவில்லை. அக்கிரகார இல்லவெளிகள் பிறர்புக இயலாத தன்மையுடன் உள்ளன. அக்கிரகாரவெளிக்குள் பாலியல்மீறல் ஏதுமில்லை. நைவேத்தியத்திலோ பாதாளை – தெருக்கூட்டுகிறவள், மாட்டுக்காரன் – ஜமீன்தாரிணி, ஜமீன்தார் – கீழத்தெருப்பெண், சங்கரய்யர் – சீதை எனப் 'பிறழ்' உறவுகள் காட்டப்படுகின்றன. எத்தகைய வறுமையிலும் பாலியல் அறம் தவறாததாக பிராமணஇல்ல வெளி உள்ளது. சங்கரய்யர் அய்யங்கோவிலில் சீதையைச் சந்திக்கும் போது பாதிப்பு இல்லை. ஈசுவரன் கோயிலில் சந்திக்கும்போது கர்ப்பகிரகத்துள் அகல் விளக்கு அணைகிறது *(129)*.

பிராமணர் ஒருவரின் பூணூலை சுருட்டமுடி வாத்தியார் அறுக்கிறார். தோட்டத்தில் வாழைக்காய் பறித்ததற்காகப் பாதாளை மகாலிங்கய்யரைக் கட்டி வைத்து அடிக்கிறான். பிராமணர் தாக்கப்படும் காலம். பிரமித்து நின்ற மயில்களை ஓட ஓட விரட்டுகிறான் பாதாளை. பிராமணர்களை எதிர்கொள்ள முடியும் என்ற கருத்து உருவான காலமாக இதைக்கொள்ள முடியும். 'பிராமணக்குடியாவது சக்கிலியக்குடி யாவது' வருவனவற்றை ஏற்க வேண்டும் என்ற குரல் *(164)* கோவில் வெளியிலிருந்து வருகிறது.

நைவேத்ய நாவலில் வரும் பிராமணப் பெண்களின் புழங்குவெளி சொற்பமானது. கோவில், நந்தவனம், வீடு எனச் சுருங்கிய வெளியில் ஒடுங்குகிறது. ஒப்பீட்டளவில் குடியானவப் பெண்களின் புழங்குவெளி மயானம் தவிர்த்துத் தோட்டம், வயல், வீடு, தெரு எனப்பிற வெளிகளில் நீள்கிறது. இரவு வேளையில் யாருக்கும் தெரியாமல், சாணி பொறுக்கும் சீதை, சங்கரய்யருடன் ஈசுவரன் கோயிலில் துயில்கிறாள் *(126)*.

அரசுசார் பொதுவெளி மறுப்பு

அரசுசார் பொதுவெளி மீதான நம்பிக்கையின்மையும் அச்சமும் நாவல்களில் வெளிப்படுகின்றன. உள்ளூர் நீதி பரிபாலனமே மேல் எனப் பூமணி கருதுகிறார். 'வெக்கை'யில் வரும் சிதம்பரத்தின் மாமா வழக்குகளைத் தீர்த்து வைக்கிறார். அதற்காகப் பணம் பெறுவதில்லை. தாலி தீரும் வழக்குகளுக்குப் போவதில்லை. 'நைவேத்தி'யத்தில் தலையாரி பொன்னுரங்கம் முன்சீப்பிடம் வழக்குகளைக் கொண்டு வரவிடாமல் தானே தீர்த்து அனுப்புகிறார் *(55)*. பழையஜமீன் சவுக்கை மடித்து வைத்துக் கொண்டு வழக்குகளை விசாரித்துச் சரியான தண்டனை கொடுப்பார். அவரைப் பார்த்தாலே தொடை நடுங்கும்

(114). பிறகு நாவலில் களவுக்குற்றஞ் சாட்டப்பட்ட அழகிரிப் பகடைக்கு உள்ளூர்ப் பஞ்சாயத்துப் பரிவு காட்டுகிறது. காவல்காரர்கந்தையா நியாயமாக நடக்கிறார்.

இதற்கு எதிர்நிலையில் 'அநியாயமாத் தண்டன குடுக்கிற கோட்டார வச்சுப் பாக்கலாமா' (148) 'என்னக் கேட்டா. கோர்ட் மயிரு ஒண்ணும் இருக்கக்கூடாது. ஒருத்தன் அநியாயம் பண்றான்னா மத்த சனங்க சேர்ந்து சுடச்சுட அந்த எடத்துலயே தண்டனை குடுக்கணும் அநியாயமாகக் கொல செஞ்சவன் சொகமாயிருக்கான். போலீசு அவன ஒண்ணுஞ் செய்யல. பேருக்கு ஒரு கேசு கூடப் போடல கூட்டாளியா கும்மாளமடிக்கான்' (79) மொதல்ல செயில்ல வேல பாக்குற அத்தன பெயகளயும் புடிச்சு உள்ள போடணும். கொஞ்ச அநியாயமா பண்றான்' என்பவை 'வெக்கை'யில் வெளிப்படும் அரசுவெளிக்கு எதிரான குரல்கள்.

அரசு வெளிகளான நீதிமன்றம், சிறை, காவல் நிலையம் போன்றவை எளியோர்க்கு எதிரானவை. இவை சாதியவெளிகளாகிவிட்டன அதிகாரத்தைத் தின்று கொழுத்தவை என வெளிப்படையாகப் பூமணி சொல்வதில்லை. அணுகமுடியாத்தன்மையும் அதிகாரமும் உடைய சாதிய வெளிகளாகவும் பொது வெளிகள் உள்ளன என்பது பூமணியின் தீர்மானம்.

பூமணி, நாவல் வெளிகளில் கறுப்பு–வெள்ளை என எதிரெதிரே சாதிகளை நிறுத்தி வஞ்சம் தீர்ப்பதில்லை. சாதியத் தன்மையுடையவர்களுடன் எளியவர்களை உரையாடச் செய்யும் பாங்கு முக்கியமானது. நடப்பு அரசியல் முரணில் ஒன்றியத்தையும் பகையில் நட்பையும் கண்டு தேடுகிறது. என்றென்றைக்குமான முரண் என எதுவும் இல்லைதானே என்கிறது.எனினும், இணக்கத்தை மேம்படுத்துகின்றன. பகை முடிவதில்லை என்றாலும் என்றென்றும் தீராப் பகைமையுடன் மனிதர்களைப் படைப்பதில்லை. வகைமாதிரி முரண்களுக்கு வெளியே நிற்பவர் பூமணி. கந்தையா, பொன்னுரங்கம் போன்றோர் (காவல்காரர் – தலையாரி) குறிப்பிடத்தக்கவர்கள்.

வளமை போற்றல்

பெண் படைப்பவள். பயிர்களை உருவாக்கும் மண்ணுடன் உயிர்களைப் படைக்கும் பெண் இணைக்கப்படுவது தாய்வழிச் சமூகத் தொடர்ச்சியாகும். மண்ணை வெல்லுதல், பெண்ணைவெல்லும் உளவியலின் பாற்பட்டதுதான். தமிழ் மரபில் புறத்திணை மண் தொடர்பானதாகவும், அகத்திணை பெண் தொடர்பானதாகவும் உள்ளன. நிலத்தை வெல்வதும்

பெண்ணைக் கைக்கொள்ளும் ஆதிக்கத்துக்கு எதிராக நிலமீட்பும் பெண்காப்பும் அமைகின்றன. மகப்பேற்றை அடைய முடியாத கைம்பெண் காமுப்பாட்டியை காலமெல்லாம் மழையற்ற நிலமாகி விட்டாள் *(39)* எனப் பூமணி நைவேத்தியம் நாவலில் காட்டுகிறார்.

வேளாண் பொருளாதார அடிப்படை கொண்ட சமூகத்தில் மணவுறவுகள் வெளியில் அமைவதில்லை. நிலத்தையும் நீரையும் காத்துக்கொள்ளும் முனைப்பு அதில் தென்படும். நவீன அரசியல் அதை நிலவுடைமைமனப்பான்மை என்று சொல்லும். வேளாண் சமூக மனம் பூமணியிடம் செயல்படுவதால் நகரம்சார் ஈர்ப்பு அவரிடம் இல்லை. புலம்பெயர் வெளிகளுக்கு எடுத்துச் செல்லப்படும் பிடிமண் பண்பாடும் வேளாண்மரபு சார்ந்ததே.

அக்கிரகாரத்தை மையமிட்ட ஊரமைப்பில் தலித்து களுக்கு இடமில்லை. எனவே ஊருக்கு வெளியே தலித்துகளை அனுப்பலாம் என்ற தர்க்கத்தைச் சாதிய மனம் நிலைநிறுத்து கிறது. 'பிறகு' நாவலில் வாழும் புல அழிவையும் சிதைவையும் காட்டும் பூமணி கடந்தகால வாழ்வு தந்த மகிழ்ச்சி தொலைவதை உள்ளோடும் அரசியலோடு முன் வைக்கிறார்.

6

அகப்புல விருப்பும் புறப்புல வெறுப்பும்

தலித்துகள் தாம் வாழும் வெளியையே உலகமாகக் கொள்கின்றனர். பாதுகாப்புடைய உலகத்துக்கு எதிராகப் புறஉலகம் உள்ளதாகவும் தங்களின் உலகை அபகரித்துப் புற உலகம் கட்டப்பட்டதாகவும் எண்ணுகின்றனர். மேற்சாதி உலகம் தலித்துகளைத் தங்கள் உலகத்திலிருந்து வெளியேற்ற விரும்புகிறது; தலித் உலகம் தங்களின் வாழ்வு சூழ்ச்சியால் வெளித்தள்ளப்பட்டதாக எண்ணுகிறது. பூமணியின் 'பிறகு', சிவகாமியின் 'பழையன கழிதலும்', 'பாமாவின் கருக்கு', 'சங்கதி', இமையத்தின் 'கோவேறு கழுதைகள்' ஆகிய நாவல்கள் இங்கு எடுத்துக் கொள்ளப்பட்டுள்ளன.

தலித் நாவல்கள் கிராம வெளியை நிலம்சார் பண்பாட்டைக் கொண்ட வாழ்வைப் பெருமை பொங்க முன்வைக்கின்றன. நிலவுடைமைக் கலாச்சாரத்தோடு சாதியும் அடிமைத்தனமும் பிணைந்துள்ளன. நிலவுடைமைக்கு அடிப்படையான நிலத்தைக் கொண்டாடுதல் தலித் நாவலாசிரியர்களின் பொதுப்பண்பாக உள்ளது. அகப்புலமாகத் தாம் வாழும் கிராமத்தையும் புறப்புலமாக நகரத்தையும் எண்ணுகின்றனர். புறப்புல வெறுப்பும் அகப்புல விருப்பும் நாவலாசிரியரின் உட்கிடையாக உள்ளன; நிலத்தைப் பெண்ணோடும் இணைக்கின்றனர்.

நிலமும் பெண்ணும்

நிலமென்பதை உடலாகவும் உயிராகவும் எண்ணும் மனம் அதைப் பெண்ணாகவும் கருதுகிறது. "புராதன விவசாயக் காலத்தில் புறஉலக வாழ்க்கைக்குப் பூமியே முக்கியமானது. செழிப்புத் தெய்வங்களும் மந்திரச் சடங்குகளும் பூமியின் செழிப்புத்திறனை மிகுதியாக்கக் கற்பனை செய்யப்பட்டு உருவாக்கப் பட்டன. செழிப்புத்திறன் பெண்களுக்கே உண்டு என்ற நம்பிக்கை தோன்றிற்று. பெண்கள்தாம் முதலில் வேட்டைத்தொழிலில் இருந்து பிரிந்து விவசாயத்தைச் செய்யத் தொடங்கினர். பூமியின் விதையைச் செடியாக வளர்க்கும் திறனுக்கும் குழந்தையைப் பெறும் சக்திக்கும் தொடர்பு உண்டு என்று புராதன விவசாயத்தில் ஈடுபட்ட மக்கள் நம்பினர். எனவே விவசாய மந்திரச்சடங்குகளில் பெண்களே பங்கு கொண்டனர். பூமியை உயிருள்ள, உயிரில்லாத அனைத்துக்கும் தாய் என்று அவர்கள் கருதினர்" (நா. வானமாமலை. 1987:103). நிலத்தைப் பெண்ணாகக் கருதும் பண்பு தலித் நாவலாசிரியர்களிடமும் காணப்படுகிறது.

நிலம் என்பது பெண்; பெண் என்பவர் நிலம் என்று எண்ணுவதால் தாங்கள் வாழும் வெளியைப் பெண்மை மதிப்புடன் இணைத்துக் காணுதல் நிகழுகிறது. பூமணி, நிலத்தை யும் பெண்ணையும் ஒன்றாக இணைத்துப் பார்க்கிறார். செடி கொடிகளின் செழிப்பும் பாய்ந்தோடும் நீரும் கருவுற்றிருக்கிற பெண்ணுடன் சேர்த்துச் சொல்லப்படுகிறது. 'பிறகு' நாவலில், முத்துமாரி சூலுற்றிருக்கும் காலத்தை நிலச்செழிப்புப் பின்னணியுடன் விவரிக்கிறார். "பூவும் பிஞ்சுமாகப் பூரித்து நிற்கும் செடிகளூடே தண்ணீர் ஓடுவதைப் பார்த்தால் ஒரு கானகத்துக்குள் ஆறு ஓடுவது மாதிரி பிரமை. புஞ்சை வரப்புகளில் தட்டுக்குத்தட்டு ஆமணக்கு இலைகளுக்குள் மினுங்கும் தக்காளிப் பழங்கள். ஆங்காங்கே வெண்டைச்செடிகள். குலுங்கிச் சிரித்த கொத்தமல்லி மணம் ஏகமாகப் பரவியிருந்தது. தக்காளிப் பழத்தைச் சுவைத்தவாறு மம்பட்டித் தாங்கலில் நிமிர்ந்த முத்துமாரி நழுவிய சேலையைச் சொருவிக்கொண்டாள். முழுக்கத் திரண்டிருந்த வயிற்றைத் தடவிவிட்டுக் கொண்டபின் தன்னையறியாமல் அவள் கை சோர்வுடன் இடுப்பில் பதிந்தது" (1990:198) என்ற விவரிப்பில் பூ, பிஞ்சு, கனி என்ற சொற்களின் முறை வைப்பும்; திரண்ட வயிறும் இலைகளுக்குள் மினுங்கும் தக்காளிப்பழங்களும் இணைக்கப்பட்டுள்ளன என்பது நிலமும் பெண்ணும் ஒன்றுபோலப் பார்க்கப்படுதலைக் காட்டுகிறது.

நிலவளமை பற்றிப் பாமா அதிகம் கூறவில்லை. ஆயின், நிலம்தொடர்பான சொல்லைப் பெண்ணுடன் இணைக்கிறார். 'பெண்கள் பாலியல் வல்லுறவுக்கு ஆட்படுத்தப்படுவதை அழிமாண்டம்' (பாமா, 1995:7) என்ற சொல்லால் குறிக்கிறார். நிலப்பயிரை ஆடு, மாடுகள் மேய்ந்து அழிப்பதை 'அழிமாண்டம்' செய்வதாகக் கூறுதல் உண்டு. பெண்ணின் உடல்மீது நிகழ்த்தப் படும் தாக்குதலுக்கும் நிலப்பயிர் அழிபடலுக்கும் ஒரே மாதிரியான கருத்தைத் தரும் சொல்லைப் பயன்படுத்துகிறார்.

'கோவேறு கழுதைகள்' நாவலில், ஆரோக்கியத்தின் இளமைக்கால வாழ்வை வீடு நிறைந்த தானியங்கள், வற்றாத உணவு போன்றவற்றுடன் இமையம் விவரிக்கிறார். மேலும், ஈரம் மிகுந்த செழிப்பான நிலத்துடனும் ஆழமான நீர் நிறைந்த தொரப்பாட்டுடனும் (வண்ணார் துறை) இணைத்துச் சொல்கிறார்.

இளமைக்காலத்தில் ஆரோக்கியம், "தொரப்பாட்டில் துணியை அவுத்துக் காயப்போட்டவுடன் அலுப்பாயிருந்தாலும் படுக்க மாட்டாள். வயல்களில் சுற்றி வருவாள். ஓடையைச் சுற்றியுள்ள வயல்கள்தான் எவ்வளவு பசுமையாக இருக்கும். வரப்பில் நடக்கும் போது ஏதோ ஒரு மணம் வரும், எல்லாம் கலந்த கலவையாக இருக்கும். கண்ணுக்கெட்டியவரை ஒரே பசுமைதான். விதவிதமான பயிர் வகைகள். எல்லாவற்றிலிருந்தும் ஒரே நேரத்தில் கலந்து வரும் காட்டுப்பூக்களின் மணம். இந்த மண்ணின் மணம்தான் தூக்கலாய் வரும்" (இமையம் 1994:167) என மண்ணின் மணமும் செழிப்பும் ஆரோக்கியம் என்ற பெண்ணின் வாழ்வை விவரிக்கப் பயன்பட்டுள்ளன. அப்பொழுது "ஆரோக்கியத்தின் உடல் பிடித்து வைத்த கொழுக்கட்டை போல் கெட்டியாகச் சதைப்பற்றுடன் இருந்தது" (இமையம், 1994:166). இப்பொழுது, "அவள் கிழவியாகி விட்டாள். வெள்ளைத் துணியால் மூடியதுபோல் வெள்ளையாகத் தலை இருக்கிறது. கண்களும் காட்சித் திறனை இழந்து கொண்டிருக்கின்றன. கண்களிலிருந்து; உயிர்ப்பு அடங்கிவிட்டது. தொரப்பாடு கூட அவளை வெறுக்கிறது. காற்றாலும் மழையாலும் மணல் சரிந்து குட்டை பாதியாகி விட்டது" (இமையம், 1994:172) என்ற விவரிப்புப் பொருளுடையது. பசுமை நிறைந்த வயல்கள் சதைப்பற்றுடன் கூடிய ஆரோக்கியத்தின் உடலையும் மணல் சரிந்த குட்டை உயிர்ப்பு அடங்கிய வாழ்வையும் காட்டுகின்றன. வளம் மிகுந்த நிலங்கள் அழிக்கப்பட்டு விட்டன; காடு கோலம் இழந்து விட்டது; வாழ்வு முடிந்து விட்டது என்பதை ஆரோக்கியம் பாடலாகப் பாடுகிறார்.

காலம் கலிகாலம்
காடு கண்ட வெறுங்கோலம்
நானானேன் பறக்கோலம்
எனக்கில்லை மணக்கோலம்

(இமையம், 1994:167) என்பதில் உலகின் அழிவாகச் சுட்டப்படும் கலிகாலம், நிலத்தின் அழிவாகக் 'காடுகண்ட வெறுங்கோலம்' என்பதாக அறியப்பட்டுள்ளது. ஆண், பெண் இணைவு, வளமை, நிலத்தின் செழிப்பு ஆகியவற்றைக் குறியீடாகக் கொண்ட மணக்கோலம் காடு கண்ட வெறுங்கோலத்தால் முடிவுக்கு வந்து விடுகிறது. நிலத்தின் அழிவு உடலின் அழிவாக இங்கு உணரப்பட்டுள்ளது. இங்ஙனம் நிலத்தையும் நிலமானிய உறவுகளையும் போற்றுவதும் சமூகக் கட்டுமானத்தை மேலும் இறுகச் செய்யும் என்பதை மனங்கொள்ள வேண்டும்.

நிலமே உயிரும் உடலும்

உடலின் அழிவைத் தடுக்க வேற்றூர் செல்வதை ஆரோக்கியம் விரும்பவில்லை. ஆனால் ஆரோக்கியத்தின் கணவர் சவுரி ஊரைவிட்டு வெளியேறாவிட்டால் சாவு ஏற்படும் என்கிறார். "இன்னம் கொஞ்சம் நாளக்குள்ள சோறு ஆப்புடாமக் குண்டி வெடிச்சிச் சாவத்தான் போறடி எம்மவள" (இமையம், 1994: 71) என ஆரோக்கியத்தைப் பார்த்துக் கூறுகிறார். இந்த ஊர் அழிவதென்றால் பெரும் பஞ்சமென்று ஒன்று ஏற்பட்டால் தான் அழிய முடியும். பஞ்சமாகிவிட்டால் சனங்கள் சோற்றுக்கு என்ன செய்வார்கள்? தேசாந்திரம் ஓடி வயிற்றை வளர்ப்பார்களா? இந்த வயிற்றை நாடு விட்டு நாடு சென்று தான் வளர்க்க முடியுமா? என்று எண்ணிய ஆரோக்கியம் ஊரை விட்டு வெளியேற விரும்பவில்லை.

ஆரோக்கியத்திற்கு "வயிறுதான் உலகம்; உலகம் என்பதுவும் வயிறுதான்; அந்த வயிறு தான் வாழ்க்கை; அது தான் கடவுள்." இவற்றைத் தீர்மானிப்பது தொரப்பாட்டுக்கும் காலனித்தெருவுக்கும் இடையிலுள்ள நிலம்தான். ஊரை விட்டுச் செல்வதென்பது உலகைவிட்டு இடம் பெயர்வதாகும். பஞ்சத்தின் பொருட்டு ஊரிலுள்ளோர் அனைவரும் வெளியேறி னாலும் வெளியேற விரும்பாத ஆரோக்கியம், "புள்ளென்னு பிண்டமாத் தரெயில விழுந்ததிலிருந்து நாளது தேதி வரைக்கும் எனக்கு வவுறே சாமியாப் போச்சு. அம்பது வருசமாத் தொரப்பாட்டுக்கும் காலனித் தெருவுக்குமா நடந்து இந்த வவுத்த வளத்தன். வவுறே வாய்வாப் போச்சு. நாங்கறதே வவுறுதான். உலகங்கிறதும் வவுறுதான்" (இமையம், 1994:168) எனக் கூறுகிறார்.

ஆரோக்கியத்திற்கு ஊரில் உடைமையாக நிலம் ஏதும் இல்லை. காலனிக்கும் ஊர்த்தெருவுக்கும் இடையிலுள்ள வீடே சொந்தம். இடிந்துவிழும் நிலையில் வீடு உள்ளது. அங்கு "ரெண்டு குண்டான். நாலஞ்சிசட்டி. இடிஞ்சி வியிந்த கூரயிலிருக்கிற நாலஞ்சி கயி கம்பு" (இமையம், *1994:171*) ஆகியன மட்டுமே உள்ளன. நிலம் என்பதை உடைமையாகப் பெற்றிராத நிலையை உணரும் சவுரி இடப்பெயர்வை விரும்புகிறார். "நம்ப போனாத் தடுக்குறவுங்க யாருமில்ல. காணி, பூமி இருக்கா, என்ன பண்றதுன்னு யோசிக்க. இந்த ஊரு இல்லன்னா வேற ஊரு. சகாயமும் இதத்தான் சொல்லுச்சு. இன்னம் ஒரு மாசத்துல நாம்ப போயிடுவம்" (இமையம், *1994:171*) எனக் கூறுகிறார். அதற்கு ஆரோக்கியம், "ஒரு சாண் வவுத்தக் காப்பாத்த நாடு வுட்டு நாடு போறதா?... வவுறா நம்ளான்னு பாப்பமே! இந்தத் தொரப்பாட்டுக் குட்டைலதான் என் பொணம் கெடக்கும்" (இமையம், *1994:173*) எனக் கூறுகிறார். உணர்வுப் பூர்வமான நிலையில் நிலம் மீது அன்பு கொண்டுள்ளார். ஊரார் அவரை ஒதுக்கியபோதும் "இது என் ஊரு, என் சனங்க, இந்தத் தெரு, கோவிலு, ஊரச்சுத்தி நிக்கிற மரம், கொடி, செடி எல்லாம் என்னுது, மாடு, ஆடு, இந்த ஓட, தொரப்பாடு, கல்லு, இந்தப் பாதையெல்லாம் எனக்குத்தான்" (இமையம். *1994:174*) என்று பேசுகிறார்.

அயலார் வெளியும் பாலியல் வன்முறையும்

தலித் நாவலாசிரியர்கள் நிலத்தையும் பெண்ணையும் ஒன்றாகக் கருதுகின்றனர். தங்கள் நிலம் பாதுகாப்புடையது என்ற உணர்வைக் கொண்டுள்ளனர். தலித் வெளிகளுக்குள் தலித்பெண்கள் பாலியல் வல்லுறவுக்கு ஆட்படுவதாக நாவலாசிரியர்கள் கருதவில்லை. தலித்பெண்கள், மேற்சாதியினர் வெளிகளிலும் பொது வெளிகளிலும் பாலியல் அச்சுறுத்தல் மூலம் பீதிக்காளாக்கப்படுகின்றனர் என்று கருதுகின்றனர். இத்தகைய அச்சுறுத்தல் வழியாகப் பொதுவெளிக்குள் தலித் பெண்கள் நுழைவை மட்டுப்படுத்த சாதிய மனம் எண்ணுகிறது.

காட்டுக்கு விறகு பொறுக்கச் செல்லும் தலித் பெண்ணிடம் அவர் பாட்டி. "இந்தப் பக்கமெல்லாம் ஒத்த சத்தைல பொம்பளைக வரக்கூடாது. மேல்சாதிக்காரப் பெயல்க கண்ல அம்புட்டாப் போச்சு இழுத்துட்டுப் போயி அழிமாண்டஞ் செய்வானுக" (பாமா, *1995:7*) எனக் கூறுகிறார். தண்ணீர் குடிக்க பம்புசெட்டுக்குச் சென்ற பெண் பாலியல் அச்சுறுத்தலுக்கு ஆளாக்கப்படுகிறார். இதைப் பாமா, "பம்புசெட்ல தண்ணி

ஓடவும், போயி ரெண்டுவா தாகத்துக்குக் குடுச்சுட்டு வருவோமுன்னு போயிருக்கா. அது அந்த கொமாரசாமியோட பிஞ்ச. ரூமுக்குள்ள அவரு இருந்திருக்காரு. இவா பாட்டுக்கு போயி தண்ணி குடுச்சுட்டு வரயில, கையைப் புடுச்சு ரூமுக்குள்ள இழுத்திருக்காரு. இவா மெரண்டு போயி தப்புச்சோம் பொழைச்சோமுன்னு ஓடியாந்துருக்கா" *(1995:21)* என விவரிக்கிறார்.

வயல்வெளியில் தலித் பெண் ஒருவருக்கு இதே போன்ற கொடுமை நிகழ்கிறது. "மாட்டுக்குப் புல்லுக்குப் போனவள புல்லுக்கெட்டத் தூக்கி உடுறமுனுட்டு வந்து தூக்கி உட்டுட்டு அப்பிடியே மொல ரெண்டையும் புடிச்சுக்கசக்கி இருக்கான்... அந்தக் காட்டுக்காரப் பெய மொதலாளியோட மகனாம், படுச்சவனாம். அந்தப்பிள்ள ஏங்கிட்ட சொல்லிக்கிட்டு அழுதுச்சு" *(பாமா, 1995:29)* என்று கூறுவதைக் காண முடிகிறது.

திரையரங்கப் பொதுவெளியினுள் தலித்பெண்கள் நுழைய முடிவதில்லை. அங்கும் பாலியல் அச்சுறுத்தல் தொடர்கிறது. இதனை, "இங்ன இருக்குற சினிமாக் கொட்டாயிலகூட சினிமாப் பாக்க போவுட மாட்டாங்க. ஏன்னா நம்மள கண்டபெயலும் அழிமாண்டஞ் செஞ்சு போடுவான்க" *(பாமா, 1995:14)* எனப் பயத்துடன் ஒலிக்கும் குரல் மூலம் அறியலாம். தலித்தல்லாத பிற சாதிப் பெண்களுக்கு இத்தகைய பாலியல் அச்சுறுத்தல் இல்லை. தலித்தாக இருப்பதாலேயே இது நிகழ்கிறது. இதனை, "மத்த சாதிப் பிள்ளைக கம்மாக்கர வழியா சோடிச்சுட்டு சினிமா பார்க்கப் போவாக. ஆனா எங்க தெருவுல பொம்பளைக யாரும் சினிமாவுக்குப் போகக் கூடாதுன்னு ஊர்ச்சட்டம். ஏன்னா பலசாதிக்காரப் பெயல்க சினிமாக்கொட்டாயில எங்கசாதி பொம்பளப் புள்ளைகளப் புடுச்சி இழுப்பானுகளாம்" *(பாமா, 1994:47)* என்கிறார். இவ்வாறான அச்சுறுத்தல்கள் தலித்பெண்களைப் பொதுவெளிக்குள் வரவிடாது தடுக்கச் செய்யப்படுபவை ஆகும்.

வண்ணாரப்பெண் சகாயம், துணி எடுக்கச்செல்கிற வீடுகளில், "கட்டியிருக்கிற சேலைக்குள்ளார என்ன இருக்குனு ஒவ்வொரு வூட்டு ஆம்பளயும் மொறச்சி மொறச்சி பார்க்கிறானுவ" *(இமையம், 1994:44)* எனக் கூறுவது பாலியல் அச்சுறுத்தலைக் காட்டுகிறது. 'கோவேறு கழுதைகள்' நாவலில், வண்ணாரப்பெண் மேரியைக் கொத்துக்காரச் சடையன் தன் வீட்டில் வைத்து வல்லுறவுக்கு ஆட்படுத்துகிறான். அப்பெண். "உங்க வவுத்துல மவளாப் பெறக்கன்யா வேணுமின்னா என்னக் கொன்னு போடுங்கய்யா சுட்டுப் பொசுக்குங்கய்யா" *(இமையம், 1994:56)* எனக் கதறுகிறார். ஆயினும் அப்பெண் மேரியின் மேல் பிடி

அழுந்தி இறுகியது. "வீட்டில் மூலையில் உயிர் போவது போல் மேரி அழுதாள். தலையிலும் மார்பிலும் ஓங்கி ஓங்கி அறைந்து கொண்டாள். மார்பு, இடுப்புச் சேலை நழுவி விட்டதையும் கவனிக்கவில்லை. பூமியை இரு கையாலும் ஓங்கி ஓங்கி அறைந்தாள். மேலும் மேலும் அழுது கொண்டிருந்தாள்" (இமையம் *1994:54*) என்ற கூற்று, பாலியல் வன்முறைக் கொடூரத்தைக் காட்டுகிறது.

தங்கம் என்ற தலித் பெண்ணைப் பரஞ்சோதி உடையார் வயலில் வைத்துப் பாலியல் வல்லுறவுக்கு உட்படுத்துகிறான். அப்பெண், "வுட்ருங்க வுட்ருங்க என்று மல்லுக்கட்டினாள். வயதான காமுகனின் ஆசைக்குப் பலியாகிவிட்டது ஆவேசமாய் மாற, அங்கேயே உட்கார்ந்து குலுங்கி அழுதாள்" (சிவகாமி. *1995:60*).

'பிறகு' நாவலில் மட்டும் தலித் வெளியிலேயே பாலியல் ஒடுக்குமுறை நிகழ்வதை அறிய முடிகிறது. "அவன் கண்டுக் கிட்டானா பொழப்புப் போயிரும். என்னக் கொன்னுருவான், ஏன் ஒரு காடு கரையினு இல்லாம வீட்டுக்கு வந்து இந்தக் கூத்து பண்றீகளே" (பூமணி, *1990:83*) எனக்கூற. "ஏ கழுத ஞாயம் பேச வந்துட்டயாக்கும். ஒன் பொழப்புக்கே வேட்டு வச்சிருவென் பாத்துக்கோ. அட சும்மாக்கெட முக்காத்துட்டுக்குச் செரச்சுத் திங்கிர நாயி" (பூமணி. *1990:83*) என அப்பையா கூறுகிறான். காடு கரைகளில் நிகழும் பாலியல் வன்முறை இல்லத்திற்குள் நிகழக் கூடாது என்ற மனப்பாங்கு கொண்ட பெண்ணின் பரிதாப நிலையை இவண் காண இயலும்.

தலித்பெண்கள் அயலாரின் வெளிகளிலேயே பாலியல் அச்சுறுத்தலுக்கும் வல்லுறவுக்கும் ஆட்படுத்தப்படுகின்றனர். 'பிறகு' நாவலில் மட்டும் அரைகுறையான சம்மதத்துடன் பாலியல் உறவுக்கான முயற்சி நிகழுகிறது. தலித் வெளிகளில் வல்லுறவுகள் நடப்பதாகத் தலித் நாவல்கள் காட்டவில்லை. தலித் வெளிகள் பாதுகாப்புடையனவாக எண்ணப்படு கின்றன.

கிராமவெளியும் புலப்பெயர்வும்

வெளி பல பொருண்மைகளை உள்ளடக்கியது பருப்பொருளாக (*Concrete*) மட்டும் அது கொள்ளப்படுவதில்லை. நுண்பொருளான உயிராக எண்ணப்படுகிறது. வாழுமிடம் தொடர்பான நிகழ்வுகள் வாழ்வாக எண்ணப்படுகின்றன. தலித் நாவல் மாந்தர், வழிவழியாகத் தொடர்ந்து வாழ்கின்ற இடத்தைவிட்டு இடம்பெயர விரும்புவதில்லை. புலத்தை

விட்டு இடம்பெயர்வதை உயிரையும் வாழ்வையும் இழப்பதற்கு ஈடாகக் கருதுகின்றனர்.

ஆதிக்கச்சாதி வெளிகளை அண்டிப் பிழைக்க வேண்டிய கட்டாயத்தில் ஒடுக்கப்பட்டோர் நிலை உள்ளது. கிராமங்களில் வாழும் தலித்துகள் உற்பத்தி முறைகளையோ உற்பத்தி உறவுகளையோ தீர்மானிக்கிற சக்திகளாக இல்லை. உற்பத்திமுறைகளையும் உற்பத்திஉறவுகளையும் மாற்ற இயலாதபோது மாற்றங்களோடு தங்களை இணைத்துக் கொள்வதன் பொருட்டு நகரத்துக்கு இடம்பெயர வேண்டியுள்ளது.

வாழிடங்களில் நிகழும் சாதிய, பொருளாதார உள்நெருக்கடிகள் காரணமாக நகரவெளிகளுக்கு இடம்பெயர் பவர்களைத் தலித் நாவலாசிரியர்கள் பொருட்டாகக் கருதுவதில்லை. கிராமவெளிகளுக்குள்ளேயே நாவல்களம் சுழலுகிறது. நகரவெளிகளைத் தொடர்வதில்லை.

துரைச்சியாபுரம், மணலூத்து, செவல்பட்டி, அய்யங்குளம் ஆகிய கிராமங்களின் எல்லைகளுக்குள்ளேதாம் 'பிறகு' நாவலின் இயங்குவெளிகள் அமைகின்றன. பாமாவின் இருநாவல்கள் கதைசொல்லியின் கிராமம், படிக்கச் சென்ற நிறுவனங்கள், மடங்கள் ஆகிய இடங்களில் நிகழுகின்றன. 'கோவேறு கழுதைகள்' நாவலிலும் 'நகரவெளி' இடம் பெற வில்லை. சிவகாமியின் 'பழையன கழிதலும்' நாவல் நிகழ்வுகள் புளியூர், ஆத்தூர் கிராமங்களில் நடைபெறுகின்றன.

கிராமவெளிகளின் எல்லைகளுக்குள்ளேயே எல்லாம் நடந்துவிடுகின்றன. நகரப்புலப்பெயர்வு விவரிக்கப்படு வதில்லை. துரைச்சியாபுரத்திலிருந்து மணலூத்துக்குக் குலத்தொழிலின் பொருட்டு அழகிரி இடம் பெயர்வதைப் 'பிறகு' நாவலில் பூமணி விவரிக்கிறார். ஆனால், அருகிலுள்ள கோவில்பட்டி நகரத்திற்குச் செல்லும் மாந்தர்களைப் பற்றிய பேச்சு இடம்பெற்ற போதும் நகர உறவுகள் பேசப்படவில்லை.

அழகிரியின் மருமகன் வயிரவன் செவல்பட்டி கிராமத்தி லிருந்து வெளியேறிப் பட்டாளத்தில் சேர்கிறார். அவர் இடம்பெயர்ந்த 'வெளி'க்கு நாவல் இடம் பெயர்வதில்லை. மாறாக இடம்பெயர்ந்தவர் குடிகெடுப்பவராகக் காட்டப்படு கிறார். அது போலவே இடம்பெயர்பவர்களைக் கேலி செய்யும் தொனி நாவலில் உள்ளது. இதனை, "எத்தன பேரு ஊரவுட்டுப்போயி பட்ணக்கரையில் வழிச்சுத் தின்னுட்டு அலையிரான்னு பாத்த... அவன் துணியென்ன மண்டையில முடி எப்பிடி வெட்டியிருக்கான்னு தெரியுமா" (பூமணி, *1990–146–147)*

என்று சக்கணன் கூறுவதிலிருந்து அறியலாம். இடம்பெயர்ந்தவர்களைப் ‘பொட்டியாரு’ என்றும் பூமணி கூறுகிறார்.

பாமாவின் ‘கருக்கு’ வில் ‘கதை சொல்லி’யின் தகப்பனார் புலம் பெயர்ந்து பட்டாளத்துக்குச் செல்கிறார். திரும்பும் அவரின் குரல் மௌனமாக்கப்பட்டுள்ளது. ‘கதைசொல்லி’யின், படிக்கச்சென்ற இடங்கள் விவரிக்கப்பட்டபோதும் தலித் வாழ்க்கைக்கும் நகரவாழ்க்கைக்குமான உறவு கூறப்படாமல் சொந்த அனுபவங்கள் மட்டுமே கூறப்பட்டுள்ளன.

அகப்புலத்துக்கும் புறப்புலத்துக்குமான போராட்டக் களமாக இமையத்தின் ‘கோவேறு கழுதைகள்’ அமைகிறது. கிராமச் சாதிய வழமைகளைப் பொறுக்க இயலாத சகாயம், தன் கணவர் ஜோசப்புடன் சின்னச்சேலத்துக்கு இடம்பெயர்கிறார். பீட்டர் சென்னை செல்கிறான். சின்னச் சேலத்துக்கு இடம் பெயர்ந்த ஜோசப்பைப் பற்றி, “அட அந்தோணியாரே, எங்க பய ஜோசப்பா பீடி குடிக்கிறான். காசு பணமெல்லாம் பயக்கமுண்டா? மேச்சட்டயக் கயிட்டறதே இல்லியாமே. அதுகூட வெள்ள வெளர்னு தும்பப்பூவாட்டம் இருக்குதாமே. நிசமா தம்பி?” (இமையம், *1994:46*) என்று ஆரோக்கியம் கேட்கிறார். மேலும், ஜோசப் ‘கிராப்’ வெட்டி, மீசை வைத்ததைக் கேட்டு அதிர்ந்து போகும் ஆரோக்கியம் குலம்கெடுக்க வந்த சகாயத்தால்தான் எல்லாம் நடக்கின்றன என்று திட்டுகிறாள் (இமையம், *1994:165*). இவற்றில் வெள்ளைஉடை, கிராப் வெட்டுதல், மீசை வைத்தல் ஆகிய சாதி வழமை மீறும் செயல்கள் நகர வெளிக்கு இடம் பெயர்ந்ததால் ஏற்பட்டதாக ஆரோக்கியம் எண்ணுகிறார். இதற்கெல்லாம் காரணமானவராகக் கருதப்படும் மருமகள் சகாயம் புறப்புலத்திலிருந்து வந்தவர் ஆவார். இதனை ஆரோக்கியம் என்கிற “பழைய சாதிய அடிமை முறைக்குப் பழக்கப்பட்டு, அதனால் வளமடைந்து வந்த கிறித்தவ தலித் பெண்ணுக்கு நிம்மதி தருவது ஒடுக்கப்பட்ட நிலைமை தான். இந்த அடிமைச்சாதி வழக்கத்தை விட்டு விடுதலையாகி நகர்ப்புறம் குடியேறிய தன் பிள்ளைகளைக் குடும்பத்தைச் சிதைப்பவர்களாக மனிதநேயமற்றவர்களாகப் பார்க்கிறாள்” (ராஜ் கௌதமன், *1995:58*) என்ற கூற்று உறுதிப்படுத்தும்.

சிவகாமியின் ‘பழையன கழிதலும்...’ நாவல் கிராமத்தோடு முடங்குகிறது. ‘கதை சொல்லி’, படிக்கச் சென்ற நிறுவனத்தின் ‘சாதியற்ற வெளி’க்குள் கலந்து விட விரும்புகிறார். நகரங்களைப்பற்றிச் சொல்வதில்லை. “ஒரு சில படித்த இளநெஞ்சங்கள் வருந்தின. சாதிக் கொடுமையையும் பற்றாக்கூலியையும் எதிர்த்தன. அந்த எதிர்ப்பு, வேலை

கிடைத்ததும் கிராமத்தைவிட்டு வெளியேற வேண்டும் என்ற வெறுப்பாக மாறிப் போனது" (சிவகாமி, 1995:144–145) எனக் கூறப்பட்டாலும் புலப்பெயர்வால் உயர்வுற்றவர்களை முன் வைக்கவில்லை. மலையில் தேயிலை பொறுக்கச் சென்றவர்களின் பின்னால் கதை நகர்வதில்லை. நாவலில், காத்தமுத்துவின் சகோதரர் காளிமுத்து. "சிறுவயதிலேயே பினாங்கிலிருந்து வந்த கங்காணி, பினாங்கு துறைமுகத்துக்குச் சுமைதூக்கும் கூலியாட்களை அழைக்க வந்தபோது மலாயா ஓடிப்போனார்" (சிவகாமி, 1995:160). பதினெட்டு வயது மகன் சந்திரனோடு தாயகம் திரும்புகிறார். இவர்களைப் பற்றிய சித்திரிப்புக் கிராம அளவிலேயே அமைகிறது. புலம்பெயர்ந்த வெளி காட்டப்படவில்லை.

கிராமவெளிகளை விட்டு நகரவெளிகளுக்கு இடம் பெயராமல் உள் வெளிகளுக்கு இடம் பெயர்வதும் (ஒரு கிராமத்திலிருந்து பிறிதொரு கிராமத்துக்கு) நகரவெளியிலிருந்து கிராமவெளிக்கு இடம் பெயர்வதும் நாவல்களில் இடம் பெற்றுள்ளன.

'பிறகு' நாவலில் அழகிரி துரைச்சியாபுரத்திலிருந்து மணலூத்துக்குக் குடும்பத்துடன் இடம் பெயர்கிறார். மணலூத்திலும் தோல்வேலை, மாடறுத்தல் போன்ற தொழிலைச் செய்கிறார். சாதிய ஒடுக்குமுறைகள் மணலூத்திலும் தொடர்கின்றன. கோவேறு கழுதைகள் நாவலில், நகரவெளியிலிருந்து கிராமவெளிக்குத் திருமணம் காரணமாக வரும் சகாயம் சாதிய வழமைக்குட்பட்டு வாழ வற்புறுத்தப்படுகிறார். இராச்சோறெடுத்தல், வீடுவீடாகச் சென்று அழுக்குத்துணிகளைச் சேகரித்தல் போன்றவற்றைச் செய்ய மறுக்கும் போது ஆரோக்கியத்தால் கண்டிக்கப்படுகிறார்.

உள்வெளிகளில் இடம்பெயர்வதாலும் நகரத்திலிருந்து கிராமத்துக்குப் பெயர்வதாலும் சாதிய வழமைகளைப் பின்பற்ற வேண்டிய கட்டாயம் ஏற்படுகிறது. கிராமச் சாதி அமைப்பில் தம்மைப் பொருத்திக் கொள்ளவும் 'சாதிக்கட்டு' களை நிறைவேற்ற வேண்டியதுமாகிறது.

அகவெளியும் புறவெளியும்

பனுவலாசிரியர்கள் வெளி குறித்த ஓர்மையைப் பெற்றுள்ளனர். சமூக ஒழுங்குகளைக் கட்டிக்காப்பதிலும் ஏற்றத்தாழ்வுகளை உறுதி செய்வதிலும் வெளியமைவு சார்ந்த காரணிகள் செயல்படுகின்றன. வாழும் இடத்தின் பெருமையைக்

குலைக்கும் சக்திகளாகச் சிலவற்றையும் பெருமையைப் பேணுபவையாகச் சிலவற்றையும் பனுவலாசிரியர்கள் கருது கின்றனர். பாத்திரங்கள், தற்கூற்று, புழங்கு பொருள் வாயிலாகத் தம் கருத்துகளை முன்வைக்கின்றனர்.

வரலாற்றுக் காலந்தொட்டு அகம், புறம் என்ற எதிரிணைகள் செயல்படுபவை. இல்லம்சார் நிகழ்வுகள் அகத்துள்ளும் இல்லத்துக்குப் புறம்பானவை புறத்திலும் கொள்ளப்படுகின்றன. சமய நெறியில் 'அகத்தோர்' என்போர் தாம் சார்ந்த நெறியினராகவும் 'புறத்தோர்' தாம் சாரா நெறியினராகவும் கருதப்படுகின்றனர். தான் வாழும்புலம் அகமாகவும் தான் வாழாப் புலம் புறமாகவும் அமைகிறது. கிராமத்தில் வாழ்வோர் நகரத்தைப் புறப்புலமாகவும் ஊரில் வாழ்வோர் சேரியைப் புறப்புலமாகவும் கொள்கின்றனர். மக்கள் வாழும் பகுதி வாழும் புலமாகவும் குடியிருக்கத் தகுதியற்ற சுடுகாடு, பாழிடம், காடு போன்றவை வாழாப்புலமாகவும் அமைகின்றன.

புறப்புலக் காரணிகள்

மண்ணின் மீது மிகுதியான நேசம் கொண்டிருப்பதால் இமையமும் பூமணியும் அகப்புலத்துக்கு வெளியே இருந்து வருபவற்றை வெறுக்கின்றனர்; நிலத்திலிருந்து வெளியேறுபவர் களை விரும்புவதில்லை. நில வளமை பேசும் இவர்கள் வெளியேற விரும்பாத மாந்தர்களை அழுத்தமாகப் படைத்துள்ளனர். நிலமற்ற தலித்துகள் நிலத்தின் மீது புனைவியற்பாங்கான *(Romantic)* பற்றினைக் கொண்டுள்ளனர். இவர்களே நகர இடப்பெயர்வை விரும்பாதவர்களாக உள்ளனர்; உணர்வு ரீதியான பிணைப்பைக் கொண்டுள்ளதால் பழங்காலக் கிராம வளமையை விவரிக்கின்றனர்.

பூமணியும் இமையமும், வெளிப்புலத்திலிருந்து வந்தவை யும் வந்தவர்களும் அகப்புலத்தைக் கெடுத்துவிட்டனர் எனக் கருதுகின்றனர். வெளிப்புலத்துக்குப் பெயர்ந்து திரும்பிய வைரவனால் குடும்பநாசம் நிகழ்ந்ததாகப் பூமணி காட்டுகிறார். மேலும் புறப்புல வேளாண் உத்திகள், சனநாயகக் கருத்துருவங்கள், நவீன அரசுவடிவங்கள் போன்றவற்றால் அகப்புலம் மாறுதலடைந்து விட்டது என எண்ணுகின்றார்.

வெளியிலிருந்து வந்த கூறுகள் வாழும் புலத்தினைத் தொல்லைகளுக்கு ஆளாக்குகின்றன. அகப்புலம் X புறப்புலம் *(Inside X Outside)* என்ற இருமைஎதிர்வில் அகப்புலம் சார்ந்த மாறுதல்கள் மறக்கக் கூடியவையாகவும் பொறுத்துக்

கொள்ளத்தக்கனவாகவும், புறப்புலம் சார்ந்த மாறுதல்கள் குடிகெடுக்கும் தீமைகளாகவும் இழப்புகளாகவும் நாவலின் சில கதைமாந்தர் வழியாகக் காட்டப்பட்டுள்ளன. அகப்புலத்துக்கும் புறப்புலத்துக்குமான மோதலாகவே நாவல்கள் இயங்கு கின்றன. புறப்புலம் கிராமங்களின் அழிவைச் சாத்தியமாக்கி விட்டது என்ற குற்றச்சாட்டுகள் நாவலில் உள்ளன. 'கோவேறு கழுதைகள்' நாவலில் புறப்புலத்திலிருந்து வரும் சகாயம், சாமியாரின் தூதுவர், தையல்கடைக்காரர், சலவைக்கடைக் காரர் ஆகியோருடன் வேளாண் மாறுதல்கள், நவீன அரசு வடிவங்கள், நவீனத்துவக் *(Modernity)* கூறுகள், இயந்திரங்கள் ஆகியனவும் வாழும்புலத்தைத் தீய்த்துவிட்டன எனக் கூறப்பட்டுள்ளது.

நகரத்திலிருந்து வந்த பொருள்சார்பண்பாடு, பகட்டு, உலோகப் பாத்திரங்கள், குலத்தொழில்மறுப்பு, சாதிவழமை மீறுதல், அழகு ஆகியவற்றால் ஆரோக்கியத்தின் மரபானவாழ்க்கை, வளமை, பணிவு, விரிந்த 'தொரப்பாடு', மண்மொடா, எளிமை, குலத்தொழில், சாதி வழமையைப் பின்பற்றியதால் செழிப்படைந்த குடும்ப வாழ்வு போன்றவை அழிவுண்டனவாகக் காட்டப்பட்டுள்ளன. இவற்றின் குறியீடாக நகரத்திலிருந்து கிராமத்திற்கு வரும் சகாயம் அமைகிறார். தீமையற்ற வளமான அகப்புலத்தை நகரியக்கூறுகள் கேடடையச் செய்துவிட்டன என்ற குற்றச்சாட்டு ஆரோக்கியத்தின் மூலம் முன்வைக்கப் படுகின்றது. அழிவுத்துயரம், வறுமை, 'தொரப்பாடு' குறுகிச் சிறுத்தல், சுவடற்ற கட்டாந்தரை போன்றவை ஆரோக்கியத்துடன் இணைத்துக் காட்டப்பட்டுள்ளன.

நிலம், குடும்பம் மீதான எல்லையற்ற அன்பு வேளாண் சமூக உளவியலாகும். வேளாண் சமூக உளவியலைக் கொண்ட மக்கள், "நிலத்தோடு கட்டப்பட்டவர்கள். இயற்கையையும் இயற்கை நிகழ்வுகளையும் சார்ந்து வாழ்வை அமைத்துக் கொண்டவர்கள். நிலம், இயற்கை ஆகியவற்றின் ஆற்றலையும் அதிகாரத்தையும் மனப்பூர்வமாக ஏற்றுக் கொண்டவர்கள். கிராமமும் உறவினரும் மாடும் கன்றுகளும் மட்டுமல்ல, இந்த நிலம், தோட்டம், அதில் வளரும் வேம்பு, முருங்கை ஆகியவற்றோடும் ரத்தமும் சதையுமாக ஆகிப்போனவர்கள்" (அ. மார்க்ஸ், 1991:216–217) ஆவர். நிலத்தைவிட்டு வெளியேறுதலை மறுக்கும் பான்மை பெற்றவர்களாகவும் தந்தைவழிச்சமூக ஒழுக்கவியலை வற்புறுத்தும் நிலவுடைமைக்குணம் பெற்றவர் களாகவும் உள்ளனர்.

நகரப் புலப் பெயர்வின் பயன்கள்

நவீனத்துவக் கூறுகளின் தாக்கத்தால் கிராமங்களிலிருந்து நகரத்துக்கு இடம் பெயர்தல் தவிர்க்க இயலாததாக உள்ளது. பெரும்பாலான தலித் அறிவாளர்கள் (Dalit Intellectuals), எழுத்தாளர்கள், செயலாளிகள் (Activists) கிராமங்களிலிருந்து இடம் பெயர்ந்தவர்கள் ஆவர். தலித்திய நூல்கள், இதழ்கள், படைப்புகள் வெளியீடு, கலைவிழாக்கள், கருத்தரங்குகள் உள்ளிட்ட அறிவியக்கச் செயற்பாடுகள் நகரவெளிகளில்தான் நடைபெறுகின்றன.

நகரங்களே இன்றியமையா மையங்களாக உள்ளன. "இந்தியாவில் மட்டுமின்றி உலகெங்கும் கிராமங்களை நகரங்களே ஆட்சி செய்கின்றன. மேட்டுப் பகுதியிலிருந்து பள்ளத்துக்கு நீர்பாய்வது போல நகரங்களிலிருந்து கருத்துகள் கிராமங்களுக்குச் செல்கின்றன. இந்தியாவில் கிராம மக்களின் நலன்களைக் காப்பதற்கு யாருமில்லை. சமூகத்தின் முக்கிய உறுப்புகளான வங்கி, தொடர்புச்சாதனங்கள், நீதித்துறை, தொழில்மையங்கள், கலை இலக்கிய நிறுவனங்கள் யாவுமே நகரங்களின் விளைபொருட்களாகி விட்டன. அவற்றில் பணி புரிபவர்களுக்குக் கிராமங்கள் மீது அக்கறை கிடையாது. கிராமங்களிலேயே உழன்று கொண்டிருந்தால் மேலே சொன்ன நிறுவனங்களை அவர்கள் தங்களுக்குச் சார்பாக மாற்றியமைக்க முடியாது" (வி.டி. ராஜசேகர், 1996:70). நகரங்களில் இடம் பெறுவது ஏழைத் தலித்துகளுக்குக் கடினமான செயலாகும். புறநகர்களிலும் கழிவோடைக் கரைகளிலும் இருப்பிடம் தேட வேண்டியுள்ளது. ஆனால் நகரத்தில் சாதித்தொழிலைத்தான் செய்யவேண்டுமென்ற கட்டாயம் இல்லை. தொழில் வாய்ப்புகள் அதிகம். விரும்பும் தொழிலைச் செய்ய இயலும்.

'சாதியற்ற வெளி' எங்கும் இல்லை

நகரங்களில் சாதியற்ற 'வெளி' என்று ஏதுமில்லை என்ற போதிலும் பொருளாதாரக் காரணிகள் நகரவெளிகளில் சாதியக்கடுமையைக் குறைக்கின்றன. கடுத்தமான தீண்டாமை இல்லை. தொழிலைத் தானே தீர்மானித்தல், கல்விவாய்ப்பு, சட்ட உரிமைகளைப் பெறல், பல்துறை வேலை வாய்ப்பு, அரசியல் பங்கேற்புப் போன்றவை நகரவெளிகளில் சாத்தியமாகின்றன. இருப்பினும் இடப்பெயர்வு என்பது சாதி ஒழிப்பிற்கான ஒரு நிபந்தனையே (Condition) தவிர முற்று முழுதான தீர்வன்று என்பதையும் மனங் கொள்ள வேண்டும்.

தலித்துக்களுக்குக் கிராமவெளியில் உரிமை இருப்ப தில்லை. "நகரங்களுக்குக் குடிபெயர்வதால் அவர்களுக்கு இழப்பதற்கு ஏதுமில்லை. தலித்துகள் மண்ணின் மீது பிடிப்பும் பற்றும் கொண்டிருப்பது உண்மைதான். ஆனால் அது அவர்களுக்குப் பொருளியல் ரீதியான இழப்பு உணர்வு ரீதியானது மட்டுமே. ஒரு காலத்தில் அமெரிக்காவில் கறுப்பின மக்களும்கிராமம் சார்ந்தவர்களாகவே இருந்தனர். ஆனால் இன்று நகரவாசிகளாகி விட்டனர். அமெரிக்காவில் இன்று முந்நூறுக்கும் மேற்பட்ட நகரமேயர்கள் கறுப்பினத்தவர்களாக உள்ளனர். சிகாகோ போன்ற முக்கிய நகரங்களில் பெரும்பாலான மக்கள் கறுப்பினத்தவர்கள். நகரங்களில் குடியேறிய பிறகுதான் கறுப்பின மக்கள் அமெரிக்க அரசியலில் தீர்மானகரமான பங்கினையாற்ற முடிந்தது. அவர்கள் சாதித்துள்ள பாதுகாப்பு, ஒற்றுமை யாவும் கிராமங்களிலிருந்து நகரங்களுக்குக் குடியேறியதன் விளைவே" (வி.டி. ராஜ சேகர், 1996:69) ஆகும் என்ற கூற்று கவனிக்கத்தக்கது.

தீண்டத்தகாதவர்களாகக் கருதப்பட்ட நாடார்சாதி யினரும், கேரள ஈழவச்சாதியினரும் இன்று "பிற்பட்ட சாதி" மதிப்பினைப் பெற்றுள்ளனர். நாடார்கள் குலத்தொழிலாக விதிக்கப்பட்ட பனையேறுதலை விட்டுவிட்டு வணிகத்தின் பொருட்டுப் பல்வேறு இடங்களுக்குக் குடிபெயர்ந்ததன் மூலம் சமூகப் பொருளாதார மதிப்புநிலையில் உயர்ந்துள்ளனர். கேரள ஈழவச் சாதியினரும் குலத்தொழிலை விட்டுவிட்டுத் தமிழக இடப்பெயர்வால் "இல்லத்துப்பிள்ளைமார்" என்ற சாதியினராக மதிப்புப் பெற்றுள்ளனர்.

இடப்பெயர்வின் மூலம் தலித்துகளும் சமூகப் பொருளாதார மதிப்பில் உயரும் வாய்ப்பு உள்ளது. சாதி இழிவை நீக்கும் வழியாக ஈ.வெ. ராமசாமிப் பெரியார், "உங்களை யாராவது கிராமவாசி துன்புறுத்தினால் எதிர்த்து நிற்க வேண்டும். முடியாவிட்டால் வேறு பட்டினங்களுக்குக் குடியேறிவிட வேண்டும். ஜீவனத்துக்கு மார்க்கமில்லாவிட்டால் இம்மாதிரி யான கொடுமையான மதத்தை உதறித்தள்ளிவிட்டுச் சமத்துவமுள்ள மதத்திற்குப் போய் விடவேண்டும்." (1974:58) எனக் கூறுகிறார். இந்தியச் சூழலில் கிறித்தவமதம் சாதியத்தைக் கொண்டுள்ளது.ஒப்பீட்டளவில் மிகச்சொற்பமான பிரிவினையை இசுலாமிய மதம் கொண்டுள்ளது. இசுலாம் மதத்திற்கு மாறிய தலித் ஆண்களுக்கு இசுலாமியரில் சில பிரிவினர் தங்கள் பெண்களை மணம் செய்து கொடுக்கின்றனர் என்பது குறிப்பிடத் தக்கது.

தலித் அடையாளமும் புலப்பெயர்வும்

தலித்வாழ்வு எனும் தனித்துவம் கிராமக் கலாச்சாரத்தால் பாதிக்கப்படாமல் உள்ளது; கிராமத்தை விட்டு வெளியேறினால் அடையாள இழப்பு ஏற்படும் என்ற கருத்து உள்ளது. நகரக் கலாச்சாரத்தில் தலித் அடையாளம் கரைந்து போய்விடும் என்று கருதவேண்டியதில்லை. மேலும், அடையாளம் என்பதை மாறாத ஒற்றைக்கருத்துருவமாகக் கொள்ள இயலாது. சமூகப் பொருளாதாரப் பண்பாட்டுக் காரணிகளுக்கு ஏற்ப அடையாளத்தில் மாற்றம் ஏற்படவே செய்யும். மாறாத ஆற்றுப்போக்காக ஒரே திசையில் பண்பாடும் வரலாறும் சென்றதில்லை என்பதால் அடையாள மாற்றம் என்பது சிக்கலுக்குரிய பகுதியாக இல்லை.

இடம்பெயரும் மக்களோடு இசை, பழக்கவழக்கம், உணவுமுறை, தெய்வங்கள், பண்பாட்டுக்கூறுகளும் இடம் பெயரும் என்பதை மனங்கொள்ளவேண்டும். 'பிறகு' நாவலில் மேகலக்குடிக்காரர்கள் "பாஞ்சாலங்குறிச்சியிலிருந்து பிடிமண் எடுத்து வந்து பீடம் போட்டுக்" *(பூமணி, 1990,45)* கோயில் கட்டிய குறிப்பு உள்ளது. மரபு போற்றத்தக்கது என்ற அதீத வரலாற்றுணர்வு நடப்பு நிலையை மறக்கடித்து விடுமென்பதால் நடப்பு வரலாற்று அடையாளம் பரிசீலிக்கப்பட வேண்டும் என்பது கருதத்தக்கது.

ஊர் தோன்றிய வரலாறு

ஊர் தோன்றிய வரலாறு 'பிறகு' நாவலில் கூறப்பட்டுள்ளது. வேட்டைக்கு ராசாவுடன் வந்த ராணியின் செருப்பு அறுந்து விடுகிறது. வடக்கே தொலைவிலிருந்து கைதேர்ந்த செருப்புத்தொழிலாளி அழைத்து வரப்படுகிறார். அவரின் கைவினைத் திறனைக் கண்டு வியந்த மன்னர், அவர் வாழ்வதற்கு வீடு போட்டுக்கொடுத்தார். பிறகுதான் அந்த இடத்தின் வளமை அறிந்து 'மற்றவர்கள்' வந்து குடியேறினர் என்று கதை சொல்லப்பட்டுள்ளது.

குடியேற்றக் கதையைச் சித்திரன், சக்கணன் உரையாடல் மூலம் பூமணி காட்டுகிறார். சித்திரன், "இந்த ஊருக்கெல்லாம் முந்துனது எந்தத் தெருவாருக்கும் எனக்கேட்க. "சக்கிலியக்குடி தான் அதுல வேற சந்தேகமா... அதுல வந்து பாரு இந்த ஊருக்கு மொளப் புடிச்சதே சக்கிலியக்குடியிலதானாக்கும்... பின்ன என்ன மத்தது எல்லாம் வந்தட்டிதான. அங்ஙன ஒண்ணு இங்ஙன ஒண்ணுன்னு காடா செதறி வந்து இங்க வீடு போட்டுருக்குதுக.

அதென்னடானனான்னா நாளா வட்டத்துல ஊரு பெருகிப் போச்சு" (பூமணி, 1990: 41) எனச் சக்கணன் கூறுகிறார். "நீ லேசாக் கேட்டுப்புட்டயே சக்கிலியக் குடியப் பத்தி. அதென்ன ஓங்கப்பன் எங்கப்பன் மொளப் புடிச்சு எழுப்புனதா. ராசாவாக்கும் கல்லு வச்சு குடுத்துருக்காரு. மத்தச் சாதிக்காரங்க இருக்காகளே அவுக ஆடுமாடு மேச்சு வந்து தங்குனவுகதான். அதுகளுக்குத் தண்ணி காட்டணும்னு ஊருணிக்கு வந்து சேந்துருப்பாக. மரத்து எணல்ல சொகங்கண்ட ஒடனே வீட்டப் போடணும்னு நெனப்பு வந்துருக்கும். ஒண்ணத் தொட்டு ஒண்ணு வீடு கூடி ஊரும் பெருகிப் போச்சு" (பூமணி, 1990:44) என்று கூறுவதை அறிய முடிகிறது. தலித்துகள் நிலத்தை இழந்த வாய்மொழி வரலாறு இதில் உள்ளது. மேலும், நிலங்களை அபகரித்த மேற்சாதிக்காரர்கள் தங்களுக்குப் பின் வந்து, ராஜாவால் அமைத்துக் கொடுக்கப்பட்ட ஊருணியை அபகரித்தனர் என்ற குறிப்பும் உள்ளது.

தனி வாழிடம் (Separate settlement)

தனி வாழிடம் மூலம் தலித் விடுதலை ஏற்பட இயலுமா? என்ற வினா எழுகிறது. தமிழக வரலாற்றில், பிரமதேயம், சதுர்வேதிமங்கலம், ஊர் என 'உயர்சாதியினர்' வாழிடங்கள் அமைந்துள்ளமையை அறியலாம். தலித்துகளுக்குச் சேரிப்பகுதி வாழ்விடமாக உள்ளது. 'தனிஇடம்' என்ற வெளிப்பிரிவினை பயன்பாட்டு மதிப்புடையது. தொழிலின் பொருட்டுக் கடற்கரையோரம் மீனவர்கள் குடியிருப்பது போல வேளாண் பணிகளின் பொருட்டு வயல்களை ஒட்டித் தலித்துகள் வாழ்கின்றனர் எனக் கருதுவோர் உள்ளனர். கடற்கரை மீனவர் வாழிடம் பிற உயர்சாதியினரைச் சார்ந்து அமைவதில்லை. ஆனால் தலித்துகளின் வாழிடம் நிலவுடைமையாளரைச் சார்ந்து அமைகிறது.

சாதிக்கலவரங்களின் போது பாதுகாப்பை அளிப்பது தனிவாழிடம் என்ற அமைப்பு எனத் தலித்துகள் எண்ணு கின்றனர். "தமிழகத் தென்மாவட்டங்களில் தாக்கப்பட்ட கிராமமொன்றைச் சார்ந்த கருப்பையா என்பவர், தனித்தனியாகப் பிரிந்து கிடக்கும் தேவேந்திரர் வீடுகளுக்குப் பாதுகாப்பு அளிப்பது சிரமம். ஏனவே சிதறுண்டு கிடப்பவர்களை ஊர்ப்பொது இடங்களில் ஒன்றாகக் குடியேற்றவேண்டும்" (அ. மார்க்ஸ், 1997:37) எனக் கூறுகிறார். அடர்த்தியாக வாழுகின்ற தலித் கிராமங்களைத் தாக்குவது கடினம் என்பதாலேயே பாதுகாப்புக்காகத் தனிவாழிடம் கேட்பது கவனத்துக்குரியது.

ஊர் என்பது கட்டடங்கள் உருவான நிலப்பகுதி மட்டுமன்று. அது பண்பாட்டு வரலாறு ஆகும். தனியான ஒதுக்கம் ஊரின் வெளிக் கட்டமைப்பான நீர்நிலைகள், கடைவீதி, பள்ளி, கோவில் போன்ற உருவாக்கத்திலிருந்து தலித்துகளை அப்புறப்படுத்துவதாக அமைகிறது. வெளிக்கட்டமைப்பு உருவாக்கத்தில் தலித்துகளின் பங்கும் உள்ளது. விளை நிலங்களைவிட்டு வெகுதூரத்தில் அமைக்கப்படும் குடியிருப்புகள் பயனற்றவை. தனி வாழிடக் கோரிக்கை தலித் நாவல்களில் இல்லை. ஆயின், தனி இடங்களில் வாழ்தல் பற்றிய தரவுகள் உள்ளன.

தனிவாழிடம் என்பது பாதுகாப்புக்கான வழியாக மட்டுமே உள்ளது. சாதி ஒழிப்புக்கான நிபந்தனையாக இல்லை. அரசு, சமூக நலத்திட்டங்களின் பகுதியாகத் தலித்துகளுக்குத் தனி இடத்தில் வீடுகள் கட்டித் தருகிறது. அதைக் காலனி வீடு என்று சாதியமனம் ஒதுக்கிவிடுகிறது. பெரும்பான்மை எண்ணிக்கையில் தனி இடங்களில் குடியேறுவதால் சாதிக் கருத்தாக்கத்தில் அசைவியக்கம் ஏற்படவில்லை. மேலும், இவ்வாறு தனியாகத் தலித்துகளைக் குடியமர்த்துவது வைதிக மனுநீதிச் செயற்பாட்டை நடைமுறைக்குக் கொண்டு வருவது ஆகும். இவ்வாறு தனியாக ஒதுக்குவதைத்தான் தொடரும் வரலாறும் நிகழ்த்தி வருகிறது.

7

புலத்திலிருந்து வெளியேற்றல்

சமூக ஒழுங்குகளைக் கட்டிக் காப்பதிலும் ஏற்றத்தாழ்வுகளை உறுதி செய்வதிலும் வெளியமைவு சார்ந்த காரணிகள் செயல்படுகின்றன. நாவலாசிரியர்கள், வாழும் இடத்தின் பெருமையைக் குலைக்கும் சக்திகளாகச் சிலவற்றைச் சுட்டுகின்றனர். எனவே, வெளி பற்றிய இருமைஎதிர்வுகளை நாவலாசிரியர்கள் பாத்திரங்கள் வாயிலாகவும் தற்கூற்றாகவும் படைக்கின்றனர். பொதுவாக, நாவல்களில் அகப்புலம் X புறப்புலம், வாழும்புலம் X வாழாப்புலம், மேல்வெளி X கீழ்வெளி, தூயவெளி X தீட்டுவெளி என்ற இருமை எதிர்வுகளைக் காணலாம். வாழும்புலம் (வீடு) X வாழாப்புலம் (காடு) என்ற இருமைஎதிர்வும் உள்ளது. மேல்வெளி X கீழ்வெளி, தூயவெளி X தீட்டுவெளி ஆகியவை சமயம் சார்ந்தும் அதிகாரம் சார்ந்தும் அமைகின்றன. இலக்கியப் படைப்பாளிகள் 'வெளி' குறித்த உணர்வினைப் பெற்றுள்ளனர்.

தம் புலத்தில் வாழும் மக்கள் சாதித்தூய்மை உடையவர்கள்; புறப்புல மக்கள் சாதித் தூய்மை யற்றவர்கள்; தூய்மைப்புலத்தில் தூய்மையற்றவர் களின் நுழைவு வாழ்வைக் குலைத்து விடுகிறது; சாதித்தூய்மையை நிலைநாட்டச் சாதித் தூய்மையற்றவர்களாகக் கருதப்படும் மக்களை வெளியேற்றியாக வேண்டுமெனச் சாதியமனம் எண்ணுகிறது. ஒழுக்கம், தூய்மை என்ற கருத்துகள்

ஆணாதிக்கச் சொல்லாடல்களாகும். கற்புத்தூய்மை, சாதித்தூய்மை என்ற பெயர்களால் முறையே பெண்களும் தலித்துகளும் மையத்திலிருந்து வெளியேற்றப்படுகிறார்கள்.

நாவலாசிரியர்கள் அகப்புலமாகக் கிராமத்தையும் புறப்புலமாக நகரத்தையும் எண்ணுவதால் கிராமவெளிக்கு எதிராக நகரவெளியைக் காட்டுகின்றனர். கிராமத்தைக் குலைக்கும் சக்திகளாக நகர்சார் காரணிகளை இனம் காண்கின்றனர். வாழும் புலத்திலிருந்து தலித்துகளை வெளியேற்ற மேற்சாதியினர் முயலுகின்றனர். தாம் வாழும்புலம் மேற்சாதியினரால் பறிக்கப்பட்டதாகத் தலித்துகள் எண்ணுகின்றனர். இவ்விரு கருத்து நிலைகளே நாவலாசிரியர்கள் கொண்டுள்ள வெளிக்கொள்கைக்கு அடிப்படையாக அமைவன.

தலித்துகளை வாழும் புலத்திலிருந்து விரட்டுதலும் விரட்டப்பட்ட விதத்தைத் தலித்துகள் எண்ணிப்பார்த்தலுமான சடங்கு நிகழ்வு பூமணியின் 'பிறகு' நாவலில் காட்டப்படுகிறது.

மழையும் ஒழுங்கும்

இனக்குழுத்தன்மை, மழையைப் புனிதத்தோடு இணைக்கிறது. விண்ணிலிருந்து மண்ணுக்கு வரும் மழை இயற்கை நிகழ்வாகக் கருதப்படாமல் ஒழுங்கு நியதிகளைப் பின்பற்றுவதாலேயே பொழிவதாக அறநூல்கள் கூறுகின்றன. தூய்மையால் மழையை வருவிக்க இயலும்; தூய்மையற்ற செயலால் மழை நின்றுபோகும் என்ற எண்ணம் உள்ளது. கொழுநன் தொழுதெழும் கற்புத் தூய்மையுடைய பெண்ணால் மழையை வரவழைக்க முடியும் என்பதைத்

தெய்வந் தொழாஅள் கொழுநன் தொழுதெழுவாள்
பெய்யெனப் பெய்யும் மழை

என்ற திருக்குறளில் *(55)* காணலாம். அறவோர் அந்தணர்காத்து இறையென விளங்கும் மன்னவன் ஒழுங்கு நியதிக்குட்பட்ட தூய்மையான ஆட்சி நிகழ்த்த வேண்டும். அப்பொழுது தான் மழை பொழியும். இதனை,

முறைகோடி மன்னவன் செய்யின் உறைகோடி
ஒல்லாது வானம் பெயல் (559)
இயல்புளிக் கோலோச்சும் மன்னவன் நாட்ட
பெயலும் விளையுளும் தொக்கு (545)

என்ற குறள்கள் காட்டுகின்றன; முறைகெட்ட ஆட்சியால் மழை பெய்யாமையையும் இயல்புவழிக் கோலோச்சும் ஆட்சியால் மழைபொழிவதையும் சுட்டுகின்றன.

ஊரும் உலகமும்

மன்னனுக்கு நாடுதான் உலகம். மக்களுக்கு அவர்கள் வாழும் ஊர்தான் உலகம்; அவ்வுலகின் செழுமை விண்ணைச் சார்ந்துள்ளது. மழை பொழிந்தால் தான் வாழ்வு வளம் பெறும் என்று எண்ணுகின்றனர். உலகத் தூய்மையால் ஒழுக்கக் குறைவு, தூய்மைக்குறைவு போன்ற தீமையால் மழை தடை படுகிறது. எனவே தீமையைக் களைய வேண்டும். தூய்மைக் குறைவை உண்டாக்கும் கொடும்பாவி இருப்பதால்தான் மழை பெய்யவில்லை. எனவே பாவியை உலகைவிட்டு அப்புறப்படுத்த வேண்டும். உலகம் என்பது ஊராக இருப்பதால் ஊரிலிருந்து அகற்ற வேண்டும். ஊரை வளப்படுத்த 'பாவி என்ற தீமை' அழிந்தாக வேண்டியுள்ளது. எனவே கொடும்பாவி என்ற தீமையின் உரு சடங்கு ரீதியாக அழிக்கப்பட வேண்டியுள்ளது என எண்ணுகின்றனர்.

மழை பொழியாத பொழுது, தமிழக நாட்டுப்புறங்களில் கொடும்பாவி கட்டி இழுத்தல் என்னும் சடங்கு நிகழ்த்தப்படு கிறது. "தனி மனிதர்களின் துன்பத்தைப் போக்கிக்கொள்வதற்காக மட்டுமன்றி ஊரார் நன்மைக்காகவும் தீமையை மாற்றி யமைக்கும் சடங்கு நிகழ்வதுண்டு. இதில் பயன்படுத்தப்படும் பொருளைப் 'பொதுப் பலியாடு' என்று பிரேசர் குறிப்பிடுவார். தமிழ்நாட்டிலும் ஈழத்திலும் நிகழும் கொடும்பாவி கொளுத்தும் சடங்கில் இடம்பெறும் கொடும்பாவியானது பிரேசர் குறிப்பிடும் பொதுப்பலியாட்டிற்கு எடுத்துக்காட்டாகும். கிராமத்தில் மழை இல்லையென்றால் ஊரிலுள்ள தீமைகளும் பாவங்களுமே அதற்குக் காரணமென்று நம்பும் கிராமவாசிகள் அதனைப் போக்கக் கொடும்பாவி கொளுத்துகின்றனர். கொடும்பாவி கொளுத்துதலைப் போலி இறுதிச்சடங்கு *(Mock Funeral)* என்றே கூறலாம். ஊரிலுள்ள தீமைகளின் குறியீடாகவும் பலியாடாகவும் கொடும்பாவி அமைகிறது" *(ஆ. சிவசுப்பிரமணியன், 1988:37).*

கொடும்பாவி கொளுத்துதலைப் போல ஆடிப் பொம்மை யைக் கொளுத்துதலும் போலி இறுதிச் சடங்கு வகைப்பட்டதாக உள்ளது. 'ஆடிப்பொம்மை', குறளிப்பேய், குறளியம்மா, குறளிப் பொம்மை என்றழைக்கப்படுவதாக ஆ. சிவசுப்பிரமணியன் *(1988:14)* கூறுகிறார். ஆடிப்பொம்மைச் சடங்கின்போது "ஊரில் உள்ள பகடை (சக்கிலியர்) ஆடிவேட்டைக்கென்று கோழிக்குஞ்சைத்தருவது வழக்கமாகும். அக்கோழிக்குஞ்சைக் கரிசல் வெளியில் ஓடவிட்டு அதனைத் துரத்திச் சென்று ஆடிக்கம்புகளால் அடித்துக் கொல்லுவார்கள். கோழிக்குஞ்சின் இரத்தம் ஆடிக்கம்பில் படவேண்டுமென்பது நியதியாகும்"

(ஆ. சிவசுப்பரமணியன், 1988:122). இச்செயலில் தலித் வீட்டுக் கோழிக்குஞ்சு கொல்லப்படுவது குறியீட்டுப் பொருண்மை உடையது.

கோவில்பட்டி அருகே "வானரமுட்டி எனும் ஊரில் 'கொடும்பாவி'யைக் கட்டி விளக்குமாற்றால் அடித்து இழுத்து மயானத்தில் வைத்து எரித்துப்பின்னர் அதோடு தொடர்புடைய சடங்குப்பொருட்களையும் துணி முதலியவற்றையும் வண்ணாருக்குக் கொடுக்கின்றனர். கொடும்பாவி எரிப்பு நிகழ்வில் பாடப்படும் பாடல் வண்ணார் சமூகப் பெண்ணோடு தொடர்புடையது. 'எங்கக் காட்டுக்கும் பெய்யும் மழை எருக்கலங்காட்டுக்கும் பெய்யும் மழை வண்ணாத்தி வாசலிலே வந்து வளத்தோடு பெய்யும் மழை' என்கிறது. முள்ளிக்குளத்தில் நடைபெறும் மழைச்செம்புச் சடங்கில் எருக்கலங்குச்சியால் அடித்து விரட்டப்படுவது போன்ற பாவனைக்கு வண்ணார் சமூகப்பெண் உள்ளாக்கப்படுகிறார். நெல்லை ராமையன்பட்டி அருகேயுள்ள சேதுராயன் புதூரில் நடைபெறும் கொடும்பாவி எரிப்புச் சடங்கில் கழுதையின் காதில் தேங்காய்ச் சிரட்டையைக் கவ்வக் கொடுப்பர் (ஆ. திருநீலகண்டன், 2002).

வண்ணார்சாதிப்பெண் 'கொடும்பாவி'யின் பிரதிநிதியாகக் கருதப்படுகின்றார். எருக்கலங்குச்சியால் அடித்துவிரட்டுவது போன்ற பாவனைக்கு வண்ணாரப்பெண்ணை உள்ளாக்குவது குறிக்கத்தக்கது. கீழ்ச்சாதி எனக் கருதப்படுவரை விரட்டப்பட வேண்டிய தீமையாக மேல்சாதியினர் கருதுவதை இந்நிகழ்வு காட்டுகிறது (ஆ. திருநீலகண்டன், 2002). தலித்துகளை வாழும் புலத்திலிருந்து விரட்டுதல், தம் புலத்துக்குள் நுழையவிடாமல் தடுத்தல் ஆகியன சாதிய உளநிலை சார்பானவை. வாழும் புலமான இடத்திலிருந்து தலித்துகளை அப்புறப்படுத்தலும் அதை தலித்துகள் எண்ணிப்பார்ப்பதைக் கொடும்பாவி கட்டி இழுத்தல் என்ற நிகழ்வின் மூலமாகப் பூமணியின் பிறகு நாவலில் பார்க்க இயலும்.

பொதுவாகப் பாவிகள், சண்டாளர்கள் என்று தலித்துகளை வைதிக இந்துமதம் அவமானப்படுத்துகிறது. 'பிறகு' நாவலில் வரும் கொடும்பாவி எரிப்புச் சடங்கில், 'கொடும்பாவி'யின் மகனாகக் கருப்பன் பதிலீடு செய்யப்படுகிறார். எனவே கருப்பனும் அவரது தந்தையாக உருவகிக்கப்படுகிற 'கொடும்பாவி'யும் இருப்பதால்தான் ஊரின் வளமை கெட்டதாக எண்ணும் சாதிய மனம் தூய்மையை நிலைநாட்ட, அழிக்கும் செயலாகப் பாவியெனக் கருதுவோரைச் சுட்டெரிக்கிறது அவரது மகனை வெளியேற்றுகிறது.

ஊரில் மழையில்லாததால் கொடும்பாவி கட்டி இழுத்துத் தீயிலிடுகிறார்கள். முடிவில் அவ்வூரில் வாழும் கருப்பன் என்ற தலித்தை அழைத்து மொட்டையடித்துக் கரும்புள்ளி செம்புள்ளி குத்திக் கழுதை மேலேற்றிக் கீழூருக்கு அனுப்பி விடுகிறார்கள் (பூமணி, 1990:255–259). இப்பகுதியில் வரும் கோடை, மழையின்மை, கொடும்பாவி எரிப்பு, மொட்டை, கரும்புள்ளி செம்புள்ளி குத்துதல், சாம்பல், இருள், மேடையில் எடுத்த முடிவு, கந்தையாவின் சரிவு, அழகிரியின் தலைகுனிவு, வெகுமதிகள், இழிவு, இறப்பு போன்றவற்றை இவண் பகுத்துக்காணலாம்.

இந்நிகழ்வில் வரும் கருப்பன் தலித்துகளின் குறியீடாவார்; இப்பெயர் வைதிக இந்துமதத்துக்கு எதிரான நாட்டார் தெய்வத்தோடு தொடர்புடையது; இப்பெயரால் இரவு, அழுக்கு, தீமை, இழப்பு ஆகிய பொருண்மைகளை வைதிக இந்து மனத்துக்கு உருவாக்க இயலும். சாதிஎதிர்ப்புணர்வு, அதிகாரத்தை எள்ளி நகையாடல், உழைப்பு ஆகியவற்றைக் கொண்டுள்ள கருப்பன் கொடும்பாவி எரிப்புச் சடங்கில் இழிவுபடுத்தப்படுகிறார்.

தீமையை அகற்றுதல்

தகப்பனாரின் மறைவுக்கு மகன் மொட்டையடிப்பது தமிழக வழக்கம். மழை வேண்டிக் கொடும்பாவி தெருவெல்லாம் இழுபட்டு இறுதியில் கொளுத்தப்படுகிறது. கொடும்பாவி என்ற பதிலித்தகப்பனின் சாவுக்காகக் கருப்பன் மொட்டையடிக்கப்படுகிறார். முடியை இழப்பது பெருமையை இழத்தலாக உள்ளது. அடங்காதவர்கள் எனக் கருதப்படு வோரைச் சிறுமைப்படுத்த உடலின் பகுதிகளைக் குறைப்பது காப்பிய மரபாக உள்ளது. இங்கு அடங்காதவர் என எண்ணப்படும் கருப்பனின் தலைமயிர் நீக்கப்படுகிறது.

மொட்டையடிக்கப்பட்ட கருப்பன் "கரும்புள்ளி செம்புள்ளி குத்தப்பட்டு, கழுதை மேலேற்றப்பட்டுக் கீழூருக்கு அனுப்பப்படுகிறார்". இங்குச் சடங்கு ரீதியில் வாழும் புலத்தி லிருந்து அழுக்கும் தீமையும் புலப்பெயர்வு செய்யப்படுகின்றன. கீழூர் என்ற சொல்லின் பொருள் மேலல்லாத ஊர் என்பது மாகும். கீழூருக்கு 'மேலல்லாத'வரான கருப்பன் அனுப்பப் படுவதன் மூலம் கருப்பனின் புலப்பெயர்வு நிகழ்த்தப்பட்டு விடுகிறது.

கொடும்பாவி இழுத்துக் கருப்பனை வெளியேற்றுதல் என்ற சடங்கு, மேற்சாதி வெளியிலிருந்து தலித்துகளை வேறுபுலத்துக்கு வெளியேற்றுவதைக் குறிப்பதாகும். கறுப்பு, அழுக்கு, கழுதை ஆகியன வைதிக மதிப்பீடுகளுக்கு எதிரானவை.

ஆகவே அவற்றைக் கொண்டவர்களை வெளியேற்றுவதில் தவறில்லை என்ற கருத்தை நனவிலி மனத்தில் பதிய வைக்க இச்சடங்கு உதவுகிறது.

கருப்பனை வெளியேற்றும் முடிவை அவர் புலத்திலுள்ள மக்கள் எடுக்கவில்லை; மேடையில் கூடிய மேற்சாதியினர் எடுத்துள்ளனர். கருப்பனை வெளியேற்றுதவற்குச் சாதிய மேலாண்மையை விரும்பும் அப்பையாவே மும்முரமாக உள்ளார். அவர் அழகிரியின் மேல் திருட்டுக்குற்றத்தைச் சுமத்தியவர்; தலித் பெண் வீராயியைப் பாலியல் வன்முறைக்கு ஆட்படுத்தியவர். தலித்துகளை ஒடுக்கும் அவரே கருப்பனை வேறுபுலத்துக்கு அனுப்ப விரும்புகிறார்.

கொடும்பாவி எரிக்கும் நிகழ்ச்சியைப் பூமணி விவரிக்கும் போது. "நிலப்பரப்பெங்கும் இருள் கனமேறித் தூவிக் கொண்டிருந்தது. கருப்பன் ஓடிச் சிதறிக் கிடந்த மாடுகளைத் திரட்டினான்" *(1990:225)* எனத் தொடங்கி, "விரிகொம்புக்கிடாரி முதுகில் உட்கார்ந்து பாட்டெடுக்கத் தொடங்கினான்" *(1990:259)* என முடிக்கிறார். சுமத்தப்படப்போகும் இழிவைக் குறிக்க நிலத்தை மூடும் இருளும், இழைக்கப்பட்ட இழிவுஎதிர்ப்பாக ஆதிக்கச் சாதியினரின் விரிகொம்புக்கிடாரி மேல் கருப்பன் செய்யும் முதுகுச் சவாரியும் குறிப்பாகச் சுட்டப்பட்டுள்ளன.

கருப்பன் புலத்தைவிட்டு வெளியேற உளப்பூர்வமாக விரும்பவில்லை. இந்த இழிவுச்செய்தி கேட்டவுடன் அவர் முகம் மாறுதலடைகிறது. பிறந்தபொழுதே தாயும் தகப்பனும் மூக்கில் சாம்பலைப் பூசிக் கொன்றிருக்கக் கூடாதா என மருகுகிறார். எதிர்ப்புணர்வுடைய கருப்பன் என்கிற 'தன்னிலை' தன்னை நினைத்துக் குமைகிறது. எதிர்க்கிற 'தன்னிலை' தன்னையே குற்றவாளியாக உணர்வது சாதியஆதிக்கம் கட்டமைத்திருக்கிற 'தன்னிலை'யின் மனஅமைப்பாக உள்ளது. அத்தன்னிலை தனக்குத்தானே தண்டனை விதிக்க விரும்புகிறதே ஒழிய குற்றஞ்செய்தவரைத் தண்டிக்க விரும்பவில்லை. 'சாதி ஏற்புத் தன்னிலை', சாதிய அதிகாரத்தை மறுஉற்பத்தி செய்ய உதவுகிறது. கொடுமைக்கு எதிராகக் குரலை உயர்த்தாமல் தன்னைக் குற்றவாளியாக உணர்கிறது. எனவே, "நான் எங்கேயோ கெடந்து வந்த பெயலுங்காட்டிதான இப்பிடி. எங்கப்பனும் ஆத்தாளும் பேதியில் போனதுதான் போனாகளே என் மூக்குல சாம்பலப்பொட்டுக் கொன்னிருக்கப்படாதா? எனக்குத்தான் பேதி வராமப் போச்சே" (பூமணி, *1990:257*) என்று கருப்பன் புலம்புகிறார். இங்கு அகப்புலம், புறப்புலம் என்ற இருமை எதிர்வு முன்வைக்கப்படுகிறது. வேற்றுப்புலத்தில் பிறந்து இங்கு வந்ததால்தான் தனக்கு இத்தகைய இழிவு ஏற்பட்டதாகக்

கருப்பன் கருதுகிறார். அகப்புலம் பாதுகாப்புத் தரும் என்ற கருத்து அவருக்கு உள்ளது.

ஆதிக்கச் சாதியினரை ஏளனம் செய்பவர்களை, சமூக அதிகாரத்தைக் கேள்வி கேட்பவர்களை ஒடுக்க அதிகாரக்குழு பல்முனை உத்திகளைச் செலுத்துகிறது. நடப்புநிலையில் செலுத்தப்படும் சமூகஅதிகாரம் சடங்குநிலை மூலம் உறுதிப்படுத்தப்படுகிறது. சடங்கு நிலையிலான ஒடுக்கம் பீதியை ஏற்படுத்தவல்லது. சமூக அதிகாரம் நிரந்தரமானது, சடங்கு அதிகாரம் நிரந்தரமானதன்று. 'தற்காலிகச் சமன்தன்மை' சடங்குகளில் உண்டு. அவற்றில் கிடைக்கும் சமத்துவ மனஉணர்வு இங்குத் தகர்க்கப்படுகிறது. கொடும்பாவி எரித்தல் என்ற சடங்கில் தற்காலிகச் சமன்தன்மையும் மறுக்கப்படுகிறது. சமூக அதிகாரம், சடங்கு நிலை அதிகாரம் ஆகியன இணைந்து ஆதிக்க எதிர்ப்புகளைப் பணிய வைக்க முயலுகின்றன. அதிகாரத்தைப் பரிகசிக்கும் கருப்பன் சடங்கு நிலையில் அச்சுறுத்தலுக்கு ஆளாகிறார். சடங்கு நிகழ்வில் கருப்பனுக்கு நிகழும் கொடுமை மற்றவர்களுக்கான எச்சரிக்கையாக உள்ளது. இது, சமூக அதிகாரப்பிரயோகத்தை மௌனமாக ஏற்க வேண்டும் என்ற கருத்தை ஆழ்மனப்படிவுகளில் பதியச் செய்கிறது.

தலித்துகளிடம் அன்பாக உள்ள கந்தையா மூலம் கருப்பனின் ஒப்புதல் இணங்க வைத்துப் பெறப்படுகின்றது. இறுதியில் தன் தவறை உணர்ந்த அவர் கால்சறுக்கிக் கம்பை ஊன்றி எழுகிறார். "இனிமே எந்த வருசம்னாலும் எவனாச்சும் பேசுனான் செருப்பக் கழட்டி அடிக்காம விடுறதில்ல. அதனால் என்ன வந்தாலும் சரிதான்" (பூமணி, 1990: 258) எனக் கூறி இழைக்கப்பட்ட அநீதியை எண்ணிப் பார்க்கிறார். இதனை எதிர்க்காது அழகிரி தலைகுனிந்திருப்பதைக் காண முடிகிறது. சாதிய அதிகாரத்துக்குத் துணைபோகிறவராகக் கந்தையாவும் பணிவை விரும்பாத இளைய தலைமுறைப் பிரதிநிதியாகக் கருப்பனும் பணிகிற மூத்த தலைமுறைப் பிரதிநிதியாக அழகிரியும் உள்ளனர்.

ஐயங்காச்சிப்படை என்ற தொன்மம்

பாமாவின் 'சங்கதி' நாவலில் ஐயங்காச்சிப் பேய்ப்படைகளை வெற்றி கொள்ளுதல், இசக்கிக்கதை போன்ற தொன்மங்கள் உள்ளன. வாழும் புலத்திலிருந்த தங்கள் பெருமை, வஞ்சகத்தால் வாழாப்புலமான காட்டுக்கு இடம்பெயர்க்கப்பட்டுள்ளது; இதனைப் போர் உத்திகளால் மீண்டும் வாழும்புலத்துக்குக் கொண்டு வர வேண்டும் என்ற செய்தியை 'ஐயங்காச்சிப் படைகளை வெற்றி கொண்ட' தொன்மத்தில் காணலாம்.

சக்திமுத்தாள் என்ற தலித் பெண்ணிடம் இன்னொரு பெண் வெளியூர் செல்வதற்காக இராப் பொழுதில் நகையைக் கேட்கிறார். சக்திமுத்தாள் விடிந்தபிறகு நகையைத் தருவதாகக் கூறுவதைக் கேட்ட பேயானது இரவில் நகையைக் கேட்பதற்காக இயல்பு உருவத்தை விட்டுவிட்டுப் பெண்ணுருவில் வந்து கேட்கிறது. உறக்கக்கலக்கத்தில் சக்திமுத்தாள் நகையைக் கழற்றிக் கொடுத்து விடுகிறார். விடிந்த பிறகு, நகையைக் கேட்ட பெண் நகை வாங்க வருகிறார். சக்திமுத்தாள், 'நான்தான் ஏற்கனவே நகையைக் கொடுத்துவிட்டேனே' என்று கூற இருவருக்குமிடையில் சண்டை வந்துவிடுகிறது. இரவில், தண்ணீர்ப் பாய்ச்சக் காட்டிற்குச் சென்றவர் ஐயங்காச்சிப்படைகள் நகையை அணிந்து ஆடுவதைக் கண்டு. அவரும் உடைகளைக் களைந்து ஆடியிருக்கிறார். அவரையும் கூட்டத்தில் சேர்த்துக் கொண்ட பேய்கள் அவருக்கு நகையைப் போட்டுப் பார்த்திருக்கின்றன. நகையைக் கைப்பற்றியவுடன் மண்வெட்டியால் பேய்களைத்தாக்க அவை மறைந்துவிடுகின்றன. பின்னர் வீட்டுக்குத் திரும்பி வரும்போது நகைச்சண்டையைப் பார்த்து நடந்தவற்றைச் சொல்லி நகையைக் கொடுப்பதாகத் தொன்மக் கதை அமைகிறது.

இத்தொன்மத்தில் வரும் சக்திமுத்தாள், நகை, இரவுப் பொழுது, மண்வெட்டி, பேய், மின்கலவிளக்கு (பேட்டரிலைட்), உறக்கம், விடியற்காலை, வீடு, காடு ஆகியவற்றைப் பகுத்துக்காணுவதன் மூலம் தொன்மத்தின் உட்பொருளை அறியலாம்.

சக்திமுத்தாள் என்ற பெயர் ஆற்றலையும் வளமையையும் குறிக்கிறது. பெண் தெய்வமான ஆற்றலுடைய சக்தியும் வளமையின் குறியீடான முத்தும் இணைந்த இப்பெயர் தலித் சமூகத்தின் ஆற்றலையும் வளமையையும் சுட்டுகிறது. இப்பெண் நகையை இழந்ததைத் தலித் சமூகம், தன் பெருமையினை இழந்ததாகக் கொள்ள முடியும்.

பேய் மனிதத் தன்மையற்ற தீமையாகும். 'சாதிப் பேயை ஓட்டுவோம்' என்ற முழக்கத்தில் மனிதமற்ற பேயாகச் 'சாதி' உருவகிக்கப்பட்டுள்ளது. இத்தீமை இருளில் உறைவது; ஒளியற்றது; தலித்துகளின் வாழ்வுப் பெருமையைப் பறித்தது எனக் கொள்ளலாம். வாழும் புலத்திற்கு ஒவ்வாத பேய்த்தீமை சக்திமுத்தாளின் உறக்கக் கலக்கத்தைப் பயன்படுத்தி மாறு வேடம் புனைந்து வஞ்சகமாக நகையைக் கைப்பற்றுகிறது. வீட்டிலிருந்த நகை காட்டுக்கு இடம் பெயர்க்கப்பட்டு விடுகிறது.

நகை பெருமையின் குறியீடாகும். நகையை இழப்பது வாழ்வை இழப்பதற்குச் சமம். நகையைப் பூட்டுவதன் மூலம் ஆணுடன் பெண் வாழத் தொடங்குவதும் ஆணுடனான வாழ்வு முடிந்தவுடன் நகையை விலக்குவதுமான செயல், நகையை வாழ்வுடன் இணைக்கிறது. சிலப்பதிகாரத்தில் கண்ணகியின் நகையிழப்பு வாழ்க்கைஇழப்பாக உள்ளது. நகை கைமாறுவது வாழ்வு மாற்றமாக உள்ளது.

வாழ்வின் துயரப்பகுதியாக இருளும் துயரத்திலிருந்து விடுபடலாக விடியலும் உள்ளன. இருளில் நிகழும் உறக்கம் நனவும் நினைவும் குழம்பிய நிலையாகும். விடிவு என்பது விடியற்காலம் என்பதோடு தொடர்புடையது. இருள் முடிந்து வெளிச்சம் தோன்றும் பொழுதே விடியற்பொழுது ஆகும். 'வாழ்வில் விடிவே தோன்றதா?' என்ற கூற்றில் விடிவு என்பது உய்வாகக் கருதப்படுகிறது. இருள் என்பது துயரமாக அமைகிறது, 'மூடப்பழக்கம் என்ற இருளை நீக்கும் அறிவு என்ற வெளிச்சம்' என்று பேசுவதுண்டு.

மின்கலவிளக்கு என்பது அறிவியற் கண்டுபிடிப்பாகும். இங்கு தலித் மாந்தர் அகல்விளக்கு வாயிலாகவோ தீப்பந்தம் வாயிலாகவோ பேயைக் கண்டு விரட்டவில்லை. மாறாகக் மின்கலவிளக்கு மூலம் கண்டுபிடிக்கிறார். வெளிச்சம் அறிவையும் கண்டுபிடிப்புகளையும் விளக்குவதாகும். மின்கலவிளக்கு, நவீனகல்வி, அறிவியல் தொழில்நுட்ப வருகையைக் குறிப்ப தாகும். நகையானது பேய்களிடம் உள்ளதைத் தலித் ஒருவர் கைமின்விளக்கின் உதவியால் வெளிச்சத்தில் கண்டுபிடிக்கிறார். தங்கள் வாழ்வு இழக்கப்பட்டதை நவீன அறிவினால் அறிகின்றார். பேயை விரட்டும் மண்வெட்டி, போராட்டத்தில் பயன்படும் ஆயுதத்தைக் குறிப்பாகக் காட்டுகிறது. இரும்பாயுதம் தீமையை வழித்தெறியும் குறியீடு ஆகும். உடை களைந்து ஆடுதல் தற்காலிகப் போராட்ட உத்தியாக உள்ளது. விடிந்த பொழுதில் நகை வீட்டுக்குக் கொண்டு வரப்படுவது பெருமை மீட்பாக அமைகின்றது என்பதை அறியலாம்.

8

சமய வெளியாக முயலும் ஒடுக்கப்பட்டோர் வெளி

நந்தன்காலத்திலிருந்து கார்ப்பரேட் காலம்வரையிலான ஒடுக்கப்பட்டோரின் துயரச் சரிதைகளே சோலை சுந்தர பெருமாளின் மரக்கால், செந்நெல், எல்லைப்பிடாரி ஆகிய நாவல்கள். தலித்தம்பதிகளும் அவர்களின் தாட்டிகமான ஆண்மகவுகளுமே நாவல்களை இயக்குபவர்கள்.

மரக்கால் நாவலில் செவலைச்சாம்பான் – வளத்தியின் மகன் நந்தனும், செந்நெல்லில் பெரியான் – ஆராயின் மகன் கண்ணுச்சாமியும், எல்லைப்பிடாரியில் பெரியகுஞ்சான் – செல்லாச்சியின் மகன் தங்கராசும் வருகின்றனர். இவ்வருகை ஒடுக்கப்பட்ட வம்சத் தொன்மத் தொடர்ச்சியாகக் கொள்ளத்தகுந்தது. அடிமையாக வாழ்ந்த செவலைச்சாம்பான் ஆண்டைகளை எதிர்க்கும் துணிவுடைய காலப்பிரதிநிதியான பெரியான், மிராசுதார் சங்கத்தலைவராக முன்னேறிய பெரிய குஞ்சான் ஆகியோரின் வாழ்வே நாவல்கள்.

வைதிக நெறிப்பட்ட வெளி

ஒதுக்கப்படுதல் எனும் தன்மை இந்தியச் சமூகநோய்க்கூறு. குறிப்பிட்ட பால், சாதியில் பிறந்த உடல்களை விலக்கி ஒதுக்குதல் எனும் பான்மையில் பெருந்தெய்வ வைதிக நெறி செயல்படுகிறது. பெருங்கோயிலை முதன்மையாகக் கொண்ட ஊரமைப்பில் பிராமணர் மையமாகவும்

பிறசூத்திரர் புறம் நோக்கிய பகுதிகளிலும் ஒடுக்கப்பட்டோர் இறுதிச்சுற்றுக்கு வெளியேயும் தள்ளப்படுகின்றனர். படைப்புக் கடவுளான பிரம்மனின் தலையில் பிராமணரும், பாதத்தில் சூத்திரரும் மேலிருந்து கீழாக வைக்கப்பட்டுள்ளனர். வைதிக நெறி கொண்ட வெளியமைப்பில் தலைப்பகுதி மையமாகவும் புயம், வயிறு, கால்பகுதி மையம் நோக்கிப்புறத்திலும் அமை கின்றனர். கோயிலுக்கு அண்மையில் தலைமக்களுக்கும் புறம் நோக்கிச் சூத்திரருக்கும் தெருக்களை வைதிக வெளியமைப்புக் கட்டமைக்கிறது. பிரம்மனின் உடலில் இடமற்ற அவர்ணர்கள் ஊரின் புறத்தே தள்ளப்படுகின்றனர்.

மரக்கால் நாவலில் வைதிகநெறிப்பட்ட வெளியமைப்புக் காட்டப்பட்டுள்ளது. பிராமணர் முதன்மையற்ற செந்நெல், எல்லைப்பிடாரி நாவல்களில் சூத்திரவெளியும், ஒடுக்கப் பட்டோர் வெளியும் காட்டப்பட்டுள்ளன.

மரக்காலில், பறையர்தெரு மட்டும் பிரமதேயத்துக்குள் இருப்பதுபோல் இல்லாமல் துண்டாக ஒதுங்கிக்கிடக்க, புளியந்தோப்பு இடையிட்டு நிற்பதைக் (80) காணலாம். சூத்திரர் வெளியோடு ஒடுக்கப்பட்டோர் வெளி இணைக்கப்படாத தன்மையைச் செந்நெல் காட்டுகிறது. ‘தேவூருக்குத் தெக்கால கீழவெம்மணி நஞ்சையும் புஞ்சையுமா முப்பதுவேலி, அதுல உள்ள கீழத்தெரு மட்டும் கொஞ்சம் துருத்திக்கிட்டு வனாந்தரமாக்கெடக்கு... குடிசைக திக்காலுக்குத்திக்கா ஒண்ணுக்கு ஒண்னப் பாத்துக்கிட்டு நிக்குது. தெருவும் சந்தும் பொந்துமா இருக்கு. அதுக்கு எடையில் நாலஞ்சி புளியமரமும் இருக்கு (3) எனச் சித்திரிக்கப்பட்டுள்ளது. ‘எல்லைப்பிடாரியில், தாமரைக்குளத்து மேலண்டக் கரையில் இருந்த வீடுக எல்லாம் சாரிக்குச் சாரி சமமான எண்ணிக்கையில் இல்ல. நத்தம் சாரிநிலத்த பட்டா நிலங்களைப் போல வடிவ ஒழுங்குக்குக் கொண்டுவர பண்ணைமாகாணங்க தடையா இருந்துட்டு’ எனக் கூறப்பட்டுள்ளது.

பிரமதேய ஊரமைப்பு மரக்காலில் சித்திரிக்கப் பட்டுள்ளது. மகாதேவஈஸ்வரரின் மேற்கு வாயிலிருந்து தொடங்கி விரியும் தெரு மட்டும் பிரமதேயத்தில் அகலமானது. ஐந்து பாரவண்டிகள் ஒரேநேரத்தில் இணைந்து போகலாம். வீடுகளில் இருந்து பத்துத்தப்படி இடைவெளிவிட்டு இருமருங்கிலும் படை நிறுத்தினாற்போல வேப்பமரங்கள் நின்றன. இரண்டு சரணையிலும் பெரும்பெரும் நான்கு வீடுகள் உயரமும் அகலமும் கொண்ட திண்ணைகள் வைத்தவீடுகள் ஸ்மார்த்த பிராமணருடையவை (19). வடக்குவீதி தவிர மூன்று வீதிகளிலும்

மகாசனங்களாகிய உடையார், வெள்ளாளர், பொன்தட்டார், மரஆசாரி, செங்குந்தமுதலிகள் குடியிருக்கின்றனர்.

புறவெளி

ஊருக்கு ஒதுக்குப்புறமாக மருத்துவர், வண்ணார், சாணார் குடியிருப்புகள் உள்ளன. கணபோக உரிமை பெற்றவர்கள் ஓட்டுவில்லை வைத்து வீடு கட்டிக் கொள்ளலாம். எதிர்ச்சாதிக் குடிசைகளில் கொத்தர்கள் இருந்தனர். மருத்துவர், சாணார், வண்ணார் ஒற்றைவரிக்குச்சி ஓட்டுச்சாரி வைத்துக்கொள்ளலாம் எனப் பிரமதேயம் விதித்திருந்தது. பத்துஅடி உயரக்குறுமாடி வைத்துக் குறுக்குவில் போட்டுக் கட்டிக்கொள்ள அனுமதி உண்டு. வைகாசி முழுநிலவில் கூரைமேய்ந்து கொள்ளலாம் என்ற கட்டுப்பாடுகள் மரக்கால் நாவலில் காட்டப்பட்டுள்ளன.

மாட்டுக் கொட்டிலுக்குள்கூட இன்னார் இன்னார் போகலாம் என்ற வரையறை செய்திருந்தது பிரமதேயம். மனித உடல்களைக் குறிப்பிட்ட தெருவில் வடிவ ஒழுங்குக்குள் அடைக்கிறது அதிகாரம். அதிகாரப் படிநிலைக்கேற்ப இருத்தி வைக்கப்பட்ட சாதிகளின் இருப்பைக் கண்காணிக்கிறது. தப்ப இயலாவாழ்வுச் சூழலைக் கட்டமைக்கும் சாதிய அதிகாரம் உடல்களை மேல் கீழ் அடுக்குகளில் பொருத்துகிறது. உடல்களுக்கிடையே தீட்டை முன்னிறுத்தித் தொலைவைப் பராமரிக்கிறது. குறிப்பிட்ட காலங்களில் இல்லவெளிக்கு வெளியே பெண்கள் தள்ளப்பட்டதைப் போலக் கீழ்நிலைச் சாதியினரும் புறந்தள்ளப்படுகின்றனர். கலப்பு அண்மையை உருவாக்கும்; சேய்மையை மறுக்கும். பிரமதேயத்தில் பிராமணர் முன் பறையர் பேச நேரும் போது நூறுமுழம் இடைவெளியை மேயவிட்டுத்தான் நிற்க வேண்டும். பிரமதேயம் சூத்திர அடிமைகளிடம் பத்துமுழம் விலகிநிற்கப் *(23)* பணித்திருக்கிறது. பெருந்தெய்வவெளிக்குள் புகுவதும், மேலோர் வெளிப்பெண் தொடர்பும் தவிர்க்கப்பட வேண்டும். கோயில்குளத்தில் இறங்கித் தண்ணீர் குடித்ததற்காகக் கொதிக்கும் எண்ணெயில் கட்டைவிரலை அமுக்குதலும் *(217)* உண்டு. தெய்வீக வெளிக்குள் நுழைந்த பெத்தான்சாம்பான் கொல்லப்பட்டிருக்கிறான். நீச சூத்திரனான சம்புவராயன், பார்ப்பனப் பெண்ணைப் புணர்ந்ததற்காக ஆண்குறி சிதைக்கப்பட்டுப் பழுக்கக்காய்ச்சிய இரும்புத் தகட்டில் குப்புறப்போட்டும் புரட்டப்பட்டான் *(62)* என்ற தகவல்கள் வெளி தொடர்பானவை.

பெருந்தெய்வவெளிக்குள் நுழைபவர் கொல்லப்படுவர் என்ற எச்சரிக்கையை ‘நந்தன் பிரதி’ விடுக்கிறது. ஆலயப் பிரவேசங்கள் எல்லாம் வெளிமீறல் தொடர்பான கலகங்களே.

தில்லையம்பல வெளியில், தீட்சிதர்களுக்கு மையமான வெளியிலும் பிற சாதியினர்க்குப் புறம் நோக்கிய தெருவிலும் நந்தனுக்குப் புறமதில் தெருவில் இடமளிக்கப்பட்டுள்ளது. புறத்தே நிற்கப் பணிக்கப்பட்ட நந்தன் மையவெளிக்குள் இருட்பொழுதில் புக எத்தனிக்கிறான். தான் வாழ்கிற இல்லுறை வெளியும் தெய்வவெளியும் இழிவானவை. திருப்புன்கூரும் தில்லையம்பலமுமே உயர்வெளிகள் என்று எண்ணுகிறான். இழிவான தன் 'புலையுடல்' அவ்வெளிக்குள் புகத் தகுதியற்றது எனக் கற்பிக்கப்பட்டுள்ளான். விலக்கப்பட்ட வெளியில் விலக்கப்பட்டவர் உள் நுழைகிறார்.

நறுமணமும் துர்மணமும்

பண்பாடு, உணவு, வாழிடம், தெய்வவெளிஎன எல்லாவிடங்களிலும் புறக்கணிப்பின் அரசியல்மொழி இழைகிறது. முதற்பொருள், உரிப்பொருள், கருப்பொருள் என அமையும் திணைக்கோட்பாட்டை மரக்காலில் காணவியலும். நிலஅமைப்பு, பொழுதுகள், தீண்டப்படாதார் துயரம், பறையொலி, பசுஞ்செடி, பறவை, விலங்குகள், உணவு எனும் வரிசையில் மணமென்னும் கூறும் இடம் பெறுகிறது.

ஒடுக்கப்பட்டோர் வெளிகள் நாற்றத்துடனும் தீட்சிதர் வெளிகள் நறுமணத்துடன் காட்டப்படுகின்றன. ஆதனூர்ச் சேரியில், குடல்கொடி, மூட்டு எலும்புகள், தாடைஎலும்புகள், மூட்டுக்கொழுப்புகள் பனியில் நனைந்து (35) வீச்சமடிக்கினறன. மாடு உரித்துக் காயப்போட்டிருக்கும் தோலில் கவுச்சி நாத்தம் அடிக்கிறது (45). ஊசல் கண்ட அப்பமும் பிட்டும் குப்குப்பென்று நாறியது. ஆனால் அவை நந்தனின் தோழர்களுக்குப் (269) பிடிக்கிறது.

தீட்சிதர் புழங்கும் வெளிகள், கோவில், அவர்தம் உடல்கள், தீட்சிதர் கூடும் தாசியர் இல்லம், சபாமண்டபம் எங்கும் நறுமணம் துலங்குகிறது. வடக்கு மடவாளகக் கீழைச்சாரியில் தாமரையும் துளசியும் தைலமாக மாறும் வாசனையும் (87), நந்தவனத்தில் மல்லிவாடையும் (134), மடப்பள்ளியில் பசுநெய்யில் முந்திரியும் குங்குமப்பூவும் இணைந்து எழும் கமகமப்பும் (116) வாசனை நல்குவன. வசந்தமண்டபத்தில் பசுநெய் ஊற்றி ஏற்றப்பட்ட தீவட்டிகள் எரியும்போது நறுமணமும் பவளமல்லியின் மணமும் வசந்தமண்டபத்தில் நிறைந்திருக் கின்றன (75). பள்ளியறையில் வெட்டிவேரின் மணமும் மரிக்கொழுந்து மணத் தூவலும் நிறைந்திருக்கின்றன (91). வெளவால் புழுக்கையினால் ஏற்பட்ட துர்மணத்தை அபிசேகத்துக்குப் பயன்படுத்திய நறுமணப் பொருட்கள் அமுக்கி

விடுகின்றன. (70). மத்தியானந்த தீட்சிதரின் நெற்றிப்பொட்டுச் சந்தனமும் அக்குள்ஜவ்வாதும்கூட மணக்கின்றன (164). 'உயர் வெளிகள்' நறுமணத்துடனும் தாழ் வெளிகள் துர்மணத்துடனும் காட்டப்பட்டுள்ளன.

நந்தன் எனும் தொன்மம்

தீக்குள் தள்ளுதல் எனும் தொன்மம் பழைமையானது. 'நெஞ்சைச் சுடும்' நந்தனின் கதை காலந்தோறும் சொல்லப் பட்டுவருகிறது. பெரியபுராணமோ நந்தனார் சரித்திரக் கீர்த்தனையோ நந்தனின் அந்தரங்க வெளிக்குள் செல்ல வில்லை. தில்லைத் தரிசனமே உயிர் தரும் மருந்தெனக் கருதும் நந்தனின் நடைமுறை வாழ்வைப் புனைவாக்குகிறார் சோலைசுந்தரபெருமாள்.

மரக்கால் நாவலில் வரும் நந்தனுக்குத் திருமணமாகி விட்டது. பட்டமங்கலம் என்ற ஊரில் கச்சலை என்ற பெண்ணைக் கண்டு கதைகட்டிச் சொல்லி, மயக்கிக் கம்கட்டில் இடுக்கிக் கொண்டு வருகிறான் (25–26). சாம்பல் கலந்த கருநிறக்கச்சலையை மணம் முடித்த பின் அவளின் மனசுக்கும் உடம்புக்கும் அவன் ஈடு கொடுக்கவில்லை. பித்துப்பிடித்தது போலப் பறையர் குடிவாழ் முறையில் இருந்து எல்லாம் சிவமயமே என அலைகிறான். தன்னோடு வாழாத நந்தனிடம் அழுது புரண்டாலும் எதுவும் நடக்கவில்லை. மாட்டுக்கறிக் குழம்பைத் தூக்கிப்போட்டு உடைத்த நந்தனை அவன் மனைவி கச்சலை விளக்குமாற்றால் அடிக்கிறாள். சிவனையே எண்ணித் தன் துணையைக் கைவிடுகிறான் நந்தன். கைவிடப்பட்ட கச்சலையின் கூற்று அதிர்ச்சிதருகிறது. பறைப்பெண்ணின் உடல் நந்தனுக்கு இழிவாகத் தோன்றுகிறது. நந்தனுடன் கூட விரும்பும் குட்டா என்ற பெண்ணைப் 'போடி நாத்தம் புடிச்சிக்கிடக்கிற பறையனைப் பாத்துக்கடின்னு தள்ளி விடுகிறான்' பறையர் சாதி உடல் ஒவ்வாமை நந்தனைப் பிடித்தாட்டுகிறது.

நந்தனுக்கு நரைமண்டிக் கிடக்கிறது (194). நீண்டு பருத்த கருவேலங்கட்டை போலத் தாட்டிகமான ஆறடி உடம்பும் மூக்கும்முழியும் கருப்பெனும் மினுமினுப்புக் கொண்ட தேகமும் கொண்ட நந்தன் தர்மவர்த்தினி என்ற தாசிப் பெண்ணை 'ஞானாம்பிகையே' என விளிக்கிறான். அவனை அழைத்துக் கூடுகிறாள் தர்மவர்த்தினி. அவளின் அழைப்புக்கு மறுப்பேது மின்றி இணங்கும் நந்தன் கூடல் நினைவை அசைபோட்டு மகிழ்கிறான்.

புனிதமாகும் நந்தன் தொன்மம்

கூடலின் போது நந்தனிடமிருந்து சிவ நெருப்புப்பிழம்பு இரவை விழுங்கினது போலப் புதுவாசலைத் திறந்துவிட்டிருந்தது (141) என்கிறார் சோலை. சிவலோகநாதர் உருத்திரன் வடிவத்தில் நிற்பது போலத் தர்மவர்த்தினிக்கு நந்தன் தோன்று கிறான். நந்தனின் உடல் சிவ உடலாகக் கட்டமைக்கப்படுகிறது. அம்பிகையுடன் கூடுகிறான் உருத்திரன். உயர்சாதிப் பெண்ணுடல் நந்தனுக்கு உவப்பாக இருக்கிறது. தன் உடலையும் பிறப்பையும் உடன் இருப்போரையும், பண்பாட்டையும் இழிவெனக்கருதும் மனோபாவம் நந்தனிடமிருக்கிறது. கூட்டாளிகளைத் திரட்டிச் சிவலோகநாதரைத் தரிசிக்கத் துடிக்கும் அவனுக்குச் சாதி தடையாக இருப்பதையறிந்து பிதற்றுகிறான். ‘மாட்டுக்கறி, நத்தை, நண்டு, மீன், புலால் சோத்தை விட்டு வெளியேறினால் புலைத் தன்மை’ (76) போகும் என்கிறான். ‘உலகநாதரே’ பஞ்சபாதகன் என்று ஒதுக்கித் தள்ளும் சண்டாளச் சாதியில் பிறவி எடுத்துவிட்டோமய்யா இனியும் இந்த நீசப்பிறப்பு வேண்டாமையா, அய்யன் கடைக்கண்பார்வைபட்டு நீச உடல் நீங்க, புனிதம் அடையப் புண்ணியம் செய்யாமலிருந்தேனே’ (256–257) எனப் புலம்புகிறான். ‘சிவசிவன்னு சொல்லும்போது நந்தனின் மூச்சுக்காற்றில் சிவம் வெளிப்படுகிறது. ஆதிசிவதரிசன ஒளி அவன் முகத்தில் ஒளிர்கிறது’ என்று பண்டாரத்தார் சொன்ன போதிலும் எப்படியாயினும் இழிதன்மையைப்போக்கிட, கள் குடிப்பதை வெறுத்தான். படிப்படியாகக் கவுச்சி நாற்றமே அவன் கிட்டத்தில் போகக்கூடாதுங்கிற வைராக்கியத்திற்கு வந்து விட்டான் (46) என நந்தனின் புனைவு அமைகிறது.

ஆதனூர்க்கிராமமே நந்தனால் சிவபக்தியில் திளைக்கிறது. ஊர்த்தலைவர் அம்மாசிக் கிழவரும் அரோகரா என்கிறார். அரோகரா கோஷம் பிரமதேயத்தையே ஒரு ‘குலுக்கு’ குலுக்கியது என்கிறார் ஆசிரியர். ஒடுக்கப்பட்ட வரலாற்றில் அரோகராக் குலுக்கல்கள் இல்லை என்ற போதிலும் சிவலோகநாதரை நினைத்து உருகிக்கிடக்கும் நந்தனிடம் குலதெய்வங்கள் நினைவூட்டப்படுகின்றன. கருப்பண்ணசாமி, இடும்பன், காட்டேரி, காளி, மயானஉருத்திரன், மூக்கன், பாவாடை, மாரி, காத்தவராயன், காத்தான், கருப்பன், வீரன், பாவாடைராயன், பெரியாச்சி, பேச்சாயி, சின்னக்கருப்பன், கருப்பழகி ஆகியோரைப் பறையர் வணங்கும் தெய்வங்களாகக் காட்டு கின்றார் ஆசிரியர். சிறிய ஊரில் வாழும் சொற்பமான குடிகளுக்கு

இத்தனை தெய்வங்களா? மேலும், மதுரைவீரன் நாயக்கர்காலத் தெய்வம்.

சிவபெருமான் மீது நந்தன் தீராதபக்தி கொள்வதற்கு வலுவான முகாந்திரம் இல்லை. குடியானவச் சாதிகளும் பிராமணர்களும் பறையர்களின் சிவ ஈடுபாட்டைக் கேலிபேசி எள்ளி நகையாடுகின்றனர். பன்னூறு ஆண்டுகளாகச் சிறுதெய்வ நினைவில் புதையுண்ட நனவிலியில் சிவ மதத்திற்கு மாறுவதற்கான மனத்தேவை நாவலில் சொல்லப்படவில்லை. மனத்துயரம் நீக்கும் திருவிளையாடல்களும் ஆட்கொள்ளுதலும் இல்லா நிலையில் ஊர்ச்சனம் முழுமையும் அரோகரா எனக் கொண்டாடுதல் எங்ஙனம் சாலும்? பண்டாரத்தின் பாடல் மட்டும் மேலோர் மதம் நோக்கிய நகர்வை அளிக்க முடியுமா என்ன?

மேற்சாதிக்காரர் சுமத்தும் இழிவுமனநிலைக்கு எதிராக மருதன் பாத்திரம் அமைந்தாலும் நந்தன் அளவுக்கு இல்லை. ஒடுக்கப்பட்ட பாத்திரங்களின் எதிர்ப்புக் கூறுகள் வளர்த்தெடுக்கப்படவில்லை. நந்தனை முழுமையான சிவத் தொண்டனாக்குதல் நாவலில் நிகழ்கிறது.

மரக்கால் நாவல் பதிவின்படி நந்தன் தானாகத் தீக்குள் இறங்குகிறான். யாரும் தள்ளிவிடவில்லை. தள்ளிக் கொன்றுவிட வேண்டும் என்ற திட்டம் இருந்தது. நந்தனை ஒரு யாமத்தில் ஆகுதியில் இறக்கி அழித்துவிட்டு ஈஸ்வரனோடு கலந்துவிட்டான் எனப் பறையறிவித்துவிடலாம் என்கிறார் மத்தியானந்த தீட்சிதர் (259). உன்னுடைய நீசஉடல் அழிந்து புனித உடல் பெற்றுவிட்டால் ஈஸ்வரனோடு ஐக்கியமாகி விடலாம் என வசப்படுத்தினால் போதும் எனச் சதியாலோசனை சொல்கிறார். ‘நீசப்பிறவி நீங்கச் செந்தீ இறங்கிடு’ (265) என நந்தனுக்கும் சொல்கிறார்.

புறவாயில் வழியாக நண்பர்களுடன் யாருமறியாமல் தில்லையம்பலம் நுழைந்து நெடுஞ்சாணாய் விழுந்து பொன்னம்பலத்தில் முகத்தைப் புதைக்கிறான். பரமபீடம் முன் நிற்கிறான். தழலில் ஆனந்த நடராஜமூர்த்தி ருத்திர தாண்டம் ஆடுவது போல அவன் மனத்தில் பிரேமை குந்திக்கொண்டது. தோழனே என் நேசனே வாவா என்று அவர் அழைப்பதுபோல மனப்பிராந்தியின் உணர்ச்சிவசப்பட்ட நிலையில் இறங்குகிறான் (285) என ஆசிரியர் விவரிக்கிறார். தள்ளிவிட்டார்கள் என்ற கொலைப் பழியிலிருந்து தில்லைத்தீட்சிதர்கள் மீட்கப்பட்டு விட்டார்கள்.

வெளி குறித்த உணர்வு சோலைசுந்தரபெருமாளிடம் இயல்பாக அமைந்துள்ளது. வெளிக்கட்டமைப்பை அறிவதன்

மூலம் வெளிமீறலை முன் வைக்க முடியும். சைவம், வேளாள மரபு, தமிழ் போன்ற கருத்தாக்கங்கள் இணையாகவும் குறுக்காகவும் தொட்டும் பற்றியும் செல்கின்றன. பிராமணர் பற்றிய சித்திரம் உவப்பூட்டுவதாய் இல்லை. 'கொடிய விஷப்பை கொண்ட தீட்சிதக் கூட்டம் ஆரியப்பாப்பானுங்க' என்ற தொடர் *(212)* ஒருவர் கூற்றாக வருகிறது.

பல தலைமுறைகளாகத் தாசிகளோடு தொடர்புடையவர்கள் முத்துசாமித்தீட்சிதர் குடும்பம். அவர் கனகதாசியையும் அவர் மகளையும் மிருகம் போலக் கூடுகிறார் தீட்சிதர், பட்டாச்சாரியின் பன்னிரண்டு வயது மகள் லலிதாங்கியைத் திருமணம் செய்து துவளும் வண்ணம் அவளைக் கூடியதால் குத்துயிரும் கொலையுயிரும் ஆனாள். அவளைத் தோட்டத்துக் கடை மூங்கில்குத்தில் புதைக்கிறார் *(95)* எனப் புனையப்படுகிறார்.

இரக்கமுடைய வேளாளர்

சைவவேளாளர் இரக்கமுடையோராக இருக்கின்றனர். 'ராமு' மழவராயனை எதிர்த்து ஊரார் பேசிய குற்றத்திற்காக நந்தனுக்கு முழுமையாகத் தண்டம் கொடுத்துவிடக்கூடாது என மருதவாணன் பிள்ளை *(64)* கருதுகிறார். கேசியோடு கூடிய சுக்கிர வன்னியனையும் தண்டத்திலிருந்து காப்பாற்றுகிறார். சிவத் தொண்டுக்குச் சேதம் தரும் பட்சத்தில் உயிரை மாய்த்துக் கொள்ளும் மனப் பக்குவம் உடையவர் அவர் எனச் சித்திரிக்கப்படுகிறார்.

சண்டாளர்கள் கலகத்திற்குச் சைவச்சூத்திரர்கள் தலைமையேற்றுத் தங்களுக்கான ஆட்சியாக அதை மாற்ற விரும்புகிறார்கள். மேலும், சூத்திர ஏகபோகங்கள் தேவ பாஷையைக் கைவிட்டு நீசத் தமிழ்ப்பாஷையைப் பிரதிஷ்டை செய்ய உபாயம் செய்கிறார்கள் *(245)* எனப் பிராமணபரிஷத்தில் பேசிக் கொள்கிறார்கள். சிவம், சிவத்தொண்டு, தமிழ், வைதிகஎதிர்ப்பு என்னும் கண்ணிகளை வேளாளர்களுடன் கதை சொல்லி இணைக்கிறார். கேட்பவர்களை மயக்கும் போக்கில் கதை சொல்லும் பாண்டிய நாட்டுப்பரதேசி இந்த மண்ணில் சிவம் ஒன்றே இருந்தது என்கிறார். தொழில் வழி மக்கள் முதல் மன்னர் வரையில் சிவத்தையே போற்றி வணங்கினர். வைதிகத்திலிருந்து சிவத்தைப் பிரித்துக்காக்க வேண்டும். சிவமதத்திற்குள் இருக்கும் இருண்மையைப் போக்கவேண்டும் *(221)* என்கிறார் அவர். சிவமதத்திற்குள் இருக்கும் இருண்மை எதுவென்பது புரியவில்லை.

புறக்கணிக்கப்படும் பௌத்தம்

வேத முதன்மையை மறுக்கும் அவைதிகச் சைன, பௌத்த சமயங்கள் தொல்காப்பியர்காலத்திலே நிலை பெற்றுவிட்டன. களப்பிரர்காலம் அவைதிக ஒளிமிளிர்காலம். சைனம் பெரியபுராணகாலத்தில் நலிவுற்றுவிட்டது. ஆயின் மரக்கால் நாவலில் நீசச் சைனமதச் சன்னியாசிகள் கலகம் செய்கிறார்கள். கலகத்தைக் கௌப்பிவிட்டுக் குட்டையைக் குழப்பி மீன் பிடிக்கிறார்கள் *(105)*, நீசச் சாதிக்காரனுகளைத் திரட்டுகிறார்கள் எனச் சித்திரிக்கப்படுகிறார்கள்.

எளிய மக்களின் நம்பிக்கைகளை வென்ற சைன, பௌத்த சமயங்கள் மரக்கால் நாவலில் போதிய அழுத்தத்தைப் பெறவில்லை. ஐந்தாம் நூற்றாண்டுக்குப் பிறகே மதமாகச் சைவம் உருப்பெற்றது. அதற்கு முன்பான தமிழ் இலக்கியங்கள் வைதிக முதன்மையற்றவை; சைவப்பனுவல் அல்லாதவை. எனவே பிரமதேயங்களில் உள்ளோர் ஆட்களைத் திரட்டிக் கலகம் செய்கிறார்கள் என்ற புனைவு பொருத்தமற்றது.

பொருத்தமற்ற கருதுகோள்

ஆதனூர்ப் பறைக்குடியில் உள்ளவர்கள் உடல்வாகைக் கொண்டு நான்கைந்து வகையறாக்களாகப் பிரிந்துகிடந்தனர். இந்த வகையறாக்களின் உடல் வாகைவைத்தே குடிசையின் அகல உயரங்களைத் தீர்மானித்துக் குடிசை கட்டும் உரிமையைப் *(23)* பிரமதேயம் தந்தது என்கிறார் சோலைசுந்தரபெருமாள். புனைவென்ற போதிலும் இக்கருதுகோள் பொருத்தமற்றது. உடல் வாகுப்பிரிவு தமிழ் வரலாற்றில் இருப்பதாகத் தெரிய வில்லை. செவலைச் சாம்பான் குடிவழிச் சிறப்புரிமை பெற்றவன் நந்தன் என்ற செய்தி எதற்கு இங்கு? கனகதாசியின் கூந்தலிலும் கழுத்திலும் மலர்ச்சரங்கள் மட்டுமே பற்றி யிருந்தன. மாரிலும் இடும்பிலும் கட்டியிருந்த கச்சை எதுவும் இருப்பதாகத் தெரியவில்லை. வெண்திரையில் கருவறை வாயில் சரவிளக்கின் ஒளியில் நிழலாகத் தெரிந்த கனகதாசியை அவள் பெற்று இருக்கும் நிர்வாணத்தோற்றத்தை ஓரளவு பார்க்க முடிந்தது. சோடாசோபசாரங்களை வழிபடும் முறையில் ஒவ்வொரு அடவுகளாகத் தெய்வங்களை அழைத்து எழுந்தருளச் செய்தாள். தெய்வத்திற்கு இருக்கை அளித்தாள் *(70)* தாழ்வாரத்தில் நின்றோர் அதனால் ஈஸ்வரரை நினைத்துஉருகி ஆனந்தக் கண்ணீரில் மூழ்கிப்பரவசம் *(71)* அடைந்தனர் என்ற குறிப்பு எதன் பொருட்டு?

புனைவுகளுக்கான அடிப்படைத்தரவுகள் தேவையா? என்ற விவாதங்கள் ஒருவரை எழுதவிடாமல் முடக்கி இருக்கின்றன. புனைவு படைப்பாளியின் உரிமை. நாவல் முழுமையும் வரலாற்றுத் தகவல்களால் பின்னப்படும்போது பாத்திர வார்ப்பிலும் நம்பகத்தன்மையை உருவாக்கக் குறிப்புகளைப் பின்னிணைப்புகளில் தரலாம்.

செந்நெல் நாவல்

இந்திராபார்த்தசாரதியின் 'குருதிப்புனல்' புனைவுக்கு எதிர் நிலையில் சோலைசுந்தரபெருமாளின் 'செந்நெல்' நாவல் விளைந்துள்ளது. வெளியிலிருந்து வரும் நபர்களின் முயற்சியால் 'வெண்மணியில் புரட்சித்தீப் பற்றியது' எனும் கருத்தைச் சோலைசுந்தரபெருமாள் மறுக்கிறார். தி.மு.க., காங்கிரஸ் கட்சிக்காரர்கள் வெண்மணிப் போராட்டத்தில் ஒடுக்கப்பட்டோருக்கு எதிராக நின்றனர். கம்யூனிஸ்ட் கட்சியைப் பிளக்க முற்பட்டனர்; இருஞ்சூர் கோபாலகிருஷ்ணநாயுடு தி.மு.க.கட்சி, கொத்தங்குடிமிராசு காங்கிரஸ்(43) என்கிறார் சோலை. ஆளுங்கட்சி மந்திரிகளுக்கும் பண்ணையார்களுக்கும் தொடர்பு இருந்தது. கம்யூனிஸ்ட்கட்சிக்கு எதிராக வெள்ளாளமாரு, முதலிமாரு, வாண்டையாரு, தேவரு, நாடாரு நின்றார்கள். மேலும் ஒடுக்கப்பட்டோரின் போராட்டங்களுக்குப் பிற்பட்டோரில் சிலர் உதவினாலும் பலர் எதிர் நிலையிலே நின்றனர் என நாவல் கூறுகிறது.

பள்ளர், பறையர் ஒற்றுமையை உருவாக்க ஆசிரியர் முயன்றாலும் பள்ளர்கள் வாழ்வு சொல்லப்படவில்லை. வணிகச் சாதியாகத் தற்போது அறியப்படும் நாடார்கள் பறையர்க்கு எதிராக நாவலில் நிற்கின்றனர். ஜில்லாப்போக்கிரி சிதம்பரநாடாரின் வாரிசுகள் நாயக்கமாருகளுடன் ஒத்துப் போகின்றனர் (159). அவர்கள் திருக்கைவாலை எடுத்து அடிக்கும் குணமுடையவர்கள்; சாம்பானுக்குச் செவ்வெளனீகேக்குதா (11) என்பார்கள். ஆயின், ஊர்மிராசுதாராக வேலுநாடார் இருந்த போதிலும் நாயுடுகளும் பிறரும் வேலுநாடான், அந்நாடான், மாட்டிக்கிட்ட நாடான் என இழி சொல்லாலே சுட்டுகின்றனர்.

இரிஞ்சூர் கோபால கிருஷ்ணநாயுடு பற்றிய இந்திரா பார்த்தசாரதியின் குருதிப்புனல் நாவலின் பார்வை வேறு. தன் நாவலில் நாயுடு தன் சபதத்தை நிறைவேற்றிவிட்டான். இயற்கை அவனை வஞ்சித்து விட்டதின் காரணமாகப் பெண்களையும் குழந்தைகளையும் தீயிலிட்டுப் பொசுக்கியிருக்கிறான்... (253) என்கிறார். அந்த ஆளு ஆம்பிளையே இல்லே (148)

என்கிறாள் நாயுடுவின் வைப்பாட்டியான பங்கஜத்தம்மாள். சோலைசுந்தரபெருமாளோ நாயுடு பல பொண்டுவ ருசிகண்டவன். நாள் கணக்கில் சிலரையும் குடும்பத்தில் உள்ள பெண்களையும் வைத்திருந்தார், அவரின் நைனா தூக்கு மாட்டிக்கிட்டுச் செத்தாரு (43) என்கிறார். ஆயின், பறையர்களின் உரிமைகளை ஒடுக்கவே சாதிவெறிநாயுடு உயிர்களைக் கொல்கிறான் என்பது 'செந்நெல்' செய்தி.

எல்லைப்பிடாரி நாவலின் காலம்

'எல்லைப்பிடாரி' நாவலின் காலம், பள்ளிப்பிள்ளைகள் லேப்டாப் வாங்கிய காலம். பெரியகுஞ்சான் எனும் பண்ணை அடிமை, மிராசுதார் ஆன காலம். தான் வாழும் காலத்திலேயே முன்னேற்றம் அடைந்த பெரியகுஞ்சான் இந்த முன்னேற்றம் தானாக வந்ததில்லை. கம்யூனிஸ்ட் கட்சியால் தான் கிடைத்தது. தன்னையும் தன் சாதிக்காரர்களையும் தலை நிமிரவச்ச கம்யூனிஸ்ட் கட்சிக்கொடிய இன்னிக்குத் தெருவுக்குள்ள பறக்கவிட முடியாமப்போச்சு. நம்மகிட்ட வந்த பணங்காசு நம்ம கண்ணமறச்சுட்டா? ஊருசனங்களப் போல நாமும் மாறிட்டோமா எனச் சுயவிமர்சனம் செய்கிறார். கம்யூனிஸ்ட் கட்சித்தொண்டர்கள் முதலாளித்துவக்கட்சியில் உள்ள தொண்டர்கள் போல இருக்கிறார்கள் என்ற விமர்சனமும் குறிப்பிடத்தக்கது.

முரண்படும் நாடார்கள்

நந்தன்காலத்தில், வெண்மணிக்காலத்தில், நவீனகாலத்தில் என முக்காலங்களிலும் பறையர்களுக்கும் நாடார்களுக்குமான உறவு நாவல்களில் விசாரிக்கப்படுகிறது. பிற சாதிகளைவிட நாயுடுகளும் நாடார்களும் பறையர்களோடு நாவலில் முரண்படுகிறார்கள். பிற சாதியினருடனான முரண்பாடுகள் அழுத்தமற்றவை. பொன்னப்பநாடாரின் பேரனும் பெரியகுஞ்சானின் பேத்தியும் காதலித்து ஊரைவிட்டு ஓடியவர்கள்; கார் போட்டுத் தேடி ஊர்ப்பஞ்சாயத்தில் நிறுத்தப்படுகின்றனர். இரு சாதியினரும் காதலை ஒத்துக் கொள்ளவில்லை. பெரியகுஞ்சான் வீட்டுக்காரர்களின் நெருக்கடியால் அப்பெண் தற்கொலை செய்து கொள்கிறாள். பறையர்சாதித் தலைவர்கள் சாதிமறுப்புத் திருமணத்துக்கு ஆதரவாக இல்லை. பொன்னப்பநாடாரின் சங்கமும் சாதிவிட்டுச் சாதிசென்று மணம் முடிக்க மறுக்கிறது. நாடார்கள் பற்றிய சோலைசுந்தரபெருமாளின் சித்திரம் வேறு எங்கும் காணக் கிடைக்காதது.

பாலியல் பேசும் பகுதிகள்

சோலைசுந்தரபெருமாளின் நடை இத்தன்மையது எனக் கூறுதற்கில்லை. செந்நெல்லில் யதார்த்தவாதப் பாணியிலான முற்போக்குநடை அமைய மரக்காலில் வருணனைகளையும் காட்சி விஸ்தாரத்தையும் நுணுகிக் காணும் செறிவானநடை தென்படுகிறது. எல்லைப்பிடாரியில் ஈரநைப்புக் குறைந்த தளர்நடை. முற்போக்கு எழுத்தாளர்கள் பாலியல் தொடர்பாக எழுதத் தயங்கும் புள்ளிகளை எளிதாகக் கடந்துவிடுகிறார் சோலை. நந்தன் என்ற மனிதனின் காமத்தையும் நந்தனைப் பெற்றவர்களின் காமத்தையும் காட்டுகிறார். நந்தனோடு தொடர்புடைய கச்சலை, குட்டா, தர்மவர்த்தினியின் பாலியலும் கேசி, சம்புவராயன், நீலாம்பரி, தீட்சிதர் காமமும் சொல்லப்பட்டுள்ளன. தில்லையம்பலவாணன் உமையோடு கூடும் காட்சி கவித்துவமான நடை. சோலைசுந்தரபெருமாளின் பெண்கள் பாலியல் பற்றிப் பேசுவது புதுமை. எனினும் ஆண் நோக்கிலான திம்மென்ற பெண், பின்னம் படாத மார்பு, வரும்பு கட்டியிருக்கும் மார்பின் கருவளையத் தகவல்களும் உள.

பிராமணர் நீராடும் சடங்குகள், காயத்திரிமந்திரத் தமிழ்ப்பெயர்ப்பு, யசூர்வேதரிக்குகள், சைவசித்தாந்தப்பேருரை, சிவநாமாவளி, சமஸ்கிருத மந்திர உச்சாடனங்கள் போன்ற நிறுவனச் சமயச் சரக்குகளை மரக்காலில் அளந்து கொட்டுவது முற்போக்குப் படைப்பாளிக்குரியவை தாமா? வட்டார வழக்குகள், வேளாண்மரபு நுட்பங்கள். கவனமிகு அவதானிப்புகள், நாவல் தரவுகளுக்கான உழைப்பு, சோலையின் தனித்தன்மைகள். பல சொல்லி விமர்சித்துச் சில சொல்லிப் பாராட்டினாலும் சோலைசுந்தரபெருமாளின் இடம்தவிர்க்க முடியாத் தமிழ் வரலாறே ஆகும்.

9

மாற்று மரபின் தொடக்கம்

ஒரு பிராமணப் பெண் முந்நூறு ஆண்களைத் தீண்டுவது தமிழ்மனத்துக்கு உவப்பானது இல்லை. 'மரப்பசு' நாவலில் வரும் அம்மணி அதை ஓர்மையுடன் செய்கிறாள். பாலியல்செயற்பாட்டில் 'அவள் விருப்பம் அவள் செயல்' என்பதைப் பொது மனம் ஒப்பாது. பெண்ணின் உடல் சாதியின் மானத்தைச் சுமப்பது. ஒரு குழுவுக்குள் குடும்பத்துக்குள் பல ஆண்களுடன் புழங்கும் பெண்ணின் கழுத்து அறுபட்டுவிழுவதில்லை. ஆயின், சாதிவேலி தாண்டும் வெள்ளாடுகள் உயிர்தப்புதல் கடினம்தான். பல ஆண்களுடன் புழங்கும் பெண்கள் பல்லாயிரம் ஆண்டுகளாகத் தமிழ் மண்ணில் இல்லாமல் இல்லை. பரத்தமை ஒழுக்கம் என்பது தமிழ்மரபு. பல பெண்களுடன் உறங்கும் ஓர் ஆணை அரசமரபு போற்றியே வந்திருக்கிறது. பெண்ணின் பாலியல் குறித்துச் சரி தவறு என்று பேசுவதில் பொருள் இல்லை. ஆனால், நவீன மனம் அம்மணியை ஏற்பதில் தடுமாறுகிறது, நிலைகொள்ளாமல் தவிக்கிறது. சமூக மேம்பாட்டுக்கு இது உதவுமா? உன் குடும்பத்தில் நிகழ அனுமதிப்பாயா? இரண்டகம் பேசலாமா? என்றெல்லாம் கேட்கிறது.

தன்ஓர்மை கொண்ட அம்மணி

'மரப்பசு' நாவலைப் படிக்கும் போது எழுந்த பரவசம் அதன் மீதான விமர்சனத்திற்குப் பெருந்தடையாக இருந்தது. பிராமணர் அல்லாத சாதியில் இப்படியான பெண்வார்ப்பைப் படைக்க

முடியுமா? எனக் கேட்பது இயலாதது என்று தோன்றியது. படிக்கும்போதெல்லாம் ஏதாவது புதுவரி தென்படுகிறது. அம்மணி போன்ற பெண்ணுடன் பேசுவது பெரும் கிளர்ச்சியை உண்டு பண்ணிவிடும் போல. பெருந்தன்மையுடன் (இச்சொல்கூட கருணையின் பாற்பட்டது தானோ) ஓர் ஆண், மன உறுத்தலின்றி அம்மணியை ஏற்றுக்கொள்வானா? என்பது பெரும்கேள்வி யாக எழுகிறது. ஆணாக வாழ்பவர்களால் அம்மணியின் செயல்களுக்கு ஆதரவு நல்கமுடியாது. ஆணின் பலதார, பெண்பாலியல் ஒழுக்கம் பற்றிப் பேசமுடியாது. கறாரான அறத்தின்படி நியாயம் வழங்க முடியாது. நடப்புச்சூழலில் பெண்பாலியல் வெளியைப் பரவலாக்கினால் எல்லாம் தீர்ந்துவிடுமா? என்ற குரலுக்கு எதிராகக் கோட்பாட்டு அரசியல் பேசத்தான் வேண்டும். முடியாது என்பதற்காகப் பேசக் கூடாதா என்ன? அம்மணியின் தன்ஓர்மை பிரம்மாண்டமானது.

சந்திரலேகாவும் அம்மணியும்

சந்திரலேகாவின் ஆளுமையைக்கண்டு வியந்தே அம்மணியை ஜானகிராமன் படைத்தார் என்ற பேராசிரியர் கல்யாணராமனின் யூகம்சரியானதுதான். தீராநதி நேர்காணலின்போது, சந்திரலேகாவிடம், மும்பையைச் சேர்ந்த நீங்கள் இருபதாவது வயதிலேயே சென்னையை வாழிடமாகத் தேர்வு செய்து இருக்கிறீர்களே இதற்கான துணிச்சல் எப்படி வந்தது? என்ற வினாவுக்கு, “நடனத்தில் முழுக்கவனத்தையும் செலுத்துவதற்காகவும் பெற்றோர்களிடமிருந்து தொப்புள் கொடி உறவை அறுப்பதற்காகவும் அது தேவையாக இருந்தது” என்கிறார். சந்திரலேகாவைப் போலவே அம்மணியும் இடம்பெயர்கிறாள். கிராமத்திலிருந்து நகரத்துக்கு வந்து சேருகிறாள். அன்னவாசலில் இருந்து கும்பகோணம் வந்ததும் பெற்றோர் தொடர்பு விடுபடுகிறது. திருவல்லிக்கேணிக்குக் கோபாலியுடன் வந்து சேரும்பொழுது பெரியப்பா குடும்பம் அறுபடுகிறது. பம்பாய் சென்று மீளும்போது பட்டாபிக்கு விடைகொடுக்கிறாள். பிக்காடிலிச்சதுக்கம் சென்று வரும்போது கோபாலி இடம்பெயர்கிறார். இனி யாருடனும் உறவு இல்லை என்ற பிறகு சாலிகிராமத்தில் தஞ்சம்புக எண்ணுகிறாள். இடம்பெயரும் போதெல்லாம் உறவுகள் துண்டிக்கப்படுவது ‘மரப்பசு’வில் சட்டமாக அமைகிறது. அம்மணி எடுக்கும் முடிவுகள் எல்லாம் இடம்பெயரும்போது எடுக்கப்படுபவைதாம்.

மரகதத்தின் கரிய உடல்மீதான ஈர்ப்பு

தி.ஜா., நாவல்களில்வரும் பணிப்பெண்கள் அறிவாளிகள்; அழகானவர்கள். மரகதம் மீது அம்மணி கொண்டிருக்கும்

அன்பு அளப்பரியது. வேலைக்காரி என்ற கரிசனக்குறைவு ஒருபோதும் இல்லை. சந்திரலேகா, "என் வீட்டு வேலைக்காரி கமலா போன்றவர்தாம் நம் காலத்தின் சிறந்த வெற்றியாளர் என்று சொல்வேன். வெற்றி என்று நான் குறிப்பிடுவது அவர்கள் வாழ்வது" என்கிறார். திருமணம் பற்றி விவாதித்து அம்மணி எடுக்கும் ஆய்வுமுடிவுகளைத் தன்வாழ்க்கை மூலம் அம்மணிக்கு உணர்த்துபவள் மரகதம். பச்சையப்பன் மீது மரகதம் கொண்ட பிணைப்பு அம்மணிக்குப் பெரிய திறப்பைத் தருகிறது. மேலும், சந்திரலேகா நம்காலத்தின் சிறந்த வெற்றியாளர் என்று கமலாவைக் கருதுவது போல மரகதத்தை அம்மணி காண்கிறாள்.

மரகதத்தின் உடலை, நறுவிசை, பச்சையப்பன்பால் கொள்ளும் நேசத்தை, உணர்வைக் கண்டு நெகிழும் அம்மணி மரகதத்தின் வாழ்வுக்குறைவுக்குக் காரணமாக யாரும் இருக்கக்கூடாது என்பதில் ஈடுபாடு காட்டுகிறாள். கோபாலியும் தன் நண்பர்களும் மரகதத்தை நெருங்கும் முயற்சிகளைக் கண்டிக்கிறாள்.

மரகதத்தின் கரிய உடல்மீது அம்மணிக்குப் பேரீர்ப்பு நிகழ்கிறது. அவளைத் தழுவிப் பார்க்கிறாள். தொட்டுணர்கிறாள். அம்மணமாக நடக்க சொன்னால் எப்படி இருக்கும் என்றெல்லாம் பேசுகின்றாள். தன் அழகிய உடல் மீது இருக்கும் மகிழ்ச்சியோடு மரகதத்தின் உடலையும் பார்க்கிறாள். சந்திரலேகாவோ, "மேல் கீழ் அதிகாரப் படிநிலைகள் இல்லாமல், பிரிக்கும் ஆற்றல்கள் இல்லாமல் மனித உடலைத் திரும்ப அதன் சிறப்பு நிலையில் பார்க்க வேண்டியுள்ளது. உடம்புதான் எனக்குத் தீராத ஈர்ப்பாக தொடர்ந்து இருந்துகொண்டே இருக்கிறது" என்கிறார். அம்மணியோ எனக்கு ஆத்மா மனசு எல்லாம் இருக்கோ இல்லியோ சந்தேகமா இருக்கு. எனக்கு இருக்கறது இந்த உடம்புதான். எனக்கு எல்லாரையும் தொடணும் போலிருக்கு *(34)*. தொடுகிறது ஒரு மாயமாக, ஒரு பேச்சாக இருக்கிறது *(36)* என்கிறாள். வாட்டாக்குடி வீரன் மாதிரி அம்மணிக்குப் புரூஸ் தெரிகிறான். அம்மணியின் பார்வையில் முதலில் உடல்தான் தட்டுப்படுகிறது. கோபாலி, கண்டுசாஸ்திரி, பட்டாபி, மரகதம் எனப் பலரும் உடலால் அம்மணியை முதலில் ஈர்க்கிறார்கள்.

பெயர் அரசியல் பேணும் தி.ஜா.

பெயர் வைப்பதில் ஜானகிராமனிடம் கவனம் தென்படு கிறது. பல பெண்களுடன் தொடர்பு வைத்து இருக்கிறவர் கோபாலி. நாவல் தொடக்கத்தில், குழந்தைகளும் பெண்களும்

கோபாலியின் இசையில் சொக்கிக் கிடக்கின்றனர். "எனக்குக் கிருஷ்ணனின் நினைவு வந்தது. கோபாலியைச் சுற்றி பெண்களும் குழந்தைகளும் கொட்டம் அடித்தார்கள்" என்று அம்மணி கூறுகிறாள். கிருஷ்ணனான கோபாலிடம் மயங்கிய அம்மணி திருமணம் செய்வதற்குப் பட்டாபிராமனைத் தேர்ந்தெடுக்கிறாள். அம்மணியைத் தவிர வேறு யாருடனும் பட்டாபிக்கு உறவு இருந்ததாகத் தெரியவில்லை. பட்டாபிக்குப் புணர்ச்சி வேண்டாமென்று இல்லை. ஆனால் பெருவியப்பு இல்லை. கிருஷ்ணனை உதறிவிட்டுப் பட்டாபிராமனுடன் குடும்பம் நடத்த விரும்புகிறாள் அம்மணி. ஒற்றை மனைவியுடன் வாழ்ந்த புராண ராமனைப் போன்ற பட்டாபியிடம் தன்னை ஒப்புக்கொடுக்க அம்மணி முன்வருகிறாள். பொதுவில் அம்மணி என்பது பெண்ணைக் குறிக்கும் சிறப்புப்பெயர். எல்லாப் பெண்களுக்கும் பொதுவானவள் மரப்பசு நாயகி என்று காட்டுவதற்கு அம்மணி என்ற பெயர் பயன்படுகிறது.

ஐயர்: அவர் நல்லவர் இல்லை

ஜானகிராமன் காட்டும் பிராமண ஆண்கள் சிலாகிக்கக் கூடியவர்கள் அல்லர். இருபது வயது கூட ஆகாத இளம் பெண்ணுக்குப் பதினெட்டு முழ வெள்ளைப்புடவையை முறுக்கிப் போடுகிறார் அத்வைதசாகர கண்டுசாஸ்திரி. இவ்வளவுக்கும் சின்னப்பயலான அவர் மகன் கடும் எதிர்ப்புத் தெரிவிக்கிறான். "பெற்ற பெண்ணுக்காக அழத்தெரியவில்லை, அது மொட்டையடித்துச் சோகம் போட்டு அடுத்த அறையில் சுருண்டுகிடக்கிறது (28)" என்று தனியே வெடிக்கிறாள் அம்மணி. தன் சிஷ்யன் விச்வத்தை நடுத்தெருவில் அவமானப்படுத்து கிறார் கண்டுசாஸ்திரி. ஊரெல்லாம் மெச்சும் கண்டுசாஸ்திரி அத்வைதம் ததும்ப வீட்டுக்கு நடக்கிறார்.

நடுத்தெருவில் அம்மணமாகக் கூச்சலிடும் அய்யங்கார் மாமியைக் கண்டு ரசிக்க விரும்பும் பூண்டிமாமா அவள் எங்கே உடை உடுத்திவிடுவாளோ என்று தயங்கி மெல்லமாக அதட்டுகிறார் (14). கூட இருக்கிற ஆண்பிள்ளைக் கூட்டத்திற்கும் அவள் புடவையைக் கட்டிக் கொண்டுவிடப் போகிறாளே என்று கவலைப்படுகிற மாதிரி இருந்தது (14) என்கிறார். பள்ளிக்கூடம் படிக்கிற பெண்பிள்ளையை ஆபாசமாகத் தார் கொண்டு சுவரில் எழுதச்சொல்கிறார் கோபாலய்யர் என்கிற 'காட்டான் வாத்தியார்'. ஆளில்லா வேளையில் அம்மணியைப் பலவந்தப்படுத்துகிறார். அம்மணியை விரும்பும் கன்னச்சதை மேடேறிய ஐம்பத்தைந்து வயது சுந்தரம், தன்மகள் வயது ஒத்த

அம்மணியைப் பாட்டால் சுலபமாக வளைக்கும் கோபாலி என நீளும் பிராமண ஆண்களின் சித்திரம் உவப்பானதில்லை.

அப்பா என்ற பாத்திரம் தான் தப்பித்துவிடுகிறது. அப்பேர்ப்பட்ட பெண்ணான அம்மணியை அவுசாரியாக்கி விட்டார் கோபாலி என்ற கோபத்தில் கோபாலியை அடிக்கிறார் பெரியப்பா. அதற்கு முன் பலமான அடிகள் அம்மணிக்கு விழுந்தன. "அம்மணியைப் பின்னால் தள்ளிக்கொண்டே போனார் அவர். மூலையில் வைத்து இரண்டு கைகளையும் வளைத்துப் போட்டு இறுக நொறுக்கி விடுவதுபோல அணைத்தார். விலா எலும்புகள், மார்பு, தோள் எல்லாம் நொறுங்கிவிடுவது போல் நெருங்கிக் கூம்பின. அந்த அணைப்பில் சட்டென்று இறுகிய அணைப்பு விலகிற்று" *(102)* என்ற விவரிப்பில் பெரியப்பாவின் கோபம் வெளிப்படுகிறது. அதன்பின்னர் தி.ஜா. எழுதும் வரிகள் வேறு அர்த்தத்தைத் தந்துவிடுகிறது. "கோபத்தில் திருதராஷ்டிரன் பீமனை அணைப்பதாக இரும்புத்தூணை நொறுக்கினான். ஆனால் குந்தியையோ திரௌபதியையோ அணைக்கவில்லை" *(102)* என்ற பத்தி பெரியப்பாவை வேறு இடத்திற்கு நகர்த்துகிறது.

இற்றுவிழும் பிராமணப்பெருமை

சமூக மூப்பர்களிடமிருந்து பெற வேண்டிய அறிவு ஏதும் இல்லை என்பதுதான் மரப்பசு விடுக்கும் செய்தியாயுள்ளது. "அக்கிரகாரம் சிதிலம் அடைந்துவிட்டது. தினமும் இருபது பேராவது வண்டியைக் கட்டிக் கோர்ட்டுக்குப் போய்க் கொண்டு இருப்பார்கள். இரண்டு வட்டி மூன்று வட்டி என்று பணம் கடன் கொடுத்து வியாஜ்ஜியம் போடுவார்கள். ஒரு ஏழுபேர் மூன்றுசீட்டு ஆடி பணம் பண்ணுகிறவர்கள். இரண்டுபேர் வாரம் தவறாமல் பட்டணத்திற்குப் போய்க் குதிரைப்பந்தயம் ஆடிவிட்டு வந்துகொண்டிருப்பார்கள். பட்டணம்சீசன் முடிந்ததும் பங்களூருக்குப் போய் வந்து கொண்டிருப்பார்கள்" *(20)* எனப் பிராமணப்பெருமை இற்று விழும் வீதியையே மரப்பசுவில் தி.ஜா. காட்டுகிறார்.

பிராமணர்க்கு எதிரான குரல்

'தலையில் பிறந்ததால் மூளைவளம் மிகுதி' என்ற பொதுப்புத்திக்கு எதிரான குரல் தி.ஜா.விடம் உண்டு. கோமளம்மாள் தானும் தன்குடும்பமும் உலகத்தை ஆளப் பிறந்தவர்கள், அதற்காகத் தங்களை மட்டும் தனிப்புத்தி சாதுர்யங்களுடன் ஆண்டவன் படைத்திருக்கிறான் என்று

நம்புகிறாள். ஒருபடி அந்தஸ்து குறைந்தவர்களைக் கண்டால் அவருக்குப் பூரித்து கொண்டு வரும். இந்த மட்டுமாவது தங்களுக்குச் சமமில்லாமல் படைத்தானே என்று நினைப்பாள். பொறுக்கின விதை என்று யூதர்களோடு என்னையும் அவரையும் சுரேஷையும் சீமாவையும் பாமாவையும் லல்லியையும் சேர்த்துக்கொண்டாயே என்று பெருமாளிடம் அவள் வடிக்கிற நன்றிக்கண்ணீரைப் பார்த்தால் சிரிப்பு வருகிறது (10–11) என்று இளவயது அம்மணியின் கூற்றாக வரும் பகுதி 'பொதுப்புத்திப் பிராமண அரசியலுக்கு' எதிரானது.

அறிவுக்கூர்மை கொண்டவர்களாக நம்பப்படும் யூதர்களோடு தங்களைச் சேர்த்துக்கொள்வதும் பொறுக்கினவிதை என்பதும் தனிப்புத்தி சாதுரியங்களுடன் ஆண்டவன் படைத்திருக்கிறான் என்று நம்புவதும் சமகாலப் பொதுப்புத்திப் பிராமணர் புலனக்குரலாக ஒலிப்பதைக் கேட்கமுடியும். அதற்கு எதிராகக் கோமளம்மாளை இகழும் தி.ஜா. பிறப்பினால் அறிவாளிகளாக, ஆளப்பிறந்தோர்களாகத் தங்களை நினைப்போரைப் பார்த்துச்சிரிக்கிறார். தி.ஜா. விடம் பிராமணியக் கூறுகளைத் தேடும்போது பிராமண எதிர்ப்புத் தென்படுவதைச் சொல்ல வேண்டியிருக்கிறது.

மனுநீதிக்கு எதிரான குரலைத் தி.ஜா.விடம் கேட்க முடிகிறது. "வயசு வந்த மகளாக இருந்தா அதோட தனியாக இருக்காதே என்று நீதி சாஸ்திரம் எழுதி வச்சிருக்கிற புண்ணிய தேசமாச்சே இது. (173) "அகமுடையான் செத்துப்போன உடனே ஒரு பொம்பிளையை எல்லாருமா சூழ்ந்து கட்டி நசுக்குறாங்க பாரு. இரக்கப்படறாப்ல அத்தனைபேரும் கட்டி அம்மி நசுக்கி சாக அடிக்கவே தயாராயிருப்பாங்க (171) என்ற 'உயிர்த்தேன்' நாவல்வரிகள் சாஸ்திர விரோதம் கொண்டவை.

அடிபடும் அத்வைதம்

அத்வைதத்தை வாய்ப்புக் கிடைக்கும் போதெல்லாம் போட்டு உடைக்கிறார் தி. ஜானகிராமன். பெண்வாழ்வைக் கெடுத்தல், மனிதரை அவமானப்படுத்தல் அத்வைதத்தின் பலன் போலக் கருதுகிறார். ஒலிக்கும் உணர்வுக்கும் இடையில் இணைப்பைக் காண்கிறார் ஜானகிராமன். உலகம் உண்மை என்பது ஜானகிராமன் கருத்து சீடன். விச்சுவத்தை வீட்டுக்குள் வராதே எனக்கூறும் கண்டுசாஸ்திரி குறித்து, "வெள்ளையாக முற்றாமல் சூடுபிடிக்காத கொழுந்துவெயில் படர்ந்த காலை. பன்னீர்மரம், தென்னைமரம், வேப்பமரம் நிற்கும் வீடு. சிட்டுக் குருவி, சொல்கட்டைக் கூறுகிற காட்டுப்புறா, குளிர்ந்தகாற்று

வீசும்நேரம். இப்படி எங்கும் உயிராகத் தளிர்க்கும் வேளையில் குத்துச்செங்கல் ஏறாதே என்று ஒருவனை எப்படி வெறுக்க முடியும். இது எப்படிச் சாத்தியம். காலை ஒலிகள் எப்படிக் காதில் விழாமல் இருந்திருக்கும். காலை வெயிலின் தாக்கம் எப்படிக் கண்ணில் படாமல் இருந்திருக்கும். குளிர் காற்று எப்படித் தோல்மீது படாமல் இருந்திருக்கும் என்று 'எப்படி எப்படி' என்று வியக்கும் தி. ஜானகிராமன் (32) அத்வைதத்தில் கண்டுசாஸ்திரி காய்ந்து சருகாகி விட்டதால்தான் இது நிகழ்ந்திருக்கும் என்று முடிவுக்கு வருகிறார். உலகம் மாயை அல்ல. உயிர் ததும்பும் நிஜம். உணர்வுக்கும் ஒலிக்கும் தொடர்பு இருக்கிறது. உணர்வையும் ஒலியையும் அறியத் தெரியாத அத்வைதச் சருகுகளில் உயிர் இல்லை என்கிறார் போலும்.

கட்டுப்பாடும் கட்டற்ற பாலியலும்

கட்டற்ற பாலியல்வேட்கை நடப்புச் சமூகத்தைப் பாழ்படுத்திவிடும் என அஞ்சுவதாலே அம்மணியின் செயல் பலரால் பேசப்படுவதில்லை. விடுதலை எனும் கருத்தியலைப் பயன்படுத்தும் அளவுக்கு மனிதர்கள் தயாராகவில்லை. 'பலர்பால்பாலியல்,' பண்பாட்டைக் குலைத்துவிடும் என்ற மனோபாவம் இறுகிய தன்மையது. கட்டற்ற பாலியல், நடப்புச் சமூக ஒழுங்கைக் காலி செய்துவிடும் என்ற அச்சமாக அது வெளிப்படுகிறது.

வரம்பற்ற பாலியலை அம்மணிக்கு மட்டுமே பரிந்துரைக்கும் ஜானகிராமன் பலரும் பலருடன் கலப்பதை ஏற்பதில்லை. மரப்பசுவில் வரும் மரகதத்தின் கற்பைக் காப்பதற்கு அம்மணி ஆசைப்படுகிறாள். 'நளபாகம்' நாவலில் சமையல்காரர் காமேச்வரனும் ரங்கமணியின் மருமகள் பங்கஜமும் தொட்டுத்தழுவத் தயாராகும்போது அதைக் கலைத்துவிடுகிறார் ஜானகிராமன். உயிர்த்தேன் நாவலில், பூவராகவனுக்கும் செங்கம்மாவுக்கும் இடையில் ஓடும் பாலியல் இழையை அறுத்தெறிகிறார். 'செம்பருத்தி'யில் தம்பி காதலித்த குஞ்சம்மாளை அண்ணன் மணந்து கொள்கிறான். காதலித்த தம்பி சட்டநாதனுக்கும் அண்ணன் மனைவியான சின்னஅண்ணி குஞ்சம்மாளுக்கும் இடையில் நிகழும் சந்தர்ப்பத்தை சிறுஅணைப்புடன் நகர்த்தி விடுகிறார்.

அம்மணியை மட்டும்தான் பரிசோதனை போலப் பலர்பால் உறவுக்குத் தள்ளி விடுகிறார். இதற்கு முன்னோட்டமாகத் தனக்குப் பிடிச்சவங்களோடு கல்யாணம் பண்ணிட்டு இருக்கிறாப்போல இருக்கும் திருமணம் செய்யாத நிர்மலமான

ஆத்மா, முனிவரின் புதல்வி எனக் கூறப்படும் மைசூர் அனுசூயாவை இறக்கிவிடுகிறார். என்னை யாரும் கட்டுப்படுத்த முடியாது. கல்யாணம் பண்ணிக்கிட்டு யார்கிட்டயும் கட்டுப்பட்டு இருக்கமாட்டேன் எந்தக் கூட்டிலேயும் அடைய மாட்டேன் என் இஷ்டப்படி இருப்பேன் (273) என்கிறாள் 'உயிர்த்தேன்' அனுசூயா. அனுசூயாவையும் அம்மணியையும் தூய்மையான மனுஷிகள், சுத்தமான ஆத்மாக்கள் என்று தி.ஜா. வர்ணிக்கிறார்.

குடும்ப உறவைப்பேணும் தி.ஜா.

பலர்பால் உறவுகளைச் சர்வசாதாரணமாகப் பொதுவில் சிலரிடம் பகிரும் பெண்களை எகத்தாளமாக யாரும் பார்த்துவிடக்கூடாது என்பதற்காக அவளைப் பார்க்கும்போது காட்டில் தவம் செய்யும் முனிகளின் புதல்வி மாதிரி இருந்தது. குழந்தை போல் இருந்தது (273) என்றும் சுயேட்சையான பட்சி, புடம் போட்ட தங்கம். விசித்திரமான ஆத்மா, சுத்த ஆத்மா, நிர்மலமான ஆத்மா (286), சுத்தமான ஆத்மா (299) என்றும் வர்ணிக்கிறார். தூய்மை, சுத்தம் என்பன மேட்டிமைக் குரல்தானே. ஆயின் இதைப் பொது விதியாக்குவதோ பரவலாக்குவதோ தி. ஜானகிராமனின் வேலைத்திட்டம் இல்லை. மரப்பசுவில் அம்மணியின் அம்மா–அப்பா, பெரியம்மா–பெரியப்பா, மங்களத்தம்மாள்–கண்டு சாஸ்திரி, குஞ்சாளி–கோபாலி, வேலையா–அவர் மனைவி, மரகதம்–பச்சையப்பன் எனவரும் குடும்ப உறவுகள் உடைபடாதவை. கோபாலியைத் தவிரப் பிறருக்கு வேறு பெண்களுடனோ ஆண்களுடனோ தொடர்பு இல்லை. குடும்ப உறவுகளை உடைப்பவர் அல்லர் தி.ஜா. எனலாம்.

'செம்பருத்தி'யில் வரும் சட்டநாதனின் அண்ணன் மனைவி கோவில் பணியாளனுடன் கொண்ட உறவைக் குடும்பமே எதிர்க்கிறது. இத்தனைக்கும் அது உடல் ரீதியானது இல்லை. ஆனால் சட்டநாதனின் அண்ணனுக்கோ வேறு பெண்ணுடன் தொடர்பு இருக்கிறது. அது யாருக்கும் பிரச்சினையாக இல்லை. அம்மணி போன்ற ஒருத்தியை இடைநிலைச்சாதிப் பெண்ணாக இந்தக் காலத்தில் காட்டுவது சாத்தியமே இல்லை. எழுபதுகளில் உள்ள சகிப்புத்தன்மை, நாகரிகம் இப்பொழுது விலகிவிட்டது போலும். ஊடகவழிக் கட்டப்படும் இந்து ஒழுக்கமேன்மை உருவாக்கக் கொடுங்காலத்தில் இருந்து தப்பித்துக்கொண்டார் ஜானகிராமன். இன்று இருந்தால் விவாத மேடைக் குரல்களால் கொல்லப்பட்டிருப்பார்.

பெரியாரும் அம்மணியும்

தன்னியல்பில் வாழ விரும்பும் அம்மணியைப் பெரியாரின் 'பெண் ஏன் அடிமையானாளில்' பார்க்க முடியும். சாதி, மத, குடும்ப அனுஷ்டானங்களை உதறித் தன் போக்கில் வாழ விரும்பும் அம்மணியின் சிலகூறுகள் பெரியாரியத்திற்கு நெருக்கமானவை. குழந்தை வேண்டாம். சாதி மதமற்ற பாலியல், விரும்புகிறவன் மட்டுமே விரும்பும்போது என்ற பாலியல் விடுதலை உணர்வு, தீர்மானிக்கும் இடத்தில் பெண்ணை அமர்த்துதல் போன்றவை பெரியாரியத்திற்கு நெருக்கமானவை. "மக்களின் அன்பும் ஆசையும் ஒரு கட்டுப்பாட்டுக்கு உட்பட்டு அது என்ன விதமாக இன்னாரோடு மாத்திரம் தான் இருக்க வேண்டும் என்பதாக நிர்ப்பந்திக்க எவ்வித நியாயமும் இருப்பதாக நமக்குத் தோன்றவில்லை. ஏனெனில் ஆசை என்பது ஜீவ சுபாவம் ஆனது. அதை ஏதோ ஒரு நிர்பந்தத்துக்காகத் தடுத்து வைப்பது என்பது ஒரு வகையான அடிமைத்தனமே ஆகும். புருஷனுக்கு இருக்க வேண்டும் என்று சொல்லப்படும் சுதந்திரமும் சௌகரியமும் போலப் பெண்களுக்கு ஏற்படுமானால் பிறகு இந்த மாதிரியான அனுதாபமும் கவலையும் கொள்ள வேண்டிய அவசியம் ஏற்பட்டிருக்காது" என்ற பெரியாரின் வரிகள் அம்மணியின் பாலியலுக்கான விளக்கமாகும். அம்மணியின் நெருங்கியவட்டத்தில் பெரியவரும் உண்டு, சிறியவரும் உண்டு. ஹக்கீமும் திருமாலாச்சாரியாரும் வந்து செல்வார்கள். ஆயின், வேலைக்காரன் பச்சையப்பனுக்கு இடமிருக்கவில்லை. அறிவாளிகளும் கலைஞர்களும் கல்லூரிமாணவர்களும் கதவைத்திறந்து வருகின்றனர். விளிம்புநிலை புகமுடியா உயர்வட்டம் அது. கதை நகர்த்தலுக்குச் சிரமங்களைத் தந்துவிடும் என்பதால் தி.ஜா.வின் அரசியல் அதை அனுமதிப்பதில்லை.

பட்டாபி எனும் ஆண் குருநாதர்

குடும்ப வாழ்க்கை என்னும் முடிவுக்குத் திரும்பும் அம்மணியின்முடிவுக்கு உத்வேகம் தந்தவள் மரகதம். ஆண்கள் பலருக்குக் குருநாதராக அம்மணி இருந்தாலும் அம்மணியின் குருநாதர்களாக வெள்ளைக்கார பென்னட், புரூஸ், பிராமணப் பட்டாபிகள் நியமனம் செய்யப்படு கின்றனர். ரயிலில் வரும் பென்னட் அம்மணியின் கருத்தை நொறுக்குகிறார். எனக்கு எல்லாரையும் தொட ஆசை, எல்லாரையும் பிரியமாகக் கட்டிக்கணும் அது எனக்குப் போதும் என்பவளிடம் எல்லாரையும் தொட்டுத்தொட்டு

அனுபவிப்பாயாமே. உடம்பெல்லாம் அழுகிச் சொட்டுகிற ஒரு மனிதனிடம் இதே மாதிரி நீங்கள் செய்வீர்களா (156) உன் தத்துவம் செல்லுமா என்று குத்துவிடுபவர் வெள்ளைக்காரப்பென்னட். என்னதான் வேண்டும் உனக்கு என்றுஅம்மணியின் ஞானக்கண் திறப்பவர்கள் ஆண்கள். புரூஸைச் சந்தித்து மீண்டபிறகே திருமணக்கனா அம்மணிக்குச் சித்திக்கிறது. பட்டாபி, குருநாதன் மாதிரி நிற்பது போல அம்மணிக்குத் தோன்றுகிறது (177). குறிப்பாக அம்மணியின் குருநாதர்கள் ஆண்களாகவே இருக்கிறார்கள். கோபாலி, பெரியப்பா, பெரியம்மா, ஆபீசர் வீட்டுப் பெண்களைச் சுலபமாகக் கடக்கும் அம்மணியால் பட்டாபியை வெல்ல முடியவில்லை.

சாத்தியமில்லாத யதார்த்தம்

மரப்பசு என்ற படிமமே குறியீட்டுப்பொருண்மை உடையது. மரத்துப் போதல் என்பது உணர்வற்று இருத்தல். மரமாகிய பசு உயிரற்று, உணர்வற்று இருக்கிறது. உணர்வற்ற, உயிரற்ற பசுவுக்குக் குடும்ப உறவு உயிரைத் தருகிறது. உயிரற்ற தன்மையுடைய அழகு அம்மணிக்கு உரியது. மூப்பு வந்தாலும் முடி நரைத்தாலும் என்னை வைத்துக்கொண்டு அழகு பார்க்க எத்தனையோ பேர் இருப்பார்கள் என்கிறாள்அம்மணி. இதை 'உயிர்த்தேன்' அனுசூயாவும் சொல்கிறாள். "இப்ப நீ அழகா இருக்க, இளமையாய் இருக்க, எல்லோரும் பிரியமாக இருக்காங்க வயசாகி. தோல் சுருங்கி உடம்பு தளர்ந்துதின்னா" என்று கேட்கிறாள் செங்கம்மா. "அதற்கு எனக்குப் பயமில்லை நான் எனக்காக யாருகிட்டயும் இன்னும் போகல. சுயநலம் பாராட்டினாதான் கஷ்டம். கிழவியாகப் போனாலும் என்னை முத்தம் கொடுக்க 'ஆயிரம் கிழவன் இருப்பான்' என்று நமுட்டுச் சிரிப்புச் சிரிக்கிறாள் அனுசூயா (273). "எனக்கு என் இஷ்டப்படி இருக்கணும். சரீர, உறவு ரொம்ப சாதாரண விஷயம். வித்தியாசம் பாராட்டாமல் எல்லார்கிட்டயும் அன்பாய் இருக்கிறதுதான் சிரமம். எனக்கு உலகம் முழுக்க அணைத்து தழுவி பிரவாகமாகப் போயிடனும் போலிருக்கு (299)" என்கிறாள். நடப்பு வாழ்வில் பெரும்பாலான பெண்களுக்குச் சாத்யமாகாத ஒன்றைத் தி.ஜா. புனைகிறாரோ என்றாலும் அதுவும் பேசத்தக்கதுதானே.

ஆணைத்தொடரும் அம்மணி

ஆண் இன்றிப் பெண்ணின் இறுதிக்காலம் அமையாது போலும். வயதான பிராமணப்பெண் இளமைபோன பிறகு

உடம்பு இரண்டாம்பொருளாக மூன்றாம்பொருளாக ஆகும் வயதில் என்ன ஆவாள்? என்ற புரூஸின் கேள்வி அம்மணியை மிரள வைக்கிறது. பல அறிவாளிகளைத் திகைக்கச் செய்த அம்மணியின் அறிவு இங்குப் பொருட்டில்லை அவளுக்கு அழகே பிரதானம். பெண்ணுக்கு அழகு அன்றி வேறென்ன இருப்பு. அழகான உடலுடன் உள்ள அம்மணியைப் பட்டாபி என்ற பலசாலி இளைஞனால் தான் காக்க முடியும் என்கிறார் தி.ஜா. இது நடப்பதுதானே இதிலென்ன சண்டமாருத வியாக்கியானம். ஆண்தானே பெண்ணைக் காக்க முடியும்? நாட்டைக் காப்பவன்தானே வீட்டைக்காப்பான் என்றெல்லாம் கேட்கப் பலர் உளர். நடப்பைத் தக்க வைப்பது தானே அதிகாரம். மனுஷி ஆவதற்கும் மார்க்சியம் பேசுவதற்கும் புரட்சி பேசுவதற்கும் காரணமாக இருந்தவற்றைப் புறக்கணித்த அம்மணி அவற்றைப் பெறப் பட்டாபியைக்கேட்டுச் சொல்கிறேன் என்கிறாள். என்ன சொல்ல? தி.ஜா. படைத்த அம்மணியைப் பார்த்தாலும் சிரிப்பாக இருக்கிறது.

அம்மணியை ஏற்றுக் கொள்கிறீர்களா இல்லையா என்ற வழக்காடு மன்ற ஒற்றைக் கேள்வி வழி தீர்ப்புரைக்க முடியாது. அறுபதாயிரப் பெண்டுகள் எனும்புராணக்கணக்கு, நம் பெண்டுகள் எனும் கல்வெட்டுக் கணக்கு, நடப்பு உலகக் கணக்கு, எங்ஙனும் பறக்கும் ஆடவர் தம் கற்புக்கொடியை மௌனமாகக் கடந்து செல்லும் சாண்பிள்ளைகள் அம்மணியை முறைப்பது எங்ஙனம் பொருந்தும்? இவற்றை ஏற்றால் தவளைச் சாத்திரங்கள் ஏற்காதா. தவளைகள் கிணற்றில் சத்தம் போடத்தான் செய்யும் ஆயின் புலன வீரர்கள் ஊடகச்சக்கரவர்த்திகள் தொடுக்கும் கடும் ஒழுக்க வாழ்வுக்கேள்விகளையும் ஆணைகளையும் தாண்டும் அவலத்தினூடு அம்மணியின் செயல் அடாவடித்தனம் தான் பலருக்கு. பெண் பாலியலைப் பற்றிக் கலகக்காரர்கள் கூடப் பேசவில்லை.

‘உண்டிப்பொட்டி’, ‘கல்லுரல்’ என்று கூறப்படும் பிரதிப் பகடிகளைப் புறந்தள்ளி அம்மணியைக் காட்டுவது ஜானகிராமனின் துணிச்சல்தான். எதையும் உடைக்கும் எல்லாவற்றையும் கலைக்கும் கலகக்காரர் அல்லர் அவர் என்றாலும்.

கங்கைக்குச் செல்லும் ஜானகிராமன்

செய்த பிழைகளுக்கும் இயலாமைக்கும் கழுவாயாக மனசுக்கு விரோதமாக நடந்ததற்கு விமோசனமாகக் கங்கைக் கரையை மலர்மஞ்சத்தில் முன்வைக்கிறார். கோணவாய்

நாயக்கர், ராமையா, வேலம்மாள், வடிவு எல்லாரும் கங்கைக்கு வந்து சேருகிறார்கள். பாவத்தை நீக்கும் நீர் கங்கையில்தானே ஓடுகிறது. கங்கை எனும் தொன்மம் எதன் வழிப்பட்டது என்று விளக்க வேண்டியதில்லை.

பொதுவுடைமை எதிர்ப்பு

எழுபதுகளில் நக்சல்பாரி இயக்கம் வலுவடைகிறது. கம்யூனிசக் கனவு நாடெங்கும் பற்றுகிறது. எழுபதுகளில் மரப்பசு எழுதிய தி.ஜா.வுக்குக் கம்யூனிஸ்டுகளின் மேல் கேலி கிண்டல், நையாண்டி, எள்ளல், இழிவு எல்லாம் இருக்கிறது. கூந்தலைக் கட்டாத திரௌபதிகள். ஆயுதப் புரட்சி இல்லாமல் இந்த நாட்டில் வறுமையோ வர்க்கமோ அநீதியோ அகலாது என்று மூன்று மணி நேரம் பேசி தோசை முறுக்கு எல்லாம் காலி செய்துவிட்டுக் காரில் ஏறிப்போய் விடுவார்கள். மூன்று பேர் காஞ்சிபுரம், பங்களூர், காசிப் பட்டுப்புடவை தவிர வேறு அணிந்து பார்த்ததில்லை எனச் சொல்லும் ஜானகிராமன் போகிற இடங்களிலெல்லாம் கம்யூனிஸ்டுகளை இடித்துத் தள்ளுகிறார். அம்மணியின் பெண் சினேகிதிகள் சீமைச்சாராயம் குடித்துக் கொண்டு மார்க்சியம் பேசுகிறார்கள். பிக்காடிலி சதுக்கத்தில் ஆள் தேடுபவராவும் பங்கு பறிபோய்விடும் எனில் மார்க்சியத்தை முழுகிவிடும் பணக்காரக் குடும்பத்தைச் சேர்ந்தவர்களாகவும் இருக்கிறார்கள். ஓரிடத்தில் எங்கோ ஒரு மூலையில் கம்யுனிசத்தைப் பிடுங்கி எறியப்போகிறேன் என்று உங்கள் தலைவர்கள் பதினாயிரக்கணக்கில் உங்களை அனுப்பி இருக்கிறார்கள். லட்சம் பேர்களைக் கொன்ற பிறகு, உங்களுக்கு எங்கேயோ வருகிற கம்யுனிசத்தைத் தடுக்க இவர்கள் யார் என்று உங்கள் நாட்டுக்கிழவர்களைப் பார்த்துக் கேட்கத் தோன்றி இருக்கிறது என்று அமெரிக்க வீரன் புரூஸிடம் அம்மணி கேட்கிறாள். நீ சொல்வது நூற்றுக்கு நூறு சரி இந்தக் கிழவர்கள் யார் கம்யுனிசத்தைத் தடுக்க என்று அவன் பதில் சொல்கிறான் (249). கம்யுனிச எதிர்ப்பு ஏராளம். ஆதரவு மிகச் சொற்பம்.

அம்மணியை அடக்கிய ஆண்

வளமைச் சமூகத்தில் வம்ச விருத்தியோடு தொடர்பில்லாத பாலியல் இல்லை. ஆதிச் சமூகப் பெண் மேலாதிக்கத்தைக் கண்டுணரும் அம்மணியோ குழந்தைகளை வெறுக்கிறாள். வராமல் இருக்கக் கற்றுக் கொண்டவள் வந்ததை வயிற்றில் கல் என உணர்கிறாள். முன்னே ஒருதடவை பயத்தில என்னவோ வந்துடுத்து என்று எரிந்து விழுந்து குழந்தைகளையெல்லாம்

குப்பைத் தொட்டியிலே போடணும்னு சீறிக் கொண்டு இருந்தாயே (80) என்று கோபாலியால் கேட்கப்பட்டவள் அவள்.

'துணை புணர்ந்த மடமங்கை'யரும் காதலர் புணர்ந்து சென்ற தலைவியும் முருகு புணர்ந்து இயன்ற வள்ளியும் கைதட்டி அழைத்துக் கல்லா இளைஞரொடு புணரும் குறிப்புகள் பண்டை இலக்கியத்தில்உண்டு.

ஆணைப் புணர்ந்த பெண்டிர்குறிப்புகள் அவை. புணர்ச்சியில் பெண்களை முதலாகக் கொண்ட தாய்வழிச் சமூக மரபு நம்மிடம் உண்டு. மேலிருந்து துய்த்தல் என்பதாகவே இதைக்கொள்ளமுடியும். "கிமு பன்னிரண்டாயிரம் அல்லது இருபதாயிரம் அல்லது கிமு முப்பதாயிரத்தில் பெண்ணாகப் பிறந்தவர்கள் மேலே இருந்தார்கள். நீங்கள் அதை வாங்கிக் கொண்டீர்கள் மல்லாந்து கிடந்தீர்கள். நாங்கள்தான் மேல் என்று ஒப்புக்கொண்டு கையாலாகாமல் கிடந்தீர்கள். பிறகு ஏழெட்டுச் சோம்பேறிப் பெண்கள் இடம்மாற்றிக் கொண்டார்கள் என்கிறாள். பின்பு மேலே இருப்பவர்கள்தான் மேல் என்று ஒப்புக்கொண்டு கையாலாகாமல் பெண்கள் கிடந்த கதையைச் சொல்லுகிறாள் அம்மணி (224). கி.மு.வில் இருந்த மாதிரி நாங்கள் இருக்க வேண்டும் என்கிறாள் (225). பிரதிக்குள் மேலிருந்து துய்த்தல் இல்லை. பாலியலில் துய்ப்பவரே அதிகாரம் கொண்டவர் என்பது அம்மணியின் கருத்து.

குடும்ப வாடை வீசும் கோபாலியிடம் அம்மணி நிறைவடையவில்லை. கோபாலி சுருதி சேர்த்து விட்டு வாசிக்க மறுப்பவர். அவர் புணர்ச்சிக்குப் பின் அம்மணிக்குத் தருவது நல்ல விழிப்பு முறுக்கு விழிப்பு (89). நாவலின் தொடக்கத்தில் அன்னவாசல் பெண் தெய்வத்தை அடக்கி யந்திர ஸ்தாபனம் செய்கிறார் ஆதிசங்கரர். நாவல் இறுதியில் அம்மணியின் பாலியல் உக்கிரத்தை அடக்கும் ஆணாக வெளியிலிருந்து வரும் புரூஸ் அமைகிறான். அவனைப் பிரமிப்பாகப் பார்க்கிறாள் அம்மணி. அதைவிட உச்சம் இல்லை. இருக்க முடியாது என்று உணர்ந்து விட்டாள். ஆண்கள் அத்தனை பேரின் ஒருமித்த வடிவமாகப் புரூஸ் இருக்கிறான். முப்பதுலட்சம் கினி ரூபாய் கொடுத்தால்கூட அதற்குள் இனிபோக மாட்டேன் என்று சொல்லும் அளவுக்கு உச்சத்தைத் தந்தவன் புரூஸ் என்று நாவல் சொல்கிறது. ஆண்வாடை நெடி.

கள்ளத்தெரு மீதான காதல்

கள்ளத்தெரு, சாலியத்தெருக்களுக்குள் நுழையும் ஜானகிராமனின் பேனா வேறு சில அன்ன வாசல்வீதிகளுக்குள்

போகவில்லை. உடல் வன்மை சார்ந்த கள்ளத்தெரு மீது அவருக்கு ஈடுபாடு உண்டு. அம்மணியின் பெரியப்பா, கோபாலியைத் தாக்கும் போது கோபாலி, "எங்க ஊர் பிராமணனுக்கு எல்லாம் பாப்பாரக் கள்ளன் என்று பேரு. கள்ளத் தெரு ஆளோட சிலம்பம் ஆடற பிராமணன் அத்தனை பேரும், அமாவாசை அன்னிக்குப் பழேது சாப்பிட்டு தீவட்டிக் கொள்ளைக்குப் போனான். எங்க ஊர்ல ரெண்டு பிராமணன் போன தலைமுறையில எங்க வீட்டுக்கு ஒரு வீடு போட்டு அடுத்த வீடு. அந்தக் குணம் ஒரு வீடு தாண்டி எங்கிட்ட வர நாள் ஆகாது" *(104)* என்பார். கள்ளத் தெருமீது கோபாலி காட்டும் ஈடுபாடு லேசானது அல்ல. கள்ளத்தெரு உடல் வன்மை மிக்கது எனும் கருத்து தி.ஜா.வுக்கு உண்டு.

கோபாலி கள்ளத்தெருவின் உடல் வன்மை தனக்கும் உண்டு என்பதைப் பெருமையாகச் சொல்கிறார். ஆனால் சாஸ்திரிகள் முன்னால் கள்ளத்தெருவார்கள் பம்முகிறார்கள். செங்கொழுந்து போலத் துளிர்த்திருந்த பெண்ணுக்குக் கொசுவி முறுக்கிய பதினெட்டு முழ வெள்ளைப்புடவையைக் கொடுக்கும்போது ஆற்றுவெளி நடுங்குகிற மாதிரி "சாஸ்திரிகளே இது வேண்டாம்னு சொன்னேனோல்லியோ" என்கிறான் கண்டுவின் கடைசிப்பையன் *(25)*. பல்லைக் கடித்துக் கொண்டு இரண்டு கைகளையும் முன்னால் வீசுகிறான். இதற்கு ஆதரவாகக் கள்ளத்தெருவில் உள்ளவர்கள் யாரும் களத்தில் நிற்கவில்லை. "சிலம்பம், கத்தி , வஞ்சம் என்று ரோஷப்படுகிற கள்ளத்தெருவார்கள் பூனைக்குட்டிகளாக நின்று கொண்டிருந்தார்கள். வேளாளத்தெரு சோகை பிடித்தாற்போல நின்றது" *(25–26)* ரோஷமாக வியாஜ்ஜியம் ஆடுகிற அக்கரகாரம், கள்ளத்தெரு, சேரி, சாலியத்தெரு இங்கெல்லாம் போய்ப் பத்ரகாளி மாதிரி தித்திப்பல்லைக் காட்டிச்சிரிக்க வேண்டும் போல் இருந்தது என்கிறாள் அம்மணி. கருத்துவலு முன்னால் உடல்வலு தொய்ந்து விழுகிறது. பதினெட்டுமுழப் புடவையைத் தடுக்க இளவயதுக்காரர்கள் இருவருக்கு மட்டுமே விருப்பம் எழுவதை ஜானகிராமன் சுட்டுகிறார்.

கள்ளக்குடும்பத்தில் பிறந்த சோப்ளாங்கிக்கணவனுக்கு வாழ்க்கைப்படும் சீராளியின் கடைசல் உடம்பு ஜானகிராமனை ஈர்க்கிறது. கொஞ்சம் சிவந்து படித்தும் இருந்தால் பேச்சுக்கும் பலத்துக்கும் எப்படியெல்லாம் இருந்திருப்பாள் என்று அம்மணி வியக்கிறாள். பாலியலுக்கும் உடல்அழகுக்கும் தொடர்ந்து முடிச்சுப்போடும் பொதுப்புத்தியை எழுத்துக்காரர்கள்

தொடர்ந்து பேணி வருகிறார்கள். காலையும் தோலையும் சொருக்கு முடிச்சையும் அழகையும் நீட்டிப் போட்டு நடக்கும் சீராளியை அக்கிரகாரமும் கள்ளக்குடியும் ஏக்கமாகப் பார்க்கிறது. உடம்பெல்லாம் மழமழப்பு. கன்னத்தில் அறைகிற உடல் அழகு. திணற அடிக்கிற சீரும் குழைவும் கொண்ட மரகதத்தைத் தொட்டுப் பார்க்க விரும்புகின்றனர். அம்மணியின் நண்பர்களும் கோபாலியும் மரகதத்தின் அழகில் மயங்கி நிற்கின்றனர். அழகையும் காமத்தையும் இணைக்கிறார் ஜானகிராமன்.

அம்மணியின் வன்மம்

காமம் அழகைக் கடந்தது. அழகைக் கடக்கவும் வேண்டும் தானே. அழகு என்னும் அதிகாரம் காமத்தைச் சிதைப்பதைப் பொதுப்புத்தி வேடிக்கை பார்க்கும்தான். பொதுப்புத்தி சார்ந்து வெள்ளைத்தோல் கட்டுடல்கனாக்களில் மூழ்கும் பரிதாபத்திற்கு உரியவர்தாம் நாம் என்றபோதிலும். செம்மை யற்ற திருவுடையோர் பாலியல் தகுதிப்பட்டியலில் இருந்து விலக்கப்படுகின்றனர்.

கோபாலியின் மனைவி குஞ்சாளி மீது அம்மணி காட்டும் வன்மம் அளப்பரியது. “இந்த மனைவியிடமிருந்து ஒரு மாடி இரண்டு மாடி ஏழு மாடி தள்ளியே தான் இருக்க வேண்டும். எப்படி இவளைக் கோபாலி கல்யாணம் செய்துகொண்டார். எப்படி இந்த முகத்தை நெருங்கி கிட்டே மூச்சுபடப் பார்க்கிறார். கண்ணை மூடிக் கொள்கிறாரா? அந்த அம்மாளின் முக அமைப்பு, குரங்கு முக அமைப்பு. கொஞ்சம் சிங்கம் மாதிரியும் இருந்தது. அனுமாருக்கு ரொம்ப பாட்டுக் கேட்கப் பிடிக்குமாமே அதை நினைச்சா இந்த மாமி கையைப் பிடிச்சேள்? முகம் கொஞ்சம் பார்க்கும்படியாக இருக்கப்படாதோ” என்று கோபாலியிடம் பேசுகிறாள் அம்மணி. அவர் மனைவியை விரட்டி விரட்டிக் கருத்தால் அடிக்கிறாள் அம்மணி. கோபாலியும் கொஞ்சம் கொஞ்சமாக அம்மணியின் வழிக்கு வந்து விடுகிறார். வீட்டுக்கு வரும் முன்பின் தெரியாத அம்மணிக்குக் காப்பி அனுப்புகிறாள் கோபாலியின் மனைவி. பங்கு போட வந்த அம்மணியை ஏதும் சொல்வதில்லை. கோபாலிக்கு ஆக்கிப் போடுகிறாள். பிரமாதமான பருப்பு உசிலி பண்ணித் தருகிறாள். பிள்ளை பெற்றுத் தருகிறாள். ஆனாலும் அம்மணிக்கு அவளின் அழகின்மை வெறுப்பைத் தருகிறது. ஓர் அப்பாவிப் பெண் எங்கு போய் முகத்தைச் சீராக்குவாள். குப்பி குப்பியாய் எதையாவது பூசினால் சரியாகுமா. பரந்து கெடுக உலகியற்றியான் எனச் சாபம் விடலாமா? அவள்.

அங்கஹீனர்களுக்கும் அழகற்றவர்களுக்கும் காமம் தடை செய்யப்பட்டதா என்ன? ஒவ்வொரு உடம்பிலும் ஒரு ரகசியம் ஒரு சேதி இருக்கும் (112) என்று சொன்னாலும் கூட அம்மணிக்குக் கோபாலின்மனைவி மீது வெறுப்புத்தான் மிஞ்சுகிறது. அன்னவாசலில் பாலியல் மீறல் ஏதும் இல்லை. கும்பகோணத்தில் கோபாலியுடன் அம்மணிக்குத் தொடர்பு ஏற்படுகிறது. திருவல்லிக்கேணியில் பலருடன் உறவு கொள்கிறாள். உனக்கு என்ன வேண்டும் என்று கோபாலி, பட்டாபி, புரூஸ்களின் கேள்விகள் எழுகின்றன.

வழவழ விரும்பும் தி.ஜா.

நுகர்வியம் தின்று உருவாக்கப்பட்ட உடல் ஆகட்டும், நிலவுடைமைப் பண்பாட்டால் தனதாக்கப்பட்ட மனம் ஆகட்டும் தோல் அன்றித் தொழ ஏதுமில்லை. நிறம் மட்டுப்பட்டால் கட்டான உருவம் சித்தித்தால் கவலை இல்லை. அழகை நிறுவும் வன்முறை தி.ஜா.வுக்கும் உடன்பாடுதான். நீ ரொம்ப அழகு. நல்ல சிவப்பு. மொழுமொழுவென்று எங்கும் பழம். மருத மரம் மாதிரி ஒரு நிறம். சிவப்புமில்லை மாநிறமும் இல்லை. எல்லாவற்றையும் ஒன்று சேர்த்து ஒரு பாந்தமாக உருவாக்கிய அழகு மட்டுமல்லாமல் அலையடிக்கும் சொப்பனமாக எப்படி ஆக்கினாள் ஒரு தாய். நடு உயரம். மஞ்சள் ஓடிய வெள்ளை நிறம். உடம்பெல்லாம் பழமாக இருந்தது சில்லென்ற கன்னங்கள். மொழு மொழுவென்று மார்பு. எடுப்பான பின்புறம் என்று நிறத்திலும் அழகிலும் மூழ்கிக்கிடக்கிறார் ஜானகிராமன். கறுப்புக்கும் சில தளர்வுகளைத் தந்து ஏற்கிறார். கறுப்புத்தான் ஆனால் வாட்டசாட்டம். பரந்த முகம். உருண்டு திரண்ட வலுவான உடம்பு. தொடை, கை, கால் எல்லாம் அச்சாரம் கொடுத்துப் பண்ணச் சொன்னால் போலிருந்தது. அட்டைக் கறுப்பு. அவளின் தோல் வழவழப்பா கடைசல் மாதிரி. உடம்பை யும் பார்த்து மயங்கி இருக்கிறேன் என்றெல்லாம் வியப்பு.

பொதுவில் வாதம் உண்டு. இந்தத் திருவாளர்சமூகம் அப்படித்தான் இருக்கிறார். பொதுவில் சிவப்பையும் அழகையும் கண்டு ஈரம் கசிய தானே செய்கிறது. இதில் என்ன பெரிய கண்டுபிடிப்பு இருக்கிறது என்று பல அடவுகளைப் போட்டுக் கம்பு சுற்றலாம். அழகு, பிரமாண்டம், ஒளி, உச்சம், வெற்றி, பின்தொடர்தல்தான் உயர்வா என்ன? கட்டுக் குலைந்த கறுத்த எளிய உடல்களைத் தகுதி நீக்கம் செய்தல் எதன் பொருட்டு? வழவழ இல்லாத தோலர்களை என்ன செய்வீர்கள் கோர்ட்டார் அவர்களே? ஏந்திய வன முலைகள்தான் இலக்கு என்றால் எப்படிப் பால் கொடுப்பதாம்?

அம்மணி போல நல்ல உடம்புகளுக்குத்தான் தி.ஜா.வும் உரிமை தருகிறார். காதல், திருமணம், குழந்தை, கற்புப் பற்றியெல்லாம் கோரிக்கைகளை முன்னெடுக்கும் அம்மணி இளமை, அழகால் வென்றவற்றை முதுமையாலும் நரையாலும் பெற்று விட முடியாது என்று ஞானம் கொள்கிறாள். சத்துவமற்ற ஆண் உடல்கள் ஆன கோபாலி, சுந்தரம் அலுப்பூட்டக் கூடியவர்களாகவும் சத்துவமான பட்டாபியும் புரூஸும் விருப்புக்குரியவர்களாகவும் இருக்கிறார்கள். இது புரிந்து கொள்ளத்தக்கதே. இருபதுகளில் நிற்கும் அம்மணியின் உடலும் மனமும் அவற்றைத்தான் அவாவி நிற்கும். பட்டாபிராமனிடம் அடைக்கலம் புகுவதே நன்றென்று உணர்கிறாள். சத்துவமற்ற ஆண் உடல்கள் ஆனகோபாலி, சுந்தரம் வெறுப்புக்குரியவர்களாகவும் பட்டாபியும் புரூஸும் விருப்புக்குரியவர்களாகவும் நிற்கிறார்கள்.

இன்றில்லை; எழுதத் தொடங்கிய காலத்திலிருந்தே உடல் இன்பத்துக்கும் உடல் வடிவத்துக்கும் ஆன இணைப்பை எழுத்தாளர்கள் ஸ்தாபித்தார்கள். ஸ்தாபிக்கிறார்கள். அழகு எனும் உணர்வு தள்ளப்பட வேண்டியதில்லை. கட்டுடல், ஏந்தியமுலை வெண்தோல் மிகு சதையில்லாச்சீர் உடல் இன்றிக் காமம் நடைபயிலத்தான் செய்கிறது. செய்யும். ஆணைப் பின்பற்றும் பெண் எழுத்துக்காரர்களும் காமத்தையும் அழகையும் இணைப்பது நிகழத்தான் செய்கிறது. ஜானகிராமனை முன்வைத்து இதைப் பேச வேண்டியிருக்கிறது. கல்லாதான் சொற் காமுறுதல் முலையிரண்டும் இல்லாதாள் பெண்காமுற்றற்று என்கிறார் ஐயனும். தனபாரம் இல்லாத பெண்ணின் காமத்தை நகையாடுதல் அறமோ!

சொந்தச்சாதிக்கு எதிரான குரல்

புறந்தள்ளி விடமுடியாமல் ஜானகிராமன் விளங்கக் காரணம் சொந்தச் சாதிக்கு எதிராகப் பேசுவதுதான். அறிவினால் ஜீவிக்கும் நடுத்தர வர்க்கத்தின் மீதும் அவருக்கு விமர்சனம் உண்டு. இந்த உலகம் கொலைகாரர்களைப் பேணி வருகிறது. பணக்காரனுக்குக் கொள்ளையடிக்கக் கைகொடுக்கிறவன் மெத்தப்படித்தவன். அறிவுக்காரர்கள் பணக்காரர்களுக்கு அடிமையாகிவிட்டார்கள். அறிவுதான் கன்னக்கோல். கற்பழிக்க, திருட, ஏமாற்ற எல்லாவற்றுக்கும் உதவுகிற கன்னக்கோல். அறிவு வந்தால் கபடம் வரும். சூதுவரும். கொள்ளை வரும். நாசம் வரும் (218–219) என்றும் பேசுகிறார். நீதிமன்றம், கல்விக்கூடம், ஆட்சியதிகாரங்களின் மிடுக்கைத் துச்சமாகக் காலால் எத்துகிறார்.

ஆற்றல்மிக்க பெண்கள்

ஜானகிராமனின் பெரும்பாலான பெண்கள் அன்பும் அறிவும் ஆற்றலும் பொருந்தியவர்களாகத் திகழ்கிறார்கள். உயிர்த்தேன் செங்கம்மா பூவராகவனின் விழியைத் திறக்கிறாள். கோயிலைவிடக் குடியானவர் வாழ்வு உயர்ந்தது என உணரச்செய்கிறாள். தகப்பனுக்கும் மகனுக்கும் பிணக்கு ஏற்பட, தான் காரணமாகக் கூடாது என ஊரை விட்டுச் செல்கிறாள் தாசிப்பெண் அமிர்தம். சக்தியின் உச்சமாக, மரப்பசுவின் நாயகி அம்மணியைக் காண்பதும்கூட ஒரு திறப்பு தான். வடிவம், தர்க்கம், சொல்முறை எனத் திரண்டிருக்கும் மரப்பசு, மாற்று மரபின் ஒரு புதிய தொடக்கமாகும். எருமைப் பொங்கலும் வைத்தழைத்த அக்கிரகார மனிதரைப் படித்துக்கொண்டாடத்தான் வேண்டும்.

க. காசிமாரியப்பன்

10

உடைபடா சாதிய மரபு

தன் ஆளுகைக்குட்பட்ட வெளியிலிருந்து சிலரை பெருநிலங்களை ஆளும் அதிகாரம் வெளியேற்றுகிறது. தன்னிலிருந்து வேறுபட்ட கருப்பொருட்களான தெய்வம், இசை, உணவு, இனம், விலங்கு, தொழில் கொண்ட மக்களை அதிகாரம் புறந்தள்ளுகிறது. ஐரோப்பிய இனவாதம் தொடங்கி இந்துத்துவம் வரையில் இது நீள்கிறது. கருப்பொருட்களைப் புழங்குபொருள் எனலாம். புழங்குபொருட்களில் உயர்வு தாழ்வு கட்டமைக்கப்படுகிறது. தான் விரும்பாத புழங்கு பொருட்களை, மனிதர்களைத் தன் வெளிக்குள் கட்டுதிட்டங்களுடன் அதிகாரம் அனுமதிக்கிறது. புழங்குபொருட்களில் பல இயற்கையானவை அல்ல. பண்பாடுகளால் உருவாக்கப்பட்டவை. சாதியப்பண்பாட்டுக்குப் புறம்பான பண்பாடுகள் சாதிவெளிக்குள் புகுகையில் சலனம் ஏற்படு கின்றது. சாதியப்பண்பாட்டைக் கற்றுக் கொண்டாலும் ஒருசாதி மறுசாதி வெளிக்குள் புகுந்து விட முடியாது.

பழந்தமிழ்ப் பண்பாட்டில் திணைகள் வேறுபட்டிருந்தாலும் திணைக்கலப்பு ஏற்கப் பட்டது. பிறதிணைக் கருப்பொருட்களின் நுழைவு ஒருதிணைக்குள் மறுக்கப்படவில்லை. புழங்குபொருட்களின் மயக்கம் தவறெனக் கொள்ளப்படவில்லை. சாதியவெளிகளில் கண்ணுக்குப் புலனாகாது வகுக்கப்பட்டுள்ள எல்லைக்கோடு சடங்குகளின்போது தளர்த்தப்படும்.

சமூகப் பொருளாதாரப் பண்பாட்டு நெருக்கடிகளால் சாதியவெளியில் விரிசல்கள் ஏற்படுகின்றன. சாதியப்பிடிமானம் உடைய மனத்துக்குப் பொதுவெளி, நகரவெளி, சமத்துவ வெளிகள் பிடித்தமானவை அல்ல. பெருமாள்முருகனின் நாவல்களில் பெரிதும் கவுண்டர்களின் புழங்கு வெளிகளையும் சிலபக்கங்களில் அருந்ததியர்களின் புழங்குவெளிகளையும் கண்ணுறலாம். கூளமாதாரி திணைத்தன்மை கொண்ட சாதியவெளியையும், ஏறுவெயில் சாதியவெளி உடைவையும் நிழல்முற்றம் சாதியக்கொடுமை குறைந்த பொதுவெளியையும் காட்டுகின்றன.

திணைத்தன்மை பேணுதல்

தமிழ்த் திணைத்தன்மையைப் பேணும் பெருமாள் முருகனின் கூளமாதாரியின் கதை, தை மாதத்தில் தொடங்கித் தை மாதத்தில் முடிகிறது. காலையில் முகிழ்த்து மாலையில் நிறைவெய்துகிறது; அறுவடை முடிந்தபின் எழுந்து அறுவடை முற்றுப்பெறும்போது முடிகிறது. நாவலின் தொடக்கம், 'பட்டிப் பொங்கலுக்கு நெற்றியில் கொட்டியிருந்த சிவப்பு பளிச்சென்று தெரிகிறது. தரையெல்லாம் நடுங்கும் தைமாதப்பனி புற்களையும் சருகுகளையும் நனைத்துவிட்டிருக்கிறது. கந்தமூப்பன் விடிகாலையில் வீசி எறிந்த பனைச்சீவல்களை ஆடுகள் ஓடிஓடிப் பொறுக்குகின்றன. திருச்செங்கோடு மலையேறிப் பொழுது வராத இளங்காலையில் அறுவடை முடிந்து சில நாட்களே ஆகியிருந்தது (16)' என்று அமைகிறது.

நாவல் முடியும்போது, உச்சியிலிருந்து மேற்கே கொஞ்சமாய் இறங்கும் நேரம் வரை பயிரை அறுத்த குறிப்பு (280) வருகிறது. புழுதி, கொழிமண், வறள் என மூன்று இயல்களாகக் கூளமாதாரி நாவல் பகுக்கப்பட்டுள்ளது. வளத்தின் தொடக்கம் புழுதி. பருவம் எய்துவது கொழிமண். கொழிமண்ணைத் தொடர்வது வறள். புழுதி என்ற இயலில் பகற்பொழுதும் கொழிமண்ணில் இரவுப்பொழுதும் வறளில் இரவும் பகலும் காட்டப்பட்டுள்ளன. பருவந்தோறும் பனை வளர்கிறது. பாளை சீவத்தொடங்கும் நாவலின் முதல் இயலில் நுங்கும் கொழிமண்ணில் கள்ளும் பழமும் பனை தருகிறது. பின்னர் கிழங்கு வாங்கவும் சாயபு வந்துவிடுகிறார்.

தைக்குப்பிறகு பங்குனி, சித்திரை மாதங்களில் நெருஞ்சி முள்ளாய் வெயில் தோலில் தைக்கிறது. பாலைமரம் பூத்துக் கிடக்கிறது. பாறைச்சூடு தகிக்கிறது. வைகாசியில் சாமியாரிடம் மந்திரம் பெறுகிறான் மொண்டி. ஆடிக்காற்றில் பட்டிக்குடுசைத்

தூக்கித் தள்ளுகிறது காற்று. அடைமழைக்காலமான ஐப்பசியில் முனியப்பன் பொங்கல் வருகிறது. தொடர்ந்து 'மாதக்கணக்கு' நாவலில் பேணப்படுகிறது.

முல்லைத்திணை நாவல்

இளங்குட்டிகளைத் துரத்தும் வீரன் என்னும் ஆட்டுக் கிடாவின் நசியம், பயிராதல், குட்டி ஈனுதல், பூங்குட்டிகள் போன்றவற்றைக் காட்டும் நாவல் ஆடுகளின் சாவில் நிறைவடை கிறது. இளம்வடலிப் பனையில் தொடங்கிப் பழம்தரும் பனையில் ஏறுகிறது. அறியாப்பெண்ணாக வரும் செவிடி இறுதியில் பருவம் எய்துகிறாள். பருவ மாற்றத்திற்கேற்ப வாழ்வு மாற்றமுறுகிறது.

கூளமாதாரி மேய்ச்சலை மையமாகக்கொண்ட முல்லைத்திணை நாவல். முல்லையின் பெரும்பொழுது கார்காலம் – மாரிக்காலம். மாரியில் காடு செழிப்புறுகிறது. கார்கால முடிவோடு வீழ்ச்சியும் இறப்பும் நாவலில் முன்வைக்கப் படுகின்றன. ஊரைவிட முல்லை நிலமே நாவலின் களம். கூளையனின் விடிவும் அந்தியும் நாவலின் செய்தி.

இயற்கைவெளியோடு இணைய விரும்பும் மனப்பாங்கு கூளையனுக்கு வாய்த்திருக்கிறது. திருச்செங்கோட்டுமலை தழுவி ஏரிநீருக்குள் குதித்தெழுந்து வரும்காற்றும் மண்குளிர்ச்சியும் அவன் முதுகுக்கு இதமானவை. சருகுகள் புரளும் ஓசையும் பனையோலைச் சலசலப்பும் இனிமையாக அவனுக்குள் இறங்குகின்றன. கந்தழுப்பனைவிடப் பனைகளை அறிந்தவன் கூளையன். மண்ணைப் போலவே பனைகளும் அவனுக்குத் துணைதான். மண்ணோடும் பனையோடும் காற்றோடும் கலந்து போகிறான் *(125)*.

பண்பாட்டு வெளிகளான கோயில், வீடு, ஊர், கட்டுத்தரைக்கு எதிர்நிலையில் சாதியப் பண்பாட்டைக் கொள்ளாத இயற்கைவெளிகள் உள்ளன. சிறார்களின் விடுதலை வெளிகளாக அச்சமூட்டும் பாழடைந்த கிணறு, கொறங்காடு, ஒற்றைமரம், முனியப்பன் கோவில் அமைகின்றன.

விடுதலைவெளி

அடக்கப்படும் கூளையனுக்கு விடுதலைவெளி தேவையாக இருக்கிறது. காட்டுத்தடத்தில் ஓடுவதும் ஒற்றையடிப் பாதையில் தன்னந்தனியாக நடப்பதும் கூளையனுக்குப் பிடித்தவை *(272)*. நடந்து போகப்போகச் சாலை நீண்டு கொண்டேயிருந்தால் நன்றாக இருக்குமென்றும், சாலை எங்கே

முடிகிறதோ அது வரைக்கும் நடந்து கொண்டே இருக்கலாம், சாலைகளுக்கு முடிவே இல்லை என்றும் நினைக்கிறான் கூளையன் (179). வீதிகளில் நடக்கத் தடைசெய்யப்பட்ட கால்கள் நடக்க விரும்புதல் முறைதாம்.

ஐம்பூதங்களைப் பற்றிய சித்திரிப்புக் கூளையனோடு காட்டப்படுகிறது. நிலம், நீர், தீ, விண்ணோடு புழங்குகிறான். வெற்றுவெளியில் படுத்துக்கொள்வதை விரும்பும் கூளையன் பனை மேலேறி விண்ணைத் தீண்டுகிறான். கூரியவாளாய் நீட்டிய குருத்தோலையைக் கெட்டியாய்ப் பற்றிக்கொள்ளும் அவன் பனையைவிட உயரமாகி விடுகிறான். கைளைக் பரக்க வீசிக்குதித்துவிட விரும்பும் அவனுக்கு அந்தரவெளியில் நீந்தித் திரியும் ஆசையும் மிகுந்திருந்தது.

கற்பனை செய்ய இயலாத அளவு பிரம்மாண்டப் பெருந்தீயைக் கண்விரியப் பார்க்கிறான். நெருப்புக் கங்குகளில் செய்த செங்குதிரையின் கனைப்பில் கள்ளிப் பழங்களாகப் பெரியகாடு முழுக்கத் தீக்கங்குகள் கொட்டி உதிர்கின்றன. பெரியகாட்டுச் செம்மண் முழுதும் தீப்பற்றி எரிந்தது போல இருக்கிறது. வானத்து மேகங்களில் தலைமோதித் தீப்பற்றியும் அடங்காமல் திமிர்கிறது குதிரை. வாமுனியும் செம்முனியும் விண்ணுக்கும் மண்ணுக்கும் எழுந்து நிற்கக் காண்கிறான் கூளையன்.

காட்டையே பேர்த்தெடுத்துக் கொண்டு போகும் படியான காற்றோடு போராடி வெற்றிபெறும் பலம் தன்னிடம் இல்லை என நினைக்கிறான் கூளையன். காற்றின் ஊளைவேறு. குடுசையைத் தூக்கி மல்லாத்தும் காற்று, தென்பக்கப்படல் மீது இழுத்துத் தள்ளிக் கூளையனை உருட்டுகிறது. காற்றொடு கலக்கிறான் கூளையன்.

அருந்ததியர் வெளி

கூளமாதாரியில் அருந்ததியர் வெளியைக் காட்டும் பெருமாள்முருகன் ஏறுவெயிலில் சிறுகுறிப்பின் வழி அவ்வெளியைக் கடந்துவிடுகிறார். நிழல்முற்றத்தில் அருந்ததியர் வெளி இல்லை. ஆதிக்கவெளிகளில் எளியோர் அடங்கியே செல்கின்றனர். அவ்வெளியில் எதிர்ப்புகள் இல்லை. ஒடுக்குமுறையின்போது கெஞ்சலும் மன்றாடலுமாகவே முறையிடல்கள் உள்ளொடுங்குகின்றன. கவுண்டரின் கிடாயை வவுறி அடிப்பதும் செல்வனிடம் கூளையன் முரண்படுவதும் மொண்டி செல்வனுக்கு எதிராக முனகுவதாகவும் வரும் நிகழ்வுகள் எதிர்ப்பின்பாற்பட்டவை.

ஆதிக்கவெளியிலிருந்து மீளமுடியாத தன்மையைக் கூளமாதாரி முன்மொழிகிறது. கறிச்சோறு தின்பதற்குத் தன்வெளிக்கு வந்த கூளையன் மீண்டும் சாதியவெளிக்குள் நுழைய அழைக்கப்படுகிறான். கிணற்றுக்குள் கட்டித் தொங்க விடப்பட்டபோதும் ஆதிக்க வெளியிலிருந்து மீள வாய்ப்பில்லை. வவுறி கோபித்துக்கொண்டு ஓடினால் வீடுவரைதான் செல்ல முடியுமெனக் கூளையன் நினைக்கிறான். வெளியே ஓடிய நெடும்பன் தடுக்கப்பட்டு ஆதிக்க வெளிக்குள் முடக்கப்படு கிறான். மீட்சியே இல்லாச் சிறைகளாக ஆதிக்கவெளிகள் உள்ளன. ஆயின் சிறார்களின் விருப்பம் விடுதலை பெறுவதுதாம். ஓடிப்போகும் நெடும்பன் மீதான பேரார்வம் வவுறிக்கும் கூளையனுக்கும் ஏற்படுகிறது. திருச்செங்கோட்டுவெளி பற்றிய மொண்டியின் விவரிப்புகள் அதிசயமாகின்றன. பனைமேல் ஏறிக் குதூகலித்தலும் மலையுச்சி மேலான தீராப்பிரியமும் பூமிக்குள் நுழையும் கிணற்று நீராடலுமாக நீளும் உலகங்கள் விரும்பப்படுகின்றன.

மீவியல் வெளி

இயல்பற்ற வெளிகளை மீவியல் வெளி என்றும் இயல்பற்ற காலத்தை மீவியல் காலம் என்றும் கூறுவர். மொண்டி, மந்திரம் பெற்றதும் இப்படியான யாருமற்ற வனாந்தர வெளியில்தான். அத்துவானக்காட்டில் வைகாசிமாத மாலைநேரத்தில் பெருமழை பெய்கிறது. அந்நேரத்தில் இலக்கற்று வெறித்தபார்வையோடும் தாடியோடும் வரும் சாமியார் பேயைக்கட்டும் மந்திரத்தை மொண்டிக்குக் கற்றுத்தருகிறார். கிழக்குப்பக்கமாக நின்று திருச்செங்கோட்டு மலையைக் கும்பிடச் சொல்கிறார். மொண்டி மந்திரம் பெறுகிறான். அதனால் மந்திரக்காரனான மொண்டியின் உடல்வெளி முன்பு கவுண்டர்கள் நிற்கிறார்கள். தன்தோலின் நீட்சியான துண்டால் அவ்வுடல்களைத் தொடுகிறான். தொடமறுத்தால் மந்திரம் பலிக்காது என்கிறான் மொண்டி. அதற்குக் கட்டுப்படுகின்றனர் கவுண்டர்கள்.

திருச்செங்கோடு எனும் புனித வெளி

திருச்செங்கோடு எனும் புனிதவெளியைத் தொழாமல் பெருமாள்முருகன் எழுத்தைத் தொடுவதில்லை. முதல் சிறுகதைத் தொகுப்பின் பெயரும் திருச்செங்கோடுதான். கூளமாதாரி நாவலின் தொடக்கமே கூளையன் பெரியகாட்டுக்குள் நுழைந்த போது திருச்செங்கோட்டு மலையேறிபொழுது வந்திருக்க வில்லை என்றும் இறுதியில் திருச்செங்கோட்டுக்குச் செல்வன் போகமுடியவில்லை என்றும் அமைகின்றன. திருச்செங்கோட்டு

மலையை வணங்கி மந்திரத்தை மொண்டி பெறுகிறான். இருளில் இருக்கும் கூளையனுக்குத் திருச்செங்கோட்டுமலை வெளிச்சமே துணையாகிறது. திருச்செங்கோட்டுமலை விளக்குகள் விண்மீன்கள் இறங்கி வந்துவிட்டதைப் போலக் கண்சிமிட்டுகின்றன. அந்த வெளிச்சம் கூளையனுக்குப் பெருந்துணை. எப்போதும் கூட ஆள் இருப்பதைப்போன்ற நம்பிக்கையைத் தருகிறது. மின்சாரம் இல்லாமல் விளக்குகள் அணைந்துவிடும் நாட்களில் தவித்துப்போகிறான். எல்லாவற்றையும் இழந்துவிட்டது போலத் தோன்றுகிறது அவனுக்கு (124). ஒவ்வொரு நேரத்திலும் ஒவ்வொரு விதமாய்த் தோன்றும் மலையை எண்ணி வியக்கிறாள் வவுறி. அதன் உச்சியில் 'கூர்மையான நகம் போல நீண்டு தெரியும் வறடிக்கல் கோவில் இன்னும் கொஞ்சம் நீண்டால் வானத்தைக் கிழித்துவிடுமோ' என நினைக்கிறாள் (92). உடலைச் சுருட்டிக்கொண்டு தலையை மட்டும் மேலே உயர்த்திக்கொண்டிருக்கும் பாம்பு போலத் தோன்றும் மலையைப் பார்த்துக் கள்குடிக்கும் கூளையன், 'அய்யா செங்கோட்டையா தப்பா இருந்தா மாப்பு... நீதான் அவ்வளவு ஒசரத்துல இருந்து என்னையவே பாக்குற' (142) என்கிறான். பெருங்காற்று வீசும்பொழுது கூளையனுக்குத் திருச்செங்கோட்டுமலை விளக்குகள் நம்பிக்கை ஊட்டு கின்றன. மனத்துக்குள்ளேயே கை குவித்து விளக்குகளைக் கும்பிடுகிறான் (155). ஓடிப்போகும் மொண்டி திருச்செங்கோட்டில் தஞ்சமடைகிறான். பெருமாள்முருகன் காட்டும் தெய்வ வெளிகள் தமிழ்க்கடவுள்கள் சார்ந்தவை. திருச்செங்கோட்டு முருகன் பூர்வீகத்தில் கிடாக்கறி விரும்பிய வேலன். நாவலில் தெலுங்கு பேசும் அருந்ததியச்சிறார் மனவெளியில் திருச்செங்கோட்டையன் உலா வருகிறான்.

விளையாட்டு வெளி

அரங்கம்சார்வெளிகளில் நவீன கால விளையாட்டுகள் நிகழ்கின்றன. வீடுகள், தெருக்கள், விளைநில விளையாட்டுகள் இதற்கு எதிர்நிலையிலானவை. வட்டார விளையாட்டுகள் சாதிய, பால் சார்புடையவை எனினும் கடுத்தமான விதிகளைக் கொண்டவை அல்ல. பாண்டி, ரெட்டக்காலிப் பனையில் உடலால் ஏறுதல், நொண்டி, தலதட்டி, கல்லெடுப்பான் போன்ற விளையாட்டுகள் எல்லையற்ற வெளியான விளை நிலங்களில் ஆடப்படுகின்றன.

கல்லெடுப்பான் விளையாட்டை அருந்ததியர் சாதியைச் சார்ந்த கூளையனும் கவுண்டர் சாதியைச் சார்ந்த செல்வனும் விளையாடுகின்றனர். விளையாட்டுக் களத்தில் உள்ள

கல்லை எடுக்கவிடாது கூளையன் பாதுகாக்க வேண்டும். கல்லைச் செல்வன் எடுக்க வேண்டும். கோழியைவிடக் கழுகு வலிமையானது. வலிமையான சாதியைச் செல்வன் பிரதிபலிக்கிறான், எளிய சாதியைக் கூளையன் சுட்டுகிறான். கற்களைக்கோழிக்குஞ்சுகளாகவும் அதைக் காக்கும் கூளையனைக் கோழியாகவும் கோழிக்குஞ்சைத் தாக்க வரும் கழுகாகச் செல்வனையும் அருந்ததியர் சாதியைச் சார்ந்த மொண்டி நினைக்கிறான். கூளையன் வெளியாக விளையாட்டுக்களம் அமைகிறது; அதைப்பாதுகாக்கும் தாய்க்கோழியாகக் கூளையனும் தூரத்துப்பனையில் உட்கார்ந்திருக்கும் கழுகு போன்றவனாகச் செல்வனும் அமைகின்றனர்.

கல்லெடுப்பான் விளையாட்டில் கோழியும் கழுகும் மோதுகின்றன. இதனைப் பெருமாள்முருகன், 'கோழியின் உடல் வீரத்தால் கொந்தளிக்கிறது. கோழி எட்டிக் கொத்தினால் சதைத்துண்டுகள் அதன் அலகோடு சேர்ந்து வந்துவிடும். புறாபோலத் தோற்றம் காட்டி வசாலியாய் மாறிக் கவ்வும் கழுகின் வித்தை கோழிக்குத் தெரியும். அனுபவமுள்ள கோழி கழுகைக் கொத்தப்பாயாது. தானும் எம்பிப்பறக்காது. தன்னுடைய உயரம் எவ்வளவு என்பது அதற்குத் தெரியும். தாக்குதலில் இறங்கக்கூடாது. தற்காப்புத்தான் தனது பலம் என்பதைப் புரிந்து கொண்டிருக்கும்' என விவரிக்கிறார். கோழிகள் வீரமுடையவை. ஆயின் தாக்குதலை விடத்தற்காப்பு முக்கியம். புறாப்போன்று தோன்றுவது வசாலியாக மாறிவிடும். ஒரு குஞ்சுக்காகப் பல குஞ்சுகளை இழப்பது வேண்டிய தில்லை போன்றவற்றை வேறுதளத்தில் வாசிக்க முடியும். விளையாட்டு வெளிகளில் சாதியம் படிந்து கிடக்கிறது. தான் தோற்பதைச் செல்வனால் ஏற்றுக்கொள்ள முடியவில்லை. கூளையனிடம் தோற்றபோது சாதிய வசையை இடுகிறான்.

காடெல்லாம் விளையாட்டுக்குரியது. எந்தக் குறுக்கீடும் இல்லை. சிறுவேட்டை, நீராடல், பகிர்ந்துண்ணல் என்ற பூர்வகுடிமனப்பான்மையுடன் மேய்ச்சல்வெளி விரிகிறது. எனவேதான் வெட்டுக்காட்டுக்கவுண்டர் பண்ணையத்திற்குப் போக வவுறி விரும்பவில்லை. எட்டும் தொலைவு வரை விரிந்து கிடக்கும் இந்தப் பெரியகாட்டை விட்டுவிட்டுப் போக நேர்ந்துவிடும் என்றும் இங்கே மாதிரி நான்கு பேரோடு ஆடு மேய்க்கவோ குதித்து விளையாடவோ அந்தக்கவுண்டர் வீட்டில் விடமாட்டார்கள் (46) என்றும் நினைக்கிறாள். இங்கென்றால் கவுண்டர் வீட்டுப்பிள்ளை விஜயா வீட்டுத் திண்ணையில் அவளோடு உட்கார்ந்து தாயமோ பாண்டியோ ஆடலாம் என்றும் எண்ணுகிறாள் (48).

கள் மணக்கும் பக்கங்கள்

திணை அழிவு

திணைசார்ந்த மரபை எழுதுவதாகக்கொண்டால் ஏறுவெயில் நாவலைத் திணை அழிவாகக் கொள்ள முடியும். வெளிகள் கையகப்படுத்தப்பட்டுக் குடியிருப்புகள் எழுகின்றன. வேளாண்வெளியில் முட்டுக்கற்கள் முளைக்கின்றன. ஏறுவெயில் துன்பத்தைத் தருகிறது. தொடக்கத்தில், 'கிணற்றுமேட்டில் நிற்கும் நாய் இறுதியில் டிச்சுக்குழியில் சாகிறது.' மரங்கள் கைகளைப் பரப்பி வீழ்ந்து கிடக்கின்றன. ஒற்றையடித் தடங்களில் புற்கள் முளைத்துவிட்டன. அணைப்புகளுக்கிடையே இருந்த வரப்புகள் களைகள் மண்டித் தூர்ந்து விட்டன. பச்சைப்பசேல் என்று ஒரு பெரிய துப்பட்டியைக் கொண்டு மூடியது போலிருக்கும் காடுகள் குறைபட்டுக் கிடக்கின்றன. வேர்வையில் குளிர நனைந்து விளைந்து கிடந்த செம்மண்பூமி, கம்பும் சோளமும் உதிர்ந்து உயிர்களைத் தன்னுள் இறுக்கி அணைத்துக் கொண்ட மண், பருத்திச் சிரிப்பு, கடலைத்திடம் என்கிறார் நாவலாசிரியர். ஆனால் இப்போது குத்தாரிகுத்தாரியாய்க் குவிந்து கிடக்கும் தாழிகள் கைந்நொடிக்குள் காணாமல் போய்விட்டன. தரையெங்கும் சிதறிக்கிடந்த தட்டுக்களில் கறையான் புற்றுக்கள் வளர்கின்றன. கட்டெறும்புக் குழிகள் முளைக்கின்றன.

முறை திரிந்த முல்லை

முல்லை பாலையாயிற்று. மக்களின் வாழ்க்கையும் பாலையாயிற்று என்பதே ஏறுவெயில் முன்வைக்கும் சித்திரம். வேளாண்வெளி அழிக்கப்பட்டுக் குடியிருப்பு எனும் பொதுவெளி உருவாக்கப்படுகிறது. காட்டுக்குள் விளையாடப்படும் கல்லெடுப்பான், சுக்குப்பறி என்று எத்தனையோ விளையாட்டுக்கள் காணாமல் போய்விட்டன. குழந்தைகளின் விளையாட்டுவெளி அழிக்கப்பட்டுவிட்டது.

வளவுவீடுகளின் தெருக்கள் விளையாட்டுக்கு எதிரானவை. விளையாட்டு வெளியையும் விளையாட்டையும் மறுக்கும் புதிய சமூக அமைப்பு வந்துவிட்டது. வாங்கக்குடம் நிறைக்கும் வள்ளல் பெரும்பனைகளின் தெளுவும் இனி இல்லை. 'காடு ரத்தக்களறியாய்த் தெரிகிறது. புல்டோசர் எல்லாத்திட்டுக்களையும் உடைத்து வாரிக்கொண்டு குழிகளில் கொட்டி நிரப்புகிறது. மண்ணுக்குள் புகுந்து செல்வங்களை அள்ளித் தூற்றுகிறது. எமதர்ம ஆபீசர்கள் மண்ணின் உயிர் சிறிதும் தங்கிவிடாமல் புல்டோசர் பிடுங்கிக் கொள்கிறதா

எனப் பார்வையிடுகிறார்கள்' என்று திணை அழிவு நாவலின் தொடக்கத்தில் சொல்லப்படுகிறது. விளைந்த பூமி அழிக்கப்படு கிறது. அதோடு இணைந்து வாழ்வும் நிலைகுலைகிறது. அப்புதுவெளியில் நூற்றுக்கணக்கான வீடுகளில் புதிய மனிதர்கள், குழந்தைகள் வந்து குவிவர் எனினும் நிலம்சார் வாழ்வு அழிகிறதுதானே. புதிய கருப்பொருட்களான சைசிங், ரிக், தறி, பைனான்ஸ் என்ற புதுத்தொழில்கள் பழக்கப்பட்ட வேளாண் வாழ்வை நிலைகுலைத்துவிடும்தான். பணம்சார் தொழில்கள். மக்கள் பறக்கிறார்கள்.

பெரியப்பனும் மாமனும் தறி போடுகிறார்கள். தொழில் இழந்த அருந்ததியர்கள் சைசிங்கிற்குச் செல்கிறார்கள், தறி ஓட்டுகிறார்கள், பஸ் ஸ்டாப்பில் செருப்புத் தைக்கிறார்கள். நிலம்சார் பிரதிநிதிகளாகப் பொன்னு, அவன் அப்பா, பாட்டி அமையப் பொருள்சார் பிரதிநிதிகளாகப் பொன்னுவின் அண்ணன், அம்மா விளங்குகிறார்கள். புதிய வெளிகள் குறித்து அருந்ததியர்களிடம் எந்த முறையீடும் இல்லை.

ஆனாலும் 'நிலத்துல என்ன காசு வருது. தறியிலே போட்டா நாலு காச ஒடனுக்கொடன கையில பாக்கலாம'; *(45)* என்ற குரலை ஒலிப்பவர்கள்தாம், 'காடு வாங்கறானாம் காடு. ஓரேடியா சுடுகாடாப் பாத்து வாங்கிடு. என்னய மொதல்ல கொண்டோயிப் போடலாம்' *(49)* என்கிறார்கள். மாட்டுவண்டி வாங்கி ஓட்டும் மாமனுக்கு எதிராக "என்னால பொழைக்கிறான். காடுகாரரென்னு எங்காச்சும் ரண்டேக்கரா பாத்து வாங்கிப் பொழப்பானாமா. ஆத உட்டுட்டு என்னம்மோ வண்டி வாங்கி ஓட்டறானாமா போக்கத்தப்பய" *(38)* என்ற குரலும் எழுகிறது. 'எங்க பாட்டங்காலத்துல இருந்து எனக்குத்தெரியும் இந்த மண்ணு அதுக்கு முந்தி எத்தன வைராவோ ஆரு கண்டா. இன்னக்கி என்னம்மோ கட்டுறானாங் காலுனி. நாயுணி இல்லாத' *(39)* என்கிறார் தாத்தா.

புதிய வெளியின் தோற்றம்

தாத்தாவிற்குப் புதுவெளி சார்ந்து இயங்க வேண்டிய சூழல். புதிய இளைஞர்களுடன் பொன்னு பழகுகிறான். காலனிக்குப் பால் ஊற்றுகிறாள் அம்மா. புல் செதுக்க, வேலி அடைக்க அப்பா போகிறார். காரை வேலைக்கு அக்கா செல்கிறாள். பாட்டியால் முடியவில்லை. 'தானியத்தத் தொட்ட கைல காரச் சட்டியப் புடிக்க நடுங்குது பயா' என்கிறாள். வேளாண்வெளி சார்ந்தோருக்குக் காலனி என்ற பொதுவெளி மீது தாளாத கோபம் எழுகிறது. புதிய வெளிக்குச் சென்ற அக்கா, பறையர் இனப்பையனோடு ஓடுகிறாள்; மீட்கப்படுகிறாள்.

புதிய வெளி வரவால் பொதுவெளி மீதான ஒவ்வாமை பொன்னுவின் அப்பாவுக்கு ஏற்படுகிறது. எனவேதான் ‘எறப்பெடுத்த முண்ட இவொ பண்ணுனதுதான் சினிமாவுக்குப் போறோம். மயிறு புடுங்கப்போறோம். பாடியும் சாக்கெட்டும் போட்டுக்கிட்டு குதியாட்டம் போறதெ. ஆயாளும் மவளும் பத்தயிட்டம் போட்டுக்கிட்டுப் போறளுவ’ என்று மனைவி மகள் பற்றிக் கூறுகிறார் அப்பா *(70)*. ‘காலனிக்கார சிறுக்கி வெல்லாம் சிங்காரிச்சுக்கிட்டு வந்தாளுவன்னாப்போதும். எவத்தியா இருந்தாலும் சட்டன் பிரேக் போட்டு நிறுத்துறானுவோ’ என்பதுடன் இங்க இருக்குற பசவலக் குட்டிச் செவுராக்கோனுமின்னே முண்டைவோ காலனிலே இருக்குறாளுவோ *(179)* என்று எழுங்குரல் பெண்ணடிமை தொடர்பானது. புதியவெளியால் பெண்வார்ப்புப் பாதிக்கப் படும், சாதிய ஒழுக்கம் உடைந்துவிடும் என்பதால் எழும் குரலாக இதைப் புரிந்து கொள்ளலாம்.

தொழில் சார்ந்து அருந்ததியர் வெளிக்குள் கவுண்டர்கள் புகுதல் நிகழ்கிறது. அருந்ததியர் இல்லாமல் தொழில் நடத்த முடியவில்லை. ‘இரும்புத் தொழிலெல்லாம் மத்தவனுவல அனுசரிச்சுப் போவாட்டி மொதலுக்கே தீம்பு வந்துராது’ என்கிறார் *(62)* பெரியப்பன். தறிக்கு வராத சத்திவேலுவைத் தேடிக்கொண்டு அருந்ததியர் வெளிக்குச் செல்கிறார் *(61)*. கூளமாதாரியில் கூளையனைத் தேடிக் கவுண்டர் செல்கிறார்.

பொது வெளி

வேளாண்வெளியைவிடக் காலனி எனும் பொதுவெளி பொருளாதாரத்தில் மேம்பட்டது. வேளாண்வெளி சார்ந்த உற்பத்தி, கருப்பொருள், நிலம், போன்றவற்றைப் பொதுவெளி சிதைத்துவிட்டது. பொதுவெளி உருவாக்கிய அரசுடன் வேளாண்வெளியால் மோதமுடியவில்லை. காலனியில் இறந்தவரின் சடலத்தை ஊரில் புதைக்க விடுவதில்லை. காட்டுப்பட்டிக் கவுண்டர்களுக்கான சுடுகாட்டில் காலனிப் பிணங்களைப் ‘புதைக்க விடமுடியுமா? எந்த ஊரிலிருந்து வந்தவர்களோ என்ன சாதியோ சுடுகாட்டுப் புனிதத்தை இழந்துவிட முடியுமா? *(79)*. இந்தி எதிர்ப்பு வீரன் மொண்டி ராமு ‘பொணத்தத் தூக்குடா’ என்கிறான். பாடையைக் காலால் தட்டுகிறார் தாத்தா. இன்னிக்கி வந்த எடுபட்டதுவ. இந்தச் சுடுகாடு காலங்காலமாகக் கவுண்டனுதுதான்யா *(80)* என்கிறார்கள். சாதியைக் காப்பதில் ஆளுங்கட்சி எதிர்க் கட்சிகள் ஒன்றுபடுகின்றன. காலனி வெளியும் ஊர்வெளியும் முரண்படுகின்றன. ஆனால் காலனியில் இருக்கிற கவுண்டர் களுக்குச் சுடுகாடு விடப்படுகிறது *(88)*. பொன்னுவுங்கூட

காலனிக்காரர்களை ‘எங்கிருந்தோ வந்த ஊர் சுத்தி நாய்’ எனக் கூறுகிறான் *(89)*. ‘எங்கிருந்தோ ஓடிவந்து குடியிருக்கிற இவனுக்கு இவ்வளவு இருக்கிறதென்றால் காலங்காலமாக இங்கேயே குடியிருக்கும் எங்களுக்கு எவ்வளவு இருக்கும்’ *(88)* என்பதில் சாதிய ஆதிக்கம் வெளிப்படுகிறது.

காலத்தின் சுத்தியல்கள் ஊரின்மேல் அடிக்காமலில்லை. பொன்னு காலனிப் பையன்களுடன் பேசாமலில்லை. அம்மா பால் ஊற்றாமலில்லை. அப்பன் புல் செதுக்காமலில்லை. அருந்ததிய இளைஞன் சக்திவேலுவுடன் நாடகம் போடாம லில்லை. ஆனால் பெரிய உடைசல் நாவலில் ஏற்படவில்லை.

நகரவெளி மீதான வெறுப்பு, பொன்னுவுக்கும் இருக்கிறது. குப்பாடியைப் பற்றிக் குறிப்பிடும்போது, ‘அவனுக்கென்னாயா எங்கேயோ டவுனுப்பக்கம் வேலைக்குப் போறானாட்டம் இருக்குது. நாயும் நக்கலும் பொறுக்கித் தின்னூட்டு வருவான். இல்லைன்னா எதுக்கு இந்தக் கஷ்டம் வருது?’ *(29)* என்கிறான். நிலத்தின் குறியீடாக வரும் நாய் பைக்கில் அடிபட்டபின் நோயுற்றுச் சாகிறது. மாரியம்மன் தெய்வம் எந்திரங்களால் அடிபடுகிறது.

நிழல்முற்றம் நாவலின் இறுதிப்பக்கம், ‘பரந்த வெளி அதற்கு எந்தப் பாதுகாப்பையும் தந்து விடவில்லை. அங்கே பட்ட கஷ்டங்கள் ஒருபுறம். இங்கேயும் கஷ்டங்கள்தான். பழக்கப்பட்ட ஒரு வாழ்விலிருந்து மற்றொரு வாழ்விற்கு மாற்றிக்கொள்ள இயலாத துயரம்’ என்று சொல்கிறது. இடம்விட்டு இடம்பெயர்தல்; நகரத்தில் வாழ்வோர்க்கு எளிதாக இருப்பதைப் போல சிற்றூர்களில் வாழ்வோர்க்கு இல்லை. பிற சாதிகளுடன் புழங்குவதில் உள்ள தடை முதன்மைக் காரணம். பிறதொழில்கள் அறியாமை, வேளாண்வாழ்வு மீதான நேசம், சமூக ஒன்றிணைவு பெற இயலாத சாதிப்பிடிமானம் போன்றவையும் காரணங்கள்தாம். காடுபோனதால் வீடுபோனது. அப்பன் குடித்துவிட்டுச் சாராயக்கடையில் பணத்தை வீசுகிறான். அம்மாவுக்குப் பெருகும் பணம் மீதான பெருவிருப்பம். அண்ணன் குடிகாரனாகவும் ஊதாரியாகவும் போகிறான். சிறுகூடு பிய்த்தெறியப்படுவதையும் வேதனையையும் சேர்த்தே பார்க்கவேண்டியுள்ளது.

நிழல்முற்றம் பொதுவெளி பற்றிய புனைவு. வீட்டின்முன் இருக்கும் முற்றம் பலர்கூடிக் கலந்துநிற்கும் இடம், கோயில் முற்றம் போல. அங்கு எல்லாச் சாதியும் சேர்ந்து நிற்கும். ஆயின் தியேட்டர் எனும் நிழல்முற்றத்தில் கூடும் சனம் சமயச்சடங்கில் நிலவும் தற்காலிகச் சமனைக் கொண்டு வருகிறது. பள்ளி, கோயில், உணவகம் போன்ற பொதுவெளிகளில் நிலவிய சாதி

ஒதுக்கத்தைத் தியேட்டர் என்னும் பெருவெளி கைக்கொள்ள வில்லை. நான் அறிந்தவரை தரையிலும் பெஞ்சிலும் இருக்கும் ஆண் பெண் பிரிவினை சோபாவில் இல்லை.

பொழுது பற்றிய ஓர்மை

பெருமாள்முருகன் நாவல்களில் இடம், பொழுது பற்றிய ஓர்மை முதன்மையானது. மாலை ஒளியில் தொடங்கும் நாவல் மதியவெளியில் முற்றுப்பெறுகிறது. இரவுக்குப்பின் பகல், பகலுக்குப்பின் இரவு என்ற வரிசையில் நாவல் நகருகிறது. நிழல்முற்றத்தில் புதிய தொழில்சார்ந்து சோடாக்கடை, பீடாக்கடை, சிற்றுண்டிக்கடை என்ற வெளிகள் உருவாகின்றன.

சாதியச்சமூகத்தில் உணவுப்பரிமாற்றமும் மணப்பெண் பரிமாற்றமும் பெருந்தடைகள். ஆயின் நிழல்முற்றத்தில் சோடா கொண்டுவரும் கைகளையும் சிற்றுண்டி கொண்டு வரும் கைகளையும் சாதிமான்கள் பொருட்படுத்தவில்லை. யாருக்கும் தனிவெளி இல்லை. வாசகசாலை, முடிதிருத்தகம், நாடகமன்றம், திரையரங்கம் என்று பொதுவெளி சார்ந்து வளர்ந்த அரசியல் தமிழகத்துக்குரியது. பொதுவெளிக் கருத்தாக்கம் சாதிய வெளிக்கு எதிரானது என்பதைச் சொல்ல வேண்டியதில்லை.

ஒளிகசியும் இருள்வெளி

நிழல் முற்றத்தில் உலாவும் சக்திவேல், நடேசன், வத்தன், விசுவன், கணேசன், பூதன் உள்ளிட்ட உதிரிகளுக்கு நாவலில் ஊரில்லை, தெருக்களில்லை, வீடுகளில்லை, அறைகளில்லை. எங்கிருந்தோ வந்தவர்கள். பசி, அவமானம், அடிஉதை, தூக்கமின்மை என்ற துயரங்களில் மூழ்குவோரை ஒளிகசியும் இருள்வெளி ஈர்க்கிறது. அது பலர்புகத் திறந்த பகுவாய் வாயில் உலக அறவி. உறுபசி உற்றோர், உறவு அற்றோரை நிழல்முற்றம் கவர்கிறது.

கஞ்சா, மாத்திரை, மது, ஒருபால் புணர்ச்சி, விபச்சாரம், திருட்டுப் போன்ற பலவும் நிகழும் இடமாகப் பொதுவெளி திகழ்கிறது. ஆயின் உதிரிகளிடம் சாதி சார்ந்த வசை இல்லை. இப்பொதுவெளி யாரையும் அடிக்கக் கையோங்கும் மனவுறுதியை எளியோர்க்குத் தருகிறது. மரபொழுக்க மீறல்களை நிகழ்த்தும் துணிவையும் தந்துவிடுகிறது. ஒண்டுவதற்கு இடம் அற்ற இவர்கள் கவுண்டருக்குப் புதுப்பாதை போடச்செல்வது நகைமுரண். சக்திவேலுவைச் சோடாக்கடைக்காரர் ஆடுமேய்க்க அழைத்தபோது 'நாள் முழுக்க ஆட்டைப்போல் அடைந்து கிடக்க மனமில்லை' அவனுக்கு. பொதுவெளி மீதான விருப்பம் எளியோர்க்குரியது.

உடைபடா சாதிய மரபு

கூளமாதாரியில் பெருமாள்முருகன் கட்டியிருக்கும் திணைசார்வெளி பழந்தமிழ்க் கூறுகளை மீட்டாலும் சாதிய மரபை உடைக்கவில்லை. நடப்பை அனுசரித்துப் போகச் சொல்கிறது. சாதிய வெளியில் அகப்பட்டோருக்கு மீட்சியை அது பரிந்துரைக்கவில்லை. கிணற்றில் மூழ்கிய செல்வனை விட்டுவிட்டுக் கரையேறாது கூளையனும் மூழ்குகிறான். பீயள்ளச் சொல்லும் ஆண்டையின் கழுத்தை நெரிப்பதையோ கிணற்றுக்குள் தலைகீழாகக் கட்டித் தொங்கவிட்டவர் தலையில் கல்லைப் போடுவதையோ நாவல்வெளி அனுமதிக்கவில்லை. மீறல்கள் இயல்பாகவில்லை.

கவுண்டர் வெளிக்குள் பிறசாதியினரோ ஒடுக்கப் பட்டோரோ பாலியல் ரீதியாக உட்புகவில்லை. போலவே அருந்ததியர் வெளியிலும் ஆதிக்கச்சாதியினரின் பாலியல் அத்துமீறல் இல்லை. செவிடியைத் தேடிக்கொண்டு கவுண்டர் இளைஞன் காட்டுக்கு வந்தாலும் நாவலில் அது கைகூட வில்லை. பிற்கால நாவலொன்றில் நினைவு தப்பிய பாட்டியின் மனவெளியில் பனையேறும் கந்தமூப்பன் வந்துபோகிறான். நிழல்முற்றத்தில் பறையர் பையனோடு ஓடிப்போகும் பொன்னுவின் அக்கா விடிவதற்குள் இரவோடிரவாக மீட்கப் பட்டு விடுகிறாள். பொதுவெளியில் நிகழும் முறைசாராப் பாலியல் செயற்பாடு தனிவெளியில் நிகழ்வதில்லை. பாலியல் கடுத்தம் செயல்படுகிறது.

நகரவெளி அரசியல் தன்மையுடையது. நகரவெளி அரசியல் நிலம்சார் ஆவலுக்கு எதிரானது. நகரவெளி மீதான வெறுப்புப் பூமணி, தர்மன், இமையம் போன்றோரிடம் இருப்பதைப் போலவே பெருமாள்முருகனிடமும் இருக்கிறது. ஊரைவிட்டுப்போகும் நெடும்பனை நகரத்துக்குப் பெருமாள்முருகன் கடத்திவிடவில்லை. ஏறுவெயிலில் வரும் பொன்னு வேற்றூரில் தங்கிப்பயில்வதுகூட அச்சத்திற்குரிய தாகிறது. கூடடையும் பறவைபோலத் தாய் நிலத்திற்கு வந்துவிடுகிறான்.

ஆயினும் இவையொத்த விமரிசனங்களால் பெருமாள் முருகனைத் தள்ளிவிட முடியவில்லை. அருந்ததியச் சிறார்களின் நலிவுற்ற வாழ்வை இவ்வளவு விரிவாகத் தமிழில் இவரைத்தவிர யாரும் சொன்னதில்லை. பல நாவல்களில் தீட்டப்படும் அருந்ததியர் சித்திரமும் தொடர்ந்து காணக்கிடக்கிறது.

11

கள் மணக்கும் பக்கங்கள்

காமத்தின் வயசு பல்லாயிரம் வருஷங்கள். மனிதர்கள் பிறப்பதற்கு முன்பே வனாந்தரங்களில் தன் அத்தியாயங்களைக் காமம் எழுதிக்கொண்டிருந்தது. காமம் மிக்க 'தன்னுறு வேட்கை'யை ஆணிடம் சொல்வது பெண்ணுக்கு இயல்பில்லை. ஆனால் மெய்தொட்டுப் பயிறலும் இடம் பெற்றுத் தழுவலும் ஆணுக்கு உண்டு. ஆணுக்கும் பெண்ணுக்கும் பெருத்த இன்பத்தைத் தருவதும் போகங்களில் உயிர்ப்புடையதும் காமம் என்பதால் அதன் மேல் கத்தியைப் போடுகிறது மதம். அறியாத விஷயத்தைச் 'சிற்றின்பம்' என்று சன்னியாசிகள் சொல்வதை உலகம் கண்ணை மூடிக் கேட்டுத்தான் ஆகவேண்டும். 'இன்பமும் பொருளும் அறனும் என்றாங்கு அன்பொடு' புணர ஆதித்தமிழன் இலக்கணம் சொன்னால் அறம், பொருள், இன்பம் என்று காமத்தைத் தூக்கிக் கடைசியில் போடுகிறது தமிழர் ஒழுக்கம். அதிகாரத்தின் கொடுந் தாக்குதல்களால் வேட்கை கொண்ட உடல்கள் திணறுகின்றன.

நிராசைகளில் கரையும் காமம்

கூடும் உடல்களின் சாதி, மதம், இனம், வயது, பருவம், பொழுது, புணர் முறைகளை அதிகாரம் வரையறுக்கிறது. மனு சாத்திரம் தொடங்கி வெகு மக்களின் பொதுப்புத்தி வரையில் எண்ணெய்க் கசடென ஒட்டிக் கிடக்கின்றன பாலியல் வரைமுறைகள். பாலியல் அனுபவங்களைப் பெற

வானங் கடந்த வாய்ப்புகள் இருப்பது போன்ற பாவனைகள் இருக்கின்றன. காமம்சார் நடவடிக்கைகள் கண்காணிக்கப் பட்டுக் கட்டுக்குள்ளேயே வைக்கப்படுகின்றன. அது 'இன்னார்க்கு இன்னார்' என்கிறது. மீறுபவர்களைப் பொது வெளியிலிருந்து வெளியேற்றுகிறது. வரலாறு நெடுகிலும் புணர்வின்பப் பெருமை ஆண் புலவர்களால் புனையப்பட்டு வருகிறது. நுகர்வுக் கலாச்சாரம் வளப்பம் நிறைந்த உடல் களின் உடல் அளவுகள், ஏற்ற இறக்கங்கள், திரட்சி, கெட்டித் தன்மை, வளைவு நெளிவுகளைப் பட்டியல் போடுகிறது. பளபளப்புடன் மிளிரும் குறையாடை உடல்களின் அசைவுகள் இளம் பருவத்தினரை வெறியூட்டுகின்றன. குட்டிச் சுவர் களிலும் சத்திரங்களிலும் கூடிப் பேசும் பதின் பருவத்தினரின் இரவுகளும் பேச்சுகளும், ஏக்கங்களிலும் நிராசைகளிலும் கரைகின்றன.

மனித ஆற்றலைத் தின்று வளரும் பாலியல் கனவுகள் ஆளுமைகளைப் பலி கேட்கின்றன. பசி, தாகம் இயல்பாக்கப் பட்டு, காமவேட்கை பாவத்துக்கு உரியதாக ஆக்கப்பட்டது நாகரிக அவமானம்.

தகிக்கும் வேட்கை

பெருமாள் முருகனின் 'கங்கணம்' நாவல் முப்பத்தைந்து வயது முடிந்தும் பெண்ணுடலைத் தொட்டறியாத கவுண்டர் சாதியைச் சார்ந்த மாரிமுத்துவின் தவிப்பைச் சொல்கிறது. 'வேறெந்த பதிலியாலும் நிவர்த்தி செய்ய முடியாத ஆழ்துக்கம்' (ப.27) இது என்ற போதிலும் பதிலிகளைக் கைவிடவில்லை அவன். கைகளால் 'உடலை' வருடிக் கொள்கிறான். 'வருடல் மேலும் கதறச் செய்தது. கொஞ்ச நேரத்திற்கு முன் ஒலித்த மாட்டின் கதறல் இப்போது தன் உடலிலிருந்து வருவதாகத் தோன்று கிறது (29) 'கொஞ்சம் அசந்து மறந்து தூங்கினால் ஸ்கலிதமாகிச் சட்டெனத் தூக்கம் கலையும். தினமும் வேட்டி மாற்றுகிறான் மாரிமுத்து (268). பலமுறை புணர்ச்சிக் கற்பனையில் ஈடுபடு கிறான். எளிதில் வசப்பட்டு, ஆளுக்காகக் காத்திருக்கும் காமவெறிப் பெண்களின் கதைகளைச் சொல்லும் நூல்களைப் படிக்கிறான். திருச்செங்கோட்டு மலைப் பெண்சிற்பத்தின் 'நிறுத்திய கனத்த முலைகளில் கை வைத்துத் தாயோளி... எப்படிச் செஞ்சிருக்கான் பாரு...' (396) என்று வியந்து மகிழுகிறான். பெண்கள் குறைந்துவிட்ட கவுண்டர் சமூக இளைஞனுக்கான துக்கம் மட்டுமல்ல இது; நிரந்தர வேலையற்ற, பவுனும் ரொக்கமும் கொடுக்க முடியாத, 'கலரும் அழகும்' கம்மியான ஆணுக்கும் பெண்ணுக்குமான நடுத்தர வர்க்கத்தின்

துக்கம். இருபத்தோராம் நூற்றாண்டுச் செவ்வியல்தமிழர் வாழ்வுக்கு நேர்ந்த நெருக்கடி. பிறர் அறியாப் பாலுறவுகளைச் சில அறியாப் பையன்கள் மேற்கொண்டாலுங்கூட பாலுறவுசார் நோய்கள்; புள்ளிராஜா கதை தரும் அச்சங்கள்; 'கேரக்டர்' எனும் நன்னடத்தைக் குறிப்புகளைப் பெற்றாக வேண்டிய சமூகச் சூழல்; கர்ப்பம் தரித்த பின் நிகழும் கொடும் பின்விளைவுகள் எனும் கலவைகளால் உருவாக்கப்பட்ட மனவெளியில் காமம் துய்த்தலின் இருப்புத்தான் என்ன?...

முப்பரிமாணக் கண்ணாடி வழங்கித் திரட்சியான மார்புகளைக் கருவிழி முன்பு காட்டும் இதழ்கள், பட்டுச் சிதறும் நீர்த்துளிகளுடன் சுழன்றாடும் மெல்லுடல் வெண்ணிறப் பூச்சிரிப்புப் பெண்டிர்கள், அரையிருள் கேபினுக்குள் கொட்டப்படும் சைபர் தேச நிர்வாண உடல்களின் அசைவுகள், ஓயாமல் இச்சைக்கு அழைக்கும் தமிழோசைப்பாடல்கள். பெருந்திரைப் பரப்பிலிருந்து சிதறும் பாலியல் வெறி ஊட்டங்கள். தின்று செரியாமல் மீந்தது போக மனத்தில் தேங்கி அழுந்துபவை ஏராளம். கங்கணத்தின் மாரிமுத்து கலங்கிப் போய் நிற்கிறான். தகிக்கும் வேட்கையைப் பொறுக்க இயலாமல் மாடியிலிருந்து குதித்துச் சாகலாம் என நினைக்கிறான்.

பெண்ணே வாய்க்கவில்லை

அறியா வயதில் கொடுத்த ஒரு முத்தம் மட்டுமே அவனின் தீராப் பசிக்கான துளி அமுதமாகத் தொடர்ந்து நினைவில் வருகிறது. முத்தமிட்ட பெண்ணும் கிடைக்காமல் போகிறாள். எந்தப் பெண்ணையும் தட்டிக் கழிக்காத மாரிமுத்துவுக்குப் பெண்ணே வாய்ப்பதில்லை. செம்மங்காட்டில் வைத்து முத்தம் கொடுத்த வசந்தியைக் கட்டலாமென்றால் அவளுக்கு மூல நட்சத்திரம். பெண்ணின் அம்மாவுக்குக் கையில் வெண்படலம் வந்ததால் 'குட்டம் பிடிச்சவ குடும்பத்துல பெண் எடுக்கவா?' என்று அம்மா ஒரு பெண்ணைக் கழிக்கிறாள். மாரிமுத்து மொடாக்குடியன் என்று யாரோ நெட்டிலம் பாளையத்துப் பெண்ணிடம் போட்டுக் கொடுக்க நின்று போகிறது சம்பந்தம். பாவாயிப் பாட்டி பார்த்த பெண்ணை, பெண்ணின் பெரியப்பா மகனே தூக்கிப் போய் தாலி கட்டி விடுகிறான். கல்யாணமாகி மூன்று மாதத்தில் புருஷனை இழந்த பெண்ணைப் பார்க்கலாமென்றால் 'தேவடியாள்' என்று சொல்லி அப்பன் தடுத்து விடுகிறான். மோட்டார் வண்டி வந்தால்தான் கல்யாணம் என்று அடம் பிடித்த அம்மாவால் மனசுக்குப் பிடித்த ராசாமணியைக் கைப்பிடிக்க முடியவில்லை. சொங்காக் கவுண்டர் மகள் பவளாயியின் மூஞ்சி ஆம்பளயாட்டம்

இருக்கிறது என்று சொல்லி அத்தை கெடுத்தது ஒன்று, புல்லட் வண்டி வைத்திருந்ததைப் பார்த்து வேண்டாமென்று மறுத்தவள் இன்னொரு பெண். மாப்பிள்ளை பார்க்க வந்த பெண் வீட்டுக்காரர்களுக்கு மோர் கொடுக்காததால் விட்டுப் போனது மற்றொன்று. கவுண்டர் சாதியில்தான் வாய்க்க வில்லை. ஒட்டர்சாதிப் பெண் சரோஜாவைக் காதலித்தால் அவளையும் பாறைக்காட்டை விட்டுக் கிளப்பி விடுகிறார்கள். கடைசியில் ராமன் பார்த்த பெண்ணைத் திருமணம் செய்ய அம்மா, அப்பா முன் முழக்கயிற்றில் தொங்க முயல்கிறான் மாரிமுத்து. முடிவுறாமல் விரியும் பிரம்மச்சரியம். வரப்போகும் மனைவியோடு மட்டும் தான் உறவு அன்றிப் பிற பெண்களுடன் நல்ல தொடர்பு எதுவுமில்லை.

அருந்ததியப் பெண்ணைத் திருமணம் முடித்தால் என்ன? கவுண்டர் பெண்களைவிட மூக்கும் முழியுமாக அழகாகத்தான் இருக்கிறார்கள் என்ற எண்ணம் மனசுக்குள் ஓடினாலும் அடைவதற்கான எத்தனங்களில் ஈடுபடுவதில்லை. கேலியின் மூலம் அதைக் கடந்து விடுகிறான்.

அம்மாவின் மறுப்பு

மாரிமுத்துவுக்குத் திருமணம் என்றால் பெண்ணுடன் புணர்வதைத் தவிர வேறெதுவுமில்லை. இறுதி இலக்கு அது மட்டும் தான். "எல்லாப் பொம்பளையும் ஒரே மாதிரிதான். அப்பிடி இப்பிடின்னு யோசிக்காத, வத்தலோ தொத்தலோ ஒரு பொத்தலு இருந்தாப் போதும்" (ப.59) என்று பாட்டன் சொன்னது மறக்காமல் இருக்கிறது. மற்றவர்களின் புணர்ச்சிச் செயல்பாடுகள், திருமண நிகழ்ச்சிகள் மாரிமுத்துவுக்கு எரிச்சலைத் தருகின்றன. பத்துப் பன்னிரண்டு வயதில் கல்யாணம் செய்த கதையைப் பேசிய அம்மாயியிடம் "மத்தியானத்துல எல்லாத்துக்கும் வேல கெடையாதா ஒவ்வொருத்தியும் பத்து வயசு பன்னன்டு வயசுல புருசன் தேடுன கதயக் கேக்க வந்துட்டீங்க. போய்த் தொலைங்க" (192) என்று எரிந்து விழுகிறான். பதினேழு வயது மகன் ரமேஷுக்குத் திருமணம் செய்து வைப்பதற்குப் பணம் கேட்டு வரும் பண்ணையாள் குப்பனை வைத்துக் கொண்டு "பதினேழ்லயே தம்பி துடிக்கறானா? ஒன்னும் முடியல" (18) என்று சீண்டுகிறான். திருமண ஏற்பாட்டிற்குத் தடை சொல்லும் அம்மாவிடம், "ஆமா இப்படியே சொல்லிக்கிட்டு இருங்க. எனக்கும் முப்பத்தஞ்சு வயசாவுதில்லை. பனியிலயும் குளிர்லயும் நாங்கைல புடிச்சுக்கிட்டு கெடக்கறன், கெழவனும் கெழவியும் ஆன பொறவும் உள்ள போயித் தாழப் போட்டுப் படுத்துக்கங்க" (327) என்று வார்த்தைகளைக் கொட்டுகிறான்.

கரைகடக்கும் காமம்

கடைசியாக, திருமணம் செய்யப்போகும் பெண் பத்தாயிரம் ரூபாய்க்குப் பட்டுச் சேலையை மாரிமுத்துவிடம் கேட்காமல் எடுக்கும்போது "இருடி இரு. கல்யாணம் ஆகி ஒரு மாதத்திற்கு இராப்பகலாய் இந்த உடம்பைப் போட்டுப் புண்ணாக்கி ஆசையெல்லாம் தணித்துக்கொண்டு அப்புறம் மேட்டங்காட்டில் ஆடு மேய்க்கப் போடுகிறேன் வா. தளதளக்கும் வயக்காட்டுக் குளிர்ச்சியில் மிதந்த உடம்பைச் சுட்டுக் கருவாடாக்கி விடுகிறேன் வா" (378) என்கிறான். பொண்டாட்டி என்றால் அது மட்டும் தான். கரை கடக்கும் காமம் நாகரிகங் களைத் துவம்சம் செய்கிறது. "எதுத்தாப்ல நெலா வெளிச்சத்துல ஒரு இடுப்பு மின்னுது. அப்படியே எந்திரிச்சுப் போயி அந்த இடுப்பக் கட்டிக்கோணும்னு தோணுது; எந்திரிச்சிட்டன். அப்ப எங்கிருந்தோ அறிவு வந்து அது உங்கம்மாடா"ன்னுது. அய்யோன்னு மனசுக்குள்ள கத்திக்கிட்டு ஊட்டுக்குள்ள எந்திரிச்சிப் போயிட்டன் (299) என்று ராமனிடம் சொல்கிறான் மாரிமுத்து. 'தாய் ஆயிற்றே இப்படி நினைக்கலாமா?' என்ற நினைப்பு வெகுகாலம் அவனைத் துரத்தித் தண்டிக்கிறது. பதுங்கிக் கிடக்கும் மனத்தின் வெளிப்பாடாகக் கூட இருக்கலாம்.

கடைசியாகப் பார்த்த பெண்ணோடு திருமணம் செய்யலாம் என்ற மாரிமுத்துவின் ஆசைக்குத் தடை போடும் அம்மாவிடம், "போற போக்கப் பார்த்தா அங்க இங்க பொண்ணு பார்க்க ஏண்டா போற... நானிருக்கறன் போதாதான்னு சொல்லுவ" என்கிறான். ஆழ்மன வெளிப்பாடு நாகரிகங்களைத் துடைத்து எறிகிறது. மனித உறவுகள் மகத்தானவை என்பதெல்லாம் லட்சியம்தானோ என்னவோ?

பாலியல் புழங்குவெளி இன்மை

திருமணம் என்ற நிறுவனம் மீது சில விமர்சனங்களை நாவல் வைத்தாலும் அதை உடைப்பதற்கான வேலையில் ஈடுபடவில்லை. உறவுகொள்ள, பெண்ணற்ற உலகம் மாரிமுத்துவுக்கு உவப்பாய் இல்லை. "இந்தக் கல்யாணம் என்கிற விஷயத்தைக் கண்டுபிடித்தவன் யாராக இருக்கும்? அவனுக்கு இதற்குள் இத்தனை பிரச்சினைகள் வரும் என்று தெரிந்திருக்குமா? மனித வம்சத்தின் மீது கொலைவெறி கொண்ட ஒருவன், பழிவாங்கும் வகையில் கல்யாண முறையை உருவாக்கியிருப்பான்" (259) என்று சொல்வது வெற்று வேதாந்தம் மட்டுமே; ஏராளமான பெண்களைப் பார்த்துச் சலித்தாலுங்கூட ஆறுமாத கால எல்லைக்குள் திருமணத்தை

முடித்துவிட வேண்டிய மனக்கட்டாயம் அவனுக்கு. என்றாலுங் கூட, முப்பத்தைந்து வயதிலும் பெண்ணுடலைத் தொட்டிராத அவலம். பண்பாடு என்ற அதிகாரம் மானுட உணர்வுகளைக் காலி செய்து விடுகிறது. பாலியல் புழங்கு வெளிகளைச் சாதிகள் குறுக்கி விடுகின்றன; விஸ்தாரத் தேடலைத் தடுத்து விடுகின்றன. அதே சாதியில் அடுத்த ஊருக்குள்ளாக இணையைத் தேடும் நவயுகக் காதல்கள், சடங்கு விட்டுப்போகாது தடுக்கச் செய்யப்பட்ட ஏற்பாடுகள்.

அடக்கப்பட்ட பாலியலால் ஏற்படும் நோய்கள், நோவுகள், மனக் குழப்பங்கள் கலாச்சார முதிர் காவலர்களுக்குப் பொருட்டேயில்லை. என்ன செய்தாலும் மாரிமுத்துவுக்கு எதுவும் திருப்தி இல்லை. அதனால்தான், "இந்த வயதில் இன்னொரு உடலை அறிந்து கொள்ள வாய்ப்பது வரம்" (27) ஆகிவிடுகிறது மாரிமுத்துவுக்கு. எளிய தர்க்கம் மூளையைக் குடைகிறது. "கோழியின் உடல் சேவலுக்குக் கிடைப்பதில் எந்தக் கஷ்டமுமில்லை. அப்படி ஓர் எளிய ஜீவனாகப் பிறந்திருக்கக் கூடாதா?... தன்னுடலையே சுமையாக ஏந்தியபடி கிடக்கும் அவஸ்தை வேறெந்த ஜீவனுக்கும் இருக்காது" என்றெல்லாம் நாவல் கூறுகிறது. ஆயினும், சோளக்காட்டிலோ கம்மங் கொல்லையிலோ ஆளைக் கவிழ்க்கும் வாய்ப்புகள் இருந்தாலும் மாரிமுத்துவுக்குக் கல்யாணவழி வரும் உறவே உகந்ததாகப் படுகிறது.

நீங்காது தொடரும் நிலம்

காமத்தின் வாசனையை அறியாதவனைச் சுற்றி நாவல் நகர்ந்தாலும் மண்வாசனையைக் கைவிடுவதில்லை. பெருமாள் முருகனின் படைப்புகள்தோறும் நிழலைப் போல நீங்காது நிலம் தட்டுப்படுகிறது. ஏறுவெயில், கூளமாதாரி நாவல்களைப்போல, கங்கணத்தின் மையம் மண்ணிலிருந்து எழுவது அன்று என்றாலும் பெருமாள் முருகனால் மண்ணை விட முடியவில்லை. மனிதர்களுக்கும் கால்நடைகளுக்கும் வயிறார அமுதம் தந்த ஈரக்காடுகளை இரக்கமின்றி அழிக்கும் அவலம். ஏறும் வெயிலனைய கொடுமையை நகர நாகரிகம் இழைக்கிறது. மண்ணையும் இழந்து பெண்ணையும் இழக்கும் சமூகம்.

'நிலமும் பெண்ணும் ஒன்றென்பர்' மானுடவியல் புலவர். நிலத்தைப் பெறுவது புறமாகவும் பெண்ணைப் பெறுவது அகமாகவும் கொள்ளப்படுகிறது. வட்டார நாவல்கள் 'மண் போற்றுதும் மண் போற்றுதும்' என்பவை. பூமணி, பெருமாள் முருகன், இமையம் படைப்புகளில் மண்ணே தெய்வம்.

"நெலம்ங்கறது சீதேவி. சீதேவிய மூளியாப் பாக்கறதுக்கு எவனாச்சும் நெனப்பானா" (16) என்று கேட்கும் தானாவதித் தாத்தா பெண்ணோடு மண்ணை இணைக்கிறார்: "பாறைகளுக்கு எடையில நெலத்தப் பாத்தீங்களா மாப்ள! எவ்வளவு பக்குவமா நெலத்த வெச்சிருக்கறாங்க. இதே மாதிரிதான் பொண்ணையும் வெச்சிருப்பாங்க. பாத்துக்குங்க" (44) என்கிறார்.

மரத்தின் அழிவும் மனிதர் அழிவும்

சீதேவிநிலம் விற்பனைப் பொருளாகிவிட்டது. நெடுஞ்சாலைகள் ஊடறுக்கும் 'இரைச்சல்' நிலத்தின் விலையை நிர்ணயிக்கிறது. "வளம்கொழிக்கும் மண்ணை மட்டும் தலைமுறைகளுக்கு விட்டுச் சென்ற மண்ணை ஒரு தலைமுறை வீணாக்கிவிட்டதே" (197) என்ற குரல் நாவலில் கேட்கிறது. நிலத்தில் எழுந்த மரத்தின் அழிவோடு பாட்டியின் அழிவும் காட்டப்படுகிறது. செம்மங்காட்டு நிலத்தைக் 'கறார்' செய்யும் போது ஓங்கி உயர்ந்து வளர்ந்த பூவரசு மரம் வெட்டி வீழ்த்தப்படுகிறது. "பாட்டி இந்த வீட்டுக்கு மருமகளாக வந்த போது கொண்டு வந்த மரம் அடியோடு விழுந்து கிடக்கிறது. இந்த வீட்டோடான வாழ்க்கையும் அவ்வளவுதான் என்பதால் மரம் வீழ்ந்து விட்டதா?" (236) என்கிறார் நாவலாசிரியர். திடமாக இருந்து களைவெட்ட, கடலைக்காய் உடைக்கப் போன பாட்டி பூவரசு சாய்ந்த பிறகு ஓய்ந்து விடுகிறாள். சாவு அவளை மீட்கிறது.

பூவரசமரம் சாய்ந்தபோது தன்வாழ்வே போனதாக உணருகிறாள் ஒரு கிழவி. துண்டு நிலத்தைக் குறை போடாமல் விதை போட்டால் காக்கை, குருவிக்கும் ஆகும் என்று நினைக்கிற தானாவதித் தாத்தா, முன்னோர்கள் கை மாற்றித் தந்த சொத்தாக நிலத்தை எண்ணும் மாரிமுத்து என நிலத்தின் மேல் பிரியங் கொண்டிருந்த சாதியிடம் இப்பொழுது என்ன மிஞ்சியிருக்கிறது? 'ரிக்' முதலாளிகள் சல்லடையாகப் பூமியைத் துளைக்கிறார்கள். அட்டைக் கம்பெனிக்காரர்கள் ஏரித் தண்ணீரில் கழிவை விடுகிறார்கள். ரோட்டோர நிலங்கள் கல் ஊன்றப்பட்டு விலையை நோக்குகின்றன. செழுமையான பூமி தன் ஜீவனை இழந்து வருகிறது. நிலமென்னும் பெண்ணைப் போற்றிய கவுண்டர்கள் வாழ்வில் நிலத்தோடு பெண்ணும் தொலைந்து வருகின்றாள்.

கிணறு எனும் பாலியல் குறியீடு

மண்ணோடு இணைந்த கிணறு பெருமாள் முருகனின் பெரு விருப்பம். மாரிமுத்து கிணற்றில் குதித்து நீராடுகிறான்.

மோட்டார்த் தண்ணீரில் குளிப்பது உவப்பானதாக இல்லை. "கிணறு அவனுக்கு ரொம்பவும் பாதுகாப்பாகவும் அரவணைப்பாகவும் இருந்தது. கிணற்றுநீர் எப்போதுமே வெதுவெதுப்புத்தான். உள்ளே இறங்கி நீச்சலடித்து உழப்பி அதன் உறக்கத்தைக் கலைத்தால் அதற்குப் பிறகு அடியாழத்திலிருந்து குளிரை மேலே கொண்டு வரும்" *(18)* என்று நினைக்கிறான். படர்ந்து விரிந்து கிடக்கும் நிலத்தின் மூலாதாரமான கிணறு பாலியல் குறியீடு. ஆழம் நிறைந்த கிணற்றின் அடிமண் காணக் குதித்து மீளும் இளைஞர் கூட்டம்; பெருமாள் முருகன் படைப்புகளில் வரும் கிணறுகள் களிப்பின் பிறப்பிடம்.

செம்மங்காட்டின் நீள் உருளை வடிவக் கிணறு மாரிமுத்துவால் பயன்படுத்த முடியாது கிடக்கும் வற்றாத சமுத்திரம். அவன் பிறந்தது முதல் இறங்காத கிணறு. அந்தக் கிணற்றின் "பாறைச் சந்துலயிருந்து ஒரு சலம் வரும். அது எப்பேர்ப்பட்ட கோடைக்கும் வத்தாத சலம்" *(126)* என்கிறாள் பாட்டி. திருமண ஏற்பாடுகள் தொடங்கும் பொழுது நிலம் வசப்படுகிறது. கிணறு வசப்படவில்லை. கங்கணக் கயிற்றில் ஊசலாடும் திருமணம். வெம்மை தணியக் குளிர்மை தரும் கிணறு வசப்படுமா மாரிமுத்துவுக்கு? வாசனை, குளிர்ச்சி, வெம்மை என்ற கூர் உணர்வுகளை நாவல் தொட்டுச் சொல்கிறது. காலைக் குளிர்ச்சி, பனிக் குளிர்ச்சி, குளித்தபின் ஏற்படும் குளிர்ச்சி, நிலவின் குளிர்ச்சி, வேம்படிக் குளிர்ச்சி, கிணற்றின் அடியாழக் குளிர்ச்சி. மாரிமுத்துவின் தீரா வெம்மை பல இடங்களில் வெளிப்படுகின்றன.

சபிக்கப்பட்ட இருட்பொழுது

வைதிக மனப்பரப்பில் இருள், சபிக்கப்பட்ட பொழுதாகச் சுழல்கிறது. நாளும் பொழுதும் உயர்ந்தோர் மேற்றே. கொடுந் துன்பங்கள் இரவில் நிகழ்கின்றன. ஓயாது தடைபோடும் பெற்றோர்க்கு எதிராகத் தூக்குப் போட மாரிமுத்து முயன்றது இருட்பொழுதில்தான். சாக்குருவி அலற இருள் படரும் மாடியிலிருந்து அவன் கீழே விழுந்து சாகலாம் என்றெண்ணு கிறான். நிலவொளிரும் இருளில் அம்மாவின் இடுப்பைப் பற்றி வீழ்த்த நினைக்கிறான். அவலத்தின் இழையாக இருள் நெளிகிறது. இழப்பும் இழிவும் இருளில் மட்டும்தான் நிகழுமா என்ன?

தெய்வமாகாத அம்மா

கூட்டுக் குடும்பம், பிளவுபடா இந்துக் குடும்பம் என்று பெருமை பேசுகிறது தமிழ் உலகம். கவுண்டர் குடும்பங்களில்

சாகப்போகும் கிழவி யாரையும் சார்ந்து இரந்து நிற்பதில்லை; தனித்து உலை வைத்துச் சோறாக்குகிறாள். தன் சாவுச் செலவுக்குப் பணம் சேர்த்து வைத்திருக்கிறாள். யார் கையையும் எதிர்பாராத முதுமை களைவெட்டப் போகிறது. கடலைக்காய் உடைக்கிறது. கள்ளும் சாராயமும் அருந்தும் பாட்டி கள்ளிறக்கும் கந்தமூப்பனுடன் உறவு கொள்கிறாள். தாத்தாவுடன் பிரிய மாகவும் இருக்கிறாள். மனக்குழப்பம் ஏதுமின்றித் தனித்து வாழுகிறாள். அருந்ததிய ராமன் தொட்ட குவளையைத் தொட மறுக்கும் பாட்டியின் கைகள் ஓய்ந்திருப்பதில்லை ஒரு போதும். "சும்மா இருக்க என்னால முடியாது. எதுஞ் செய்யாத உசுரோட இருக்கறது எப்பிடி?" என்று கேட்கும் பாட்டி, "என்னூட்ல கெடந்து செத்தாலும் சாவுவனே தவர *(17)* ஒருத்திட்ட போயி எச்சச்சோறு திம்பன்னு நெனக்கறயா" என்கிறாள். வைராக்கியம் எனும் வைரம் பாய்ந்த உடல் கிழவியினுடையது. 'உலகத்தில் உள்ள எல்லாநாட்டுப் பசுக்களும் தமிழில் தான் 'அம்மா' என்கின்றன' என விழுப்புண் பெறா மார்பை மெல்லத் தட்டுவாருளர்; 'அம்மா என்று அழைக்காத உயிரில்லையே' என மருகுவர் திரைப்பாவலர். கண்மை ஆண்மை பெண்மையை விடப் பெரியது தாய்மை காண்! ஆயின் அம்மா எனும் வீங்கிப் பெருகும் தாய்மையைக் காலி செய்வது பெருமாள் முருகனின் தலையாய வேலைத்திட்டங்களில் ஒன்று. கங்கணம் நாவலில் வரும் மாரிமுத்துவின் அம்மா மட்டுமல்ல, பெருமாள் முருகனின் சிறுகதைகளிலும் ஏறு வெயிலிலும் அம்மாக்கள் தெய்வமாக்கப்படவில்லை.

ஆங்காரம் மிகுந்த அம்மா, "அந்த முண்டக் கெழவிக்கு இவந்தான் புருசன். சந்தச் சாமானும் வாங்கியோவனும் கந்தச் சாமானும் வாங்கியோவான்" *(104)* என்கிறாள். எல்லாருக்கும் பிடித்த தானாவதித் தாத்தாவைத் "தலையில மொளகா அரைக்கலாம்னு பாக்கற நாயி ... வேலயக் காட்டறானா கெழவன் ..." *(48)* என்று முழங்குகிறாள். மகனின் கல்யாண ஆசையில் மண்ணள்ளிப் போடுகிறாள். "தோசிக் காலனுக்குப் பொண்ணு அமஞ்சாத்தான. எந்தப் பக்கம் போனாலும் வேலிக்கு ஒன்னு இழுக்குது. தண்ணிக்கு ஒன்னு இழுக்குது. யாரென்ன பண்ணுவா ..." என்று அலறுகிறாள். மாப்பிள்ளை பார்க்க வந்தவர்களுக்குத் துளி மோர் தரப் பாலை வைக்காமல் கறந்த பாலையெல்லாம் விற்றுக் காசாக்குகிறாள். கட்டிய புருசனுக்கு 'எச்சக்கலையன்' பட்டங் கட்டுகிறாள். தாய் பற்றிய நீள் சித்திரங்கள் தாயன்பர்களுக்கு எரிச்சல் பால் ஊட்டுபவை.

எல்லா உறவுகளும் போலச் சூழல்களுக்கு ஏற்ப மாறும் உறவுதான் தாய் என்கிற உறவும். ரத்தத்தைப் பாலாகத் தருபவள். பத்துமாதம் கண்விழிப்பவள் என நெய்யப்படும் இழைகள் பெண்ணைப் படுகுழிப் பாதைக்கு அழைப்பவை: மகனைச் சாடை பேசுகிறாள் தாய் "அடமுண்ட எரும. உனக்கெல்லாம் கூதி கொழுப்புடி பருத்திக் கொட்டையைக் கொறைக்கறன் இரு. அம்மாவின் பேச்சுகள் தரும் அவஸ்தையைப் பொறுக்க முடியவில்லை *(204)*", புரோட்டா சாப்பிடும் பெண்வீட்டார் முன்னால் "சாப்பாடு சாப்பிடுகிறாயா?" என்று கேட்டால் "சோறு தின்னவா கூட்டி வந்தாய்?" என இரைகிறாள்.

அப்பா எனும் பலகீனம் பெருமாள் முருகன் படைப்புகளின் பொதுவிதி. "எதற்குமே அபிப்ராயம் சொல்லாதவர் அவன் அப்பன். ஊர் முழுக்க அப்பனுக்குப் பெயரே மசையன் தான்" *(169)*. "விவஸ்தை கெட்ட மனுசன் எந்த விஷயத்திலும் வாய் திறப்பதில்லை" *(167)*. அவர் முதன்முறையாக வாய் திறந்தபோது மாரிமுத்துவின் கல்யாணம் நின்றுபோகிறது.

நிலத்தைப் பிரிக்கும் போது மாரிமுத்துவின் அம்மா, "எச்சக் கலையனுங்க ரண்டு பேரும் ஊமயாட்டம் நின்னுட்டு ஏமாத்துவாங்க என்று எழுந்து அப்பனைக் கைப்பிடித்து இழுத்தாள். அம்மாவின் இழுப்பை உதற முடியாமல் உடுடி… உடுடி என்று அவள் பின்னாலே அப்பன் போகிறார்" *(246 – 247)*. கடும் உழைப்பு, கள்குடிப்பு, பட்டிக்குடுசில் படுப்பு, புணர்ச்சி, திருவிழாவில் ஆட்டம் தவிர ஏதுமறியாது மேட்டுக்காட்டைக் கரண்டிக் கொண்டு கல்லெலி போலக் கிடக்கும் மனிதன் *(349)* என்ற அறியாப் பாத்திரமே அப்பா எனும் திருவாளர்.

ராமன் எனும் கலகம்

பூமணியின் 'பிறகு' நாவலில் வரும் கருப்பனைப் போன்ற திடமான பாத்திரம் அருந்ததிய ராமன். கங்கணத்தில் வரும் ராமன் மாரிமுத்துவின் பால்ய நண்பன். கவுண்டர் முன்னிலையில் தலைகுனியும் குப்பனைப் போன்றவனல்லன் ராமன். "எம் பொழப்பு சக்கிலிக்குக் கூடச் சிரிப்பாப் போச்சுடா" என்று சொல்லும் மாரிமுத்துவிடம், "நீ சொன்னாலும் சொல்லாட்டியும் நான் சக்கிலிதாய்யா" *(300)* என்று உறுதிபடச் சொல்கிறான். மாரிமுத்துவின் பண்ணையத்தில் உழன்று கிடக்க விரும்பாதவன், நாலு இடம் சென்று வந்தவன்.

பொதுப்புத்தியைக் கலங்கடிப்பது கலகமனத்தின் குணம். திருச்செங்கோட்டுக் கல்யாண மண்டபப் பெண், தோரணையாக

வரும் ராமனைப் பற்றி, மாரிமுத்துவிடம், "அவன் வந்து பெரிய பன்னாட்டு மயிராட்டம் கேக்கறான். ஒரு அடக்கம் ஒடுக்கம் இருக்குதான்னு பாரு" என்கிறாள் *(335)*, 'யோவ் மாரிமுத்து மாரிமுத்து' என்று கவுண்டர் மாரிமுத்துவைப் பெயர் சொல்லிக் கூப்பிட்டுச் சந்தோஷம் கொள்கிறான் ராமன்.

பன்றி மீதான துவேஷம்

இரண்டு மூன்று ஆண்பிள்ளைகளைப் பெற்றுவிட்டுப் பெண் பிள்ளைக்காகக் காத்திருக்கும் ராமனைப் பார்த்து "என்னடா இது பன்னிய மீத்திருவியாட்டம் இருக்குது" என்று இளக்காரமாகப் பேசும் மாரிமுத்துவுக்கு ராமனின் பதில் தர்க்கப்பூர்வமாக இருக்கிறது. "பன்னி குட்டி போட்டா அதுதான் வளக்குது. வேற ஆருகிட்டயாச்சும் குடுத்துட்டு ஓடிருதா, அதுஞ் சமுத்துக்குத் தக்கன குடுத்துக் காப்பாத்திரும்யா" *(287)* என்று பதிலடி தருகிறான்.

மாரிமுத்துவை அண்டிப் பிழைக்க வேண்டிய கட்டாயத்தில் இல்லாத ராமனின் கேள்வி முகத்தில் அறைகிறது. "பிய்யத் திங்கற கோழிக்கறி ருசி. பில்லத் திங்கற மாட்டுக்கறி மோசமாய்யா? எப்பத்தான் திருந்துவீங்களோ" *(290)* எனப் பேசுகிறான். பன்றி மீதான அருவெறுப்பும் பன்றி வளர்ப்பவர் பற்றிய கேவல உணர்வும் சாதிய மனங்களில் நிலைபெற்றுள்ளது. ஒரு குட்டி போடுவது உயர்வென்றும் பல குட்டிகளை ஈனுவது தாழ்வென்றும் கருதுவது தமிழ்மனச் செயற்பாடாகிறது. புலி வெளியேறிய கருவறை நன்று என்பர் நாவலர்.

ஒரு குழந்தையோடு நிறுத்திவிடும் கவுண்டர்களுக்கும் பல குழந்தைகளைப் பெறும் அருந்ததியர்களுக்குமான முரண் இது. 'சிங்கிள் சிங்கம்', 'பன்றிக் கூட்டம்' என்ற 'பன்ஞ்ச் டயலாக்கு'களுக்குள் ஒளிந்திருப்பதும் சாதியம்தான். கூட்டம் என்ற குழூத்தன்மை என்ற உணர்வுக்கு எதிராகத் 'தான்' என்ற அகம்பாவ மேட்டிமைத்தனம் ரசிக்கப்படுகிறது; தமிழ்க்குஞ்சுகளால். ஒட்டர் இனப் பெண்ணைக் காதலிப்பதாக மாரிமுத்துவின் தம்பி செல்வராஜ் சொல்லும் போது, 'ஒட்டர் பெண்ணைக் கட்டிக் கொண்டால் பன்னி மேய்க்கப் போயிரலாம்; பன்னி சீர்வரிசைகள் வரும்' என்று மாரிமுத்துவின் கற்பனையில் துவேஷம் தென்படுகிறது.

கள் மணக்கும் பக்கங்கள்

கள் மணக்கும் கங்கணம். தமிழர் மரபின் நீட்சியான கள், கங்கணத்தில் நுரைத்துப் பொங்குகிறது. கள்ளில் மிதக்கிறார்கள்

மாரிமுத்துவும் அவனின் அப்பாவும். நாசிக்குள் நிறையும் கள் மணம். புளிப்பும் மெல்லிய இனிப்பும் கலந்த அதன் சுவைக்கு நாக்கு சப்புக் கொட்டி அலைகிறது. "சுகமாக வைத்திருக்கும் பனம்பாலாகிய கள்தான் அமுதம்" (152–153) என்பது மாரிமுத்துவின் அவதானம். பாட்டிகூட, கந்த மூப்பனின் கள்ளை வியக்கிறாள்.

செம்மங்காடு தொடங்கித் திருச்செங்கோட்டு மலையுச்சிக்குச் சென்று ராமன் போன்ற அருந்ததியச் சாதியினர் கவுண்டரின் வரையறுக்கப்பட்ட மீளும் நாவல் சக்கிலி வளவுக்குள் செல்வதில்லை. பூடுதி,குப்பன், ரமேஷ், வெளிகளில் இயங்கு கின்றனர். கவுண்டர்களுக்கு அங்கென்ன வேலை? என்ற கேள்வி எழுகிறது. அருந்ததியர்கள் வந்து கவுண்டர் வெளிகளில் செல்கிறார்கள்.

பெருமாள்முருகன் அளவுக்குச் சுயசாதி விமர்சனம் செய்து கொண்ட எழுத்தாளர்கள் யாரும் இல்லை என்று சொல்லமுடியும். சொத்துப் பிரிந்துவிடக் கூடாது என்பதற்காக அண்ணன் – தங்கை உறவில் கல்யாணம் செய்து கொள்ளுபவர்கள்; மேன்மையைப் பொறுத்துக்கொள்ளாது 'தொலைவு' போட்டு உறவை அறுத்துப் பிரிந்து கொள்ளும் பங்காளிகள்; பணத்துக்காக அம்மாயியைப் பிரியமாக வைத்திருக்கும் பிள்ளைகள்; நிலத்தின் பொருட்டு முகத்தை முறித்துக் கொலை வெறியில் அலையும் உறவுகள்; சாதித் திருமணத் தகவல் சேவை செய்து பணம் பறிக்கும் கணக்கு வாத்தியார்; வறட்டுக் கௌரவமும் வீம்பும் கொண்ட பெண்கள்; பன்றிக்கறியை அடியும் பிடியுமாகத் தின்று விட்டுப் பன்றி வளர்ப்பவர்களைக் கேவலமாகப் பேசுபவர்கள் என்று நாவல் முழுவதும் கவுண்டர் சமூகம் விமர்சிக்கப்படுகிறது. பிரியத்துக்குரிய கவுண்டர் கதா பாத்திரங்கள் ஏதுமில்லை. அல்லல் பல பட்டாலும் நாயகன் மாரிமுத்து மீது கூட ஈர்ப்பில்லை. பணத்தைப் பெரிதாக எண்ணாத பழங்கட்டை தானாவதித் தாத்தா மட்டுமே மனத்தை நெருடுகிறார்.

தார்மீகத்தின் மீதான பெருஞ்சேதம்

பெண் குழந்தைகளைக் கொல்வதில் எவ்விதக் குற்றவுணர்வும் அற்ற ஒரு சமூகம் புணர்வதற்குப் பெண் தேடி அலையும் வரலாற்று அவலத்தை நாவல் சொல்கிறது. குழந்தை செத்த இழவுக்குப் போய்வந்த பாட்டி சிரித்துக்கொண்டே, "எல்லாம் அந்த அணிமூர்க்காரி வேலதான். பூங்கொழந்தையைக் கவுத்துப் போட்டுட்டா அதும் பாட்டுக்குப் போயிடும். உள்ள இருந்து பார்த்தாத்தான் கஷ்டம். வெளியில வந்துர

வேண்டியதுதான். எங்கம்மா கூட எனக்கொரு கடசிக் கொழந்த பிள்ளையாப் பொறந்தப்ப, பால்ல நாலு நெல்லப் போட்டு ஊத்துனா. நெல்லு தொண்டையில் அடச்சுக் கொஞ்ச நேரத்துல போயிடுச்சு" (217-218) என்கிறாள்.

பெண்களின் பிறப்பு விகிதத்தை வலியக் குறைத்துக் கொண்டு அல்லல்படுகிற கவுண்டர்களின் பிரத்யேகப் பிரச்சினையை நாவல் பேசுகிறது. பெண் குழந்தைகளைக் கொல்வதில் தாய்மை, பெண்மை என்ற தடைகள் எல்லாம் இல்லை. மின்ரயில்களில் பெண்களுடன் நெருக்கியடிக்கிற மாநகர பயணிகளாலும் பெண் குழந்தைகளை ஏராளமாகக் கொண்டிருக்கிற தென்மாவட்டச் சாதிகளாலும் இப் பிரச்சினையின் ஆழத்தைக் கண்டுணர முடியாது. வாழ்க்கை நலத்துக்காகச் சந்ததிகளைக் கொல்லும் மனத் துணிவை வளர்த்த சமூகங்களின் உள்ளோடும் குரலைத் தொண்டைக் குழியிலிருந்து எடுத்துப் போடுகிறார் பெருமாள் முருகன். பூமியைக் குடைந்தும் புரட்டியும் விற்றும் பெற்ற வெள்ளிக் காசில் தொலைந்து போன வாழ்க்கை. தார்மீகம் மீது இழைக்கப் பட்ட பெருஞ்சேதம். அறம் பற்றிய அளப்புகள் வெளிறிய சாயங்களோடு பல்லிளிக்கின்றன.

பெண்பார்ப்பதும் தட்டிப்போவதும் மீண்டும் பார்ப்பது மாகிய நீளும் 'பெண்பார்ப்பு' நாவலில் அலுப்பைத் தருகிறது. முருகனின் பிற நாவல்களில் உள்ள 'கேட்டறியாக் கதைத் தன்மை' கங்கணத்தில் குறைவு. மாரிமுத்துவின் திருமணம் நோக்கிய தொடர் ஓட்டம் பாலியல் தேவைக்கு மட்டுமே எனக் குறுக்கப்பட்டுள்ளது. வசதி வாய்ப்பு, சொந்தங்கள், நற்பெயரைக் கொண்டிருக்கிற அவனின் அக, புற மனத் தேவைகளுக்கு மனைவி என்ற பெண்ணின் பங்கு என்ன? என்ற வினாவுக்கான விடை நாவலில் இல்லை.

கூளமாதிரியின் நீட்சி

கூளமாதாரி நாவலில் வரும் சிறுவர்களான கூளையன், கவுண்டர் பையன் செல்வம் இருவரின் வளர்ந்த நிலையைச் சொல்கிறது 'கங்கணம்'. "இந்த ஆட்டுப் பொறத்தாண்ட திரியற கூளையன்னு இன்னம் நெனச்சிக்கிட்டு இருக்கறயா. ஒன்று சொன்னா அத அப்படியே செய்வான்யா இந்த ராமன்" (297-298) என்று மாரிமுத்துவிடம் பேசுகிறான் ராமன். பிள்ளைப் பிராயத்தில் பிரிந்தவர்கள் சேர்கிறார்கள். கூளையனின் வளர்ச்சி மாரிமுத்துவை விடப் பெரியதுதான்.

நிலத்தோடு சமர்புரியும் உழைப்பிற்கு அஞ்சாத கிழவியர் பெருமாள்முருகனின் பிரியத்திற்குரிய காதலியர். அம்மாவைப்

பெற்ற கிழவியும் அப்பாவைப் பெற்ற கிழவியும் நெஞ்சில் நிற்பவர்கள். பெருமாள்முருகனின் நாவலில் குமரிப்பஞ்சம் சொல்லி மாளாது.

தளர்வடிவ நாவல்

கங்கணத்தில் கவுண்டர்களின் இனவரைவியல் தகவல்களைச் சொல்லும் முயற்சி அரும்பியுள்ளது. கவுண்டர்களின் குலக்குறியான காடையைச் சாமியாக எண்ணித் தின்னாமல் இருப்பது; சிறுகாட, பனங்காட, வெண்டுவன் என்று சாதிப் பிரிவுகளைச் சொல்லுவது; கவுண்டர் குலக் கதையைச் சொல்வது என்று நுழைந்தாலும், அவரின் பிறிதோர் மனம் தொடர்ந்து செல்லத் தயங்குகிறது.

இலகுவான தளர்வடிவம் கொண்ட நாவல் பெரும் உத்திகளையும் பாவனைகளையும் உதறியுள்ளது. நினைவிலிருந்து மீட்டல் என்ற எளிய உத்திகள் யதார்த்தத்தின் கலை அழகோடு பொருந்துகின்றன. வசவுகள், உறுப்புப்பெயர்கள், அந்தரங்க வழக்குகள் தயக்கமின்றி இயல்பாக இணைந்துள்ளன. காமத்தின் உள் பரிமாணங்களைச் சொல்லி இருக்கலாம் என்றாலுங்கூட இதுவரை சொல்லப்படாத பிரதேசத்திற்குள் புகுந்து மீண்டிருப்பது கூடுதல் கவன ஈர்ப்புக்கு உரியதுதான்.

துணை நூற்பட்டியல்

1. அம்பேத்கர் பி.ஆர்., தாழ்த்தப்பட்டோரும் இந்துக்களும் (மொ.பெ), சமூகநீதிப் பதிப்பகம், திருப்பூர், 1995 (இ.ப.)

2. அம்பேத்கர் பி.ஆர்., சாதி ஒழிப்பு, சமூகநீதிப் பதிப்பகம், திருப்பூர், 1992

3. அருணாசலம்பிள்ளை மு., தொல்காப்பியம் அகத்திணையியல் உரைவளம், பதிப்புத்துறை, மதுரை காமராசர் பல்கலைக்கழகம், மதுரை, 1994 (இ.ப.)

4. ஆலிஸ் அ., பதிற்றுப்பத்து மூலமும் உரையும், நியு செஞ்சுரி புத்தக நிறுவனம், சென்னை, 2011

5. ஆனந்தகுமார் பா., தமிழ்ச் செவ்விலக்கியங்கள் மீள்வாசிப்பு, நியூ செஞ்சுரி புக் ஹவுஸ், சென்னை, 2021

6. ஆனைமுத்து வே., (ப.ஆ), பெரியார் சிந்தனைகள், சிந்தனையாளர் பதிப்பகம், திருச்சிராப்பள்ளி, 1974

7. இராபர்ட் எல்., ஹார்டுகிரேவ், தமிழக நாடார் வரலாறு, முருகன் பப்ளிகேஷன்ஸ், சென்னை, 1982 (இ.ப.)

8. செ. இராமானுஜம்., நாடகப் படைப்பாக்கம், தமிழ்ப் பல்கலைக்கழகம், தஞ்சாவூர், 1994

9. கிரிதரன் வ.ந., நல்லூர் ராஜதானி நகர அமைப்பு, ஸ்நேகா பதிப்பகம், சென்னை, 1996

10. கிருஷ்ணமூர்த்தி (தொ.ஆ), சோழர்காலஉற்பத்தி முதலிய கட்டுரைகள், ஆய்வு வட்ட வெளியீடு, சென்னை, 1995

11. கே.கே. பிள்ளை, தமிழக வரலாறு மக்களும் பண்பாடும், தமிழ் நாட்டுப் பாடநூல் நிறுவனம், சென்னை, 1972

12. கேசவன் கோ., மண்ணும் மனித உறவுகளும், சென்னை புக் ஹவுஸ், சென்னை, *1979*

13. சாமி பி.எல்., தமிழ் இலக்கியத்தில் தாய்த்தெய்வ வழிபாடு, நியு செஞ்சுரி புக் ஹவுஸ் பி.லிட், சென்னை, *2011*

14. சாமிசிதம்பரனார், மணிமேகலை காட்டும் மனிதவாழ்வு, இலக்கிய நிலையம், சென்னை, *1995* (மூ.ப.)

15. சாமிநாதையர் உ.வே., பத்துப்பாட்டு மூலமும் மதுரையாசிரியர் பாரத்துவாசி நச்சினார்க்கினியர் உரையும், சாமிநாதையர் நூலகம், சென்னை, *1974* (ஏ.ப.)

16. சாமிநாதையர் உ.வே., பரிபாடல்மூலமும் ஆசிரியர் பரிமேலழகரியற்றிய உரையும், கமர்ஷியல் அச்சுக் கூடம், சென்னை, *1918*

17. சாமிநாதையர் உ.வே.சா. (ப.ஆ), புறநானூறு மூலமும் உரையும், தமிழ்ப்பல்கலைக்கழகம், தஞ்சாவூர், *1985* (மறுஅச்சு)

18. சிவகாமி., பழையன கழிதலும், தமிழ்ப்புத்தகாலயம், சென்னை, *1996*

19. சிவசுப்பிரமணியன் ஆ., மந்திரம் சடங்குகள், நியூ செஞ்சுரி புக் ஹவுஸ், சென்னை, *1994*

20. சிவலிங்கனார் ஆ., (ப.ஆ), தொல்காப்பியம் – பொருளதிகாரம் உரைவளம், புறத்திணையியல் பகுதி – *2*, உலகத் தமிழாராய்ச்சி நிறுவனம், சென்னை, *2015* (மீள்பதிப்பு)

21. சோமசுந்தரனார். பொ.வே., பத்துப்பாட்டு மூலமும் உரையும் தொகுதி – *I*, சைவ சித்தாந்த நூற்பதிப்புக் கழகம், சென்னை, *2007*

22. சோமசுந்தரனார், பொ.வே., பத்துப்பாட்டு மூலமும் உரையும், தொகுதி – *II*, திருநெல்வேலி தென்னிந்திய சைவ சித்தாந்த நூற்பதிப்புக் கழகம் லிட், சென்னை, *2008*

23. சோலை சுந்தரபெருமாள், எல்லைப்பிடாரி, நியூ செஞ்சுரி புக் ஹவுஸ், சென்னை, *2015*

24. சோலை சுந்தரபெருமாள், செந்நெல், நியூ செஞ்சுரி புக் ஹவுஸ், சென்னை, *2008* (மூ.ப.)

25. சோலை சுந்தரபெருமாள், மரக்கால், பாரதி புத்தகாலயம், சென்னை, *2007* (மூ.ப.)

26. தமிழ்நாடன் (மொ.பெ.ஆ.), மனுதர்மம், குயில் பண்ணை, சேலம்,*1993*

27. தனஞ்செயன் ஆ., குலக்குறியியலும் மீனவர் வழக்காறுகளும், நியு செஞ்சுரி புக் ஹவுஸ் பி.லிட். சென்னை, 2012

28. தேவி பிரசாத் சட்டோபாத்யாயா., உலகாயதம், பண்டைக்கால இந்தியப் பொருள் முதல்வாதம் பற்றிய ஆய்வு (மொ. பெ), நியூ செஞ்சுரி புக் ஹவுஸ், சென்னை, 2014

29. நாகசாமி, இரா., சந்திரமூர்த்தி மா., தமிழகக் கோயிற்கலைகள், தொல்பொருள் ஆய்வுத்துறை வெளியீடு, சென்னை, 1973

30. பக்தவத்சலபாரதி., தமிழர் மானுடவியல், அடையாளம், புத்தாநத்தம், 2019

31. பரமசிவம் தொ., தெய்வம் என்பதோர், மணி பதிப்பகம், பாளையங்கோட்டை, 2012

32. பாமா, கருக்கு, சமுதாயச்சிந்தனை செயல் ஆய்வு மன்றம் (ஐடியாஸ்), மதுரை, 1994 (இ.ப)

33. பாமா, சங்கதி, சமுதாயச்சிந்தனை செயல் ஆய்வு மன்றம் (ஐடியாஸ்), மதுரை, 1994 (இ.ப)

34. பாண்டுரங்கன் அ., சங்க இலக்கியம் (சமயம், வழிபாடு, அரசு, சமூகம்), நியு செஞ்சுரி புக் ஹவுஸ் பி.லிட், சென்னை, 2016

35. பூமணி, நைவேத்யம், டிஸ்கவரி புக் பேலஸ், சென்னை, 2018

36. பூமணி, பிறகு, தாமரைச்செல்விப் பதிப்பகம், நாகர்கோயில், 2010

37. பூமணி, வெக்கை, நற்றிணைப் பதிப்பகம், சென்னை, 2022

38. பெருமாள்முருகன்., ஏறுவெயில், மருதா பதிப்பகம், திருச்சி, 2003

39. பெருமாள்முருகன், கங்கணம், அடையாளம் பதிப்பகம், புத்தாநத்தம், 2007

40. பெருமாள்முருகன், கூளமாதாரி, காலச்சுவடு, நாகர்கோயில், 2011

41. பெருமாள்முருகன், நிழல்முற்றம், காலச்சுவடு, நாகர்கோயில், 2005

42. மகிழேந்தி இரா., பதிற்றுப்பத்து உரை வேறுபாடு, நியு செஞ்சுரி புக் ஹவுஸ் பி.லிட், சென்னை, 2024

43. மர்ரே எஸ். ராஜம் (ப.ஆ), பதிற்றுப்பத்து, நியு செஞ்சுரி புக் ஹவுஸ், சென்னை, 1981 (இ. ப.)

44. மார்க்ஸ் அ., மார்க்சியமும் இலக்கியத்தில் நவீனத்துவமும், பொன்னி புத்தக மையம், சென்னை, 1991

45. மார்க்ஸ் அ., உடைபடும் புனிதங்கள், விடியல் பதிப்பகம், கோயம்புத்தூர், 1997

46. முத்துமோகன்., இந்தியத் தத்துவங்களும் தமிழின் தடங்களும், நியு செஞ்சுரி புக் ஹவுஸ் பி.லிட், சென்னை. 2016

47. ராஜசேகர் வி.டி., (கட். ஆ.) தலித் என்ற தனித்துவம் (தொ. நூ.) ரவிக்குமார் (தொ. ஆ)., தலித் கலைவிழாக்குழு, நெய்வேலி, 1996

48. ராஜ்கௌதமன், கலித்தொகை – பரிபாடல் விளிம்புநிலை நோக்கு, விடியல் பதிப்பகம், கோயம்புத்தூர், 2011

49. வித்தியானந்தன்., தமிழர் சால்பு, பாரி நிலையம், சென்னை, 1971

50. வெள்ளைவாரணன் க., தொல்காப்பியம் – புறத்திணையியல் உரைவளம், பதிப்புத்துறை, மதுரை காமராசர் பல்கலைக்கழகம், மதுரை, 1973

51. ஜக்ஜித்சிங் சர்தார் (மொ.ஆ), சீக்கிய சமய இயக்கம், வரலாறும் கருத்தியலும், சீக்கிய ஆய்வு நிறுவனம், சண்டிகர், 1995

52. ஜானகிராமன் தி., 'மரப்பசு', காலச்சுவடு பதிப்பகம், நாகர்கோயில், 2016

53. *VEENA DAS, STRUCTURE AND COGNITION, OXFORD UNIVERSITY PRESS, DELHI,1987, (S.ED)*

கட்டுரைகள்

1. சரவணன் சி.பி., இறையாண்மை என்பது யாதெனில், (கட்டுரை), தினமணி.காம். 12.10.2021

2. சிவக்குமார், பா., சங்க கால அரசாதிக்கமும் காவல்மர அழிப்பும், பதிவுகள், இணையதளம். www.geotamil.com

3. சொக்கலிங்கம் சி., திருவிதாங்கூர் நிலவுடைமைச் சமூக அமைப்பில் குற்றவியல் சட்டமும் தண்டனை முறைகளும், நியூ செஞ்சுரி புக் ஹவுஸ் பி.லிட், நாவாவின் ஆராய்ச்சி, ஜனவரி 1989, சென்னை

4. செல்லபெருமாள் ஆ., போர் பற்றிய மானுடவியல், நாவாவின் ஆராய்ச்சி, அக்டோபர் 1990, சென்னை

5. நீலகண்டன் தி., மழைச் செம்புச்சடங்கும் மூதேவி வழிபாடும் (கட்டுரை), பொற்றாமரை மின்னிதழ் https://potraamarai.com2.

6. முத்தையா இ., நள்ளிரவுச் சடங்குகள் – சமூகப்பண்பாட்டு மானிடவியல் பார்வைகள், நாவாவின் ஆராய்ச்சி – 4, ஏப்ரல் 1996, சென்னை

7. மூர்த்தி இரா., தமிழ்ச் சமுதாயத்தில் நில விரிவாக்கமும் சுற்றுச்சூழல் சீர்கேடும், வல்லமை மின்னிதழ், *(www.vallamai.com)*, ஜூலை 28.02.2020

8. விஜயவேணுகோபால் கோ., தீண்டாமை எனும் கருத்துரு வாக்கம், தலித் இதழ் –2, நெய்வேலி, ஜூலை 1997

9. ரணஜித் குஹா., கலக மனத்தின் அடிப்படைக்கூறுகள் (மொ.பெ), தலித் இதழ் –2, நெய்வேலி, ஜூலை 1997

10. ராமமூர்த்தி எல்., பைந்தொடிமுதல் பத்தினிவரை, மொழிக்கூறுகள் கட்டமைக்கும் கண்ணகி (கட்டுரை), சிலப்பதிகாரம் கவிதையின் பண்பாட்டியல் – மொழியியல் – அரசியல் எனும் நூல் சிலம்பு, நா. செல்வராசு (ப.ஆ.) புதுச்சேரி மொழியியல் பண்பாட்டு ஆராய்ச்சி நிறுவனம், புதுச்சேரி. 2013

11. *TAMIL LEXICON, UNIVERSITY OF MADRAS, MADRAS. 1982.*

12. உதவி: பாண்டிய ராஜா ப., *CONCORDANCE FOR TAMIL LITERATURE HTTP://TAMIL CONCORDANCE.IN*